വിജയം നിങ്ങളുടേതാണ്

(മൂന്നാം പതിപ്പ്)

ദുർഗ മനോജ്

ആറ്റിങ്ങൽ സ്വദേശിനി. മനഃശാസ്ത്രത്തിൽ ബിരുദാനന്തര ബിരുദം. ഉള്ളൂർ സർവ്വീസ് സഹകരണ ബാങ്കിന്റെ സെക്രട്ടറി ഇൻ ചാർജ് ആയി പ്രവർത്തിച്ചു. പ്രചോദനാത്മക പുസ്തകങ്ങളായ വിജയം നിങ്ങളുടേതാണ്, ജയിക്കണം എനിക്ക്, ആകാശത്തിനും ഉയരെ, വാത്മീകി രാമായണം: ആദികാവ്യത്തിന്റെ സംക്ഷിപ്ത ഗദ്യപരിഭാഷ, ബാലസാഹിത്യ നോവലുകളായ കുഞ്ഞനിലയും ആൽമരവും, ഉത്തരധ്രുവത്തിൽ നിന്നൊരു കുഞ്ഞു മേഘം, സ്നേഹക്കൂട്ട് എന്നിവയാണ് പ്രസിദ്ധീകരിച്ച കൃതികൾ. ഇന്നലെക ളില്ലാതെ എന്ന ഹ്രസ്വചിത്രത്തിനായി കഥയും തിരക്കഥയും സംഭാഷണവും എഴുതി.

ഭർത്താവ്: മനോജ് എം. പി.
മക്കൾ: ശിവാനി എം., ഹരി നാരായണൻ എം.

വിലാസം:
ജാനകി വില്ല, പാലസ് റോഡ്
ആറ്റിങ്ങൽ 695101
durga_atl@yahoo.com

ദുർഗ മനോജ്

വിജയം നിങ്ങളുടേതാണ്

(മൂന്നാം പതിപ്പ്)

മാക്സ് ബുക്സ്
കോട്ടയം
2023

വില: **400** രൂപ

Vijayam Ningaludethanu
By Durga Manoj
Malayalam Self Help

Published by:-
MAX BOOKS
Maxlive Media Solutions Pvt Ltd.
Muppathiyil Building, Muttambalom Post,
Kanjikuzhy, Kottayam 686 004
maxlivemediasolutions@gmail.com
maxbookskerala@gmail.com
Ph: 90740 98776

Printed in India
at Max, Kottayam

Edition:
First Edition: October 2019
Second Edition: January 2020
Third Edition: January 2023
Copies: 1000
Price: Rs. 400

ISBN: 978-81-950097-6-3

ഗുരുനാഥൻ തുണ ചെയ്ക സന്തതം
തിരുനാമങ്ങൾ നാവിന്മേലെപ്പൊഴും
പിരിയാതെയിരിക്കണം നമ്മുടെ
നരജന്മം സഫലമാക്കീടുവാൻ

ഉള്ളടക്കം

നമുക്ക്, ഇനി ഒരുമിച്ചിരിക്കാം

ഒരു ദിവസം ഉണർന്നെഴുന്നേറ്റപ്പോൾ മുതലുള്ള ചിന്തയായിരുന്നു, വിജയയിക്കുവാനായി എന്തു ചെയ്യണം എന്നത്. അപ്പോഴാണ്, വിജയിക്കാനായി ഇതുവരെ എന്തെങ്കിലും ചെയ്തിരുന്നുവോയെന്ന് ആലോചിച്ചത്. ഇല്ലെന്ന ചിന്ത വളരെയധികം പേടിപ്പിക്കുന്നതായിരുന്നു.

'വിജയം' എന്ന പദത്തെ ആ വിധത്തിൽ മുപ്പത്തിയഞ്ചുവർഷത്തെ ജീവിതത്തിനിടയിൽ ഒരിക്കൽ പോലും ഉപയോഗിച്ചിരുന്നില്ല. പഠനത്തിൽ, ജോലിയിൽ, ദാമ്പത്യത്തിൽ എവിടെയും വിജയിക്കണമെന്ന് വാശിപിടിച്ചിരുന്നില്ല. എല്ലായിടത്തും വിട്ടുവീഴ്ച, ആർക്കു വേണ്ടിയായിരുന്നുവെന്നു ചോദിച്ചാൽ, അതിനു പോലുമില്ല കൃത്യമായ ഉത്തരം. എത്രയോ പ്രചോദനാത്മകമായ മഹാന്മാരുടെ പുസ്തകങ്ങൾ വായിച്ചിരിക്കുന്നു, പ്രസംഗങ്ങൾ കേട്ടിരിക്കുന്നു, നേരിട്ട് കണ്ടിരിക്കുന്നു. എന്നിട്ടും, എന്തേയിങ്ങനെ എന്ന് ചിന്തയിൽ നിന്നായിരുന്നു ഇത്തരമൊരു പുസ്തകത്തിന്റെ പിറവി. പുലർകാലേ പിന്നെയും പലവട്ടം ചിന്തിച്ചു. അടുക്കളയിൽ പാൽ തിളച്ചു മറിയുമ്പോൾ, കണക്കുകൾക്കു മുന്നിൽ കശപിശ കൂട്ടുമ്പോൾ, ടിവിക്കു മുന്നിലെ ശബ്ദാനമായ അന്തരീക്ഷത്തിൽ, എന്തിന് തെരുവ് വിട്ട് വീട്ടിലേക്ക് നടകൊള്ളുമ്പോഴും അതു തന്നെയായിരുന്നു ചിന്ത. എങ്ങനെയാണ് ഒരാൾക്ക് വിജയിക്കാനാവുക? അതിനുള്ള മന്ത്രം എന്താണ്?

പിന്നെയും പലതവണ സൂര്യൻ ഉദിച്ചു.
ആദ്യം വാക്കുകളും പിന്നെ വരികളുമുണ്ടായി.
അതിനു തലക്കെട്ടുകളും ശുദ്ധികലശങ്ങളുമുണ്ടായി.
ഇതെന്റെ മാത്രമല്ല, ഇനി നിങ്ങളുടേതുമാണ്.
അത്രമേൽ വിശുദ്ധിയോടെ സമർപ്പിക്കുകയാണ്,
അതിജീവിക്കുക ആശങ്കകളെ,
ചേർത്തുനിർത്തുക വിജയത്തെ!

–ദുർഗ മനോജ്
(ഒന്നാം പതിപ്പിനെഴുതിയത്)

കാലം തെളിയിക്കുകയാണ്, വിജയം അനിവാര്യമാണെന്ന്. ഇത്ര പെട്ടെന്ന് വീണ്ടുമൊരു പതിപ്പ് കൂടി. വായനക്കാർക്ക്, അത്രമേൽ നന്ദി പറയട്ടെ. സ്നേഹത്തോടെ,

–ദുർഗ മനോജ്

1
ഓരോ പ്രഭാതത്തിലും ഉണരുമ്പോൾ എന്തു ചെയ്യണം?

ഒരു നീണ്ട ഉറക്കത്തിനു ശേഷം ഉണർവ്വിലേക്ക്, മനസും ശരീരവും ഒന്നുപോലെ ഉണരുകയാണ് പ്രഭാതത്തിൽ. അത് ഫ്ളാറ്റിലെ ഇത്തിരി സ്ഥലത്താകട്ടെ, വലിയ കൊട്ടാരങ്ങളിലെ വിശാലമായ കിടപ്പുമുറിയിലാകട്ടെ, ചേരിയിലെ ടാർ പായയുടെ കാരുണ്യത്തിലാകട്ടെ, എവിടെ ആയാലും ഓരോ പുലരിയിലും ഒരു പുതുപ്രതീക്ഷയോടെയാവും നമ്മൾ കണ്ണു തുറക്കുക. ആദ്യത്തെ ഒരു മിനിട്ടിനപ്പുറം ആ പ്രതീക്ഷകളും വിശ്വാസങ്ങളും വിസ്മരിച്ച് ദൈനംദിന ജീവിതത്തിന്റെ ഒന്നു ശ്വാസം വിടാൻ പോലും സമയമില്ലാത്ത, ഘടികാരത്തിന്റെ ടിക്, ടിക് നാദത്തിനൊപ്പം വേഗത്തിൽ, കൂടുതൽ വേഗത്തിൽ ഓടി, കിതച്ച് മെല്ലെ ആ ദിവസവും കടന്നു പോകും. ഒരു നിമിഷം കൂടുതൽ തരൂ എന്ന് പറയാനാകില്ല. ഒരു നിമിഷത്തിനല്ല, പല വർഷങ്ങൾ നൽകിയാലും ചെയ്തു തീരാനാകാത്ത കാര്യങ്ങൾ നമ്മൾ ഏറ്റെടുത്തു കഴിഞ്ഞിരിക്കുകയാണ്.

എന്നാലും ചിന്തിക്കും ഒരു നിമിഷമെങ്കിലും കൂടുതൽ കിട്ടിയിരുന്നുവെങ്കിൽ.. ഇങ്ങനെ ഓടിക്കിതച്ച്, നിരാശയിൽ ഒടുങ്ങേണ്ടതാണോ നമ്മുടെ ജീവൻ, ജീവിതം?

എന്തിനാണീ ഓട്ടപ്പാച്ചിൽ?

കുടുംബം

സ്വന്തം ജീവിതം

ജിവിത പ്രാരാബ്ധങ്ങൾ

ലോണുകൾ

ആരോഗ്യം

ഫീസുകൾ

ഒടുവിൽ എന്തുണ്ട് ബാക്കി?

സ്ത്രീയോടാണ് ചോദ്യമെങ്കിൽ, അവൾ വിവാഹിതയെങ്കിൽ മറുപടി, ഭർത്താവിനും മക്കൾക്കും വേണ്ടി എന്നാവും. അവർക്കു വേണ്ടിയാണ് ജീവിക്കുന്നതെങ്കിൽ അത് സ്വന്തം സ്വപ്നങ്ങൾ മാറ്റിവച്ചു കൊണ്ട് വേണമോ?

വിജയം നിങ്ങളുടേതാണ്

നിങ്ങൾ ഒരു ത്യാഗ മനോഭാവത്തോടെ കുടുംബത്തിന്റെ ആവശ്യങ്ങൾക്കായി നിർത്താതെ മല്ലിടുമ്പോൾ നിങ്ങൾ കരുതുന്നുവോ അവർ അത് അതിന്റെ യഥാർത്ഥ അർത്ഥത്തിൽ മനസിലാക്കും എന്ന്?

അറുപതുകളിലെയും എഴുപതുകളിലേയും സിനിമകളിലെ ത്യാഗസ്വരൂപിണിയായ സ്ത്രീ എന്ന ചിത്രം അപ്പാടെ മാറിക്കഴിഞ്ഞിരിക്കുന്നു. നിങ്ങളുടെ ഭർത്താവിന് വേണ്ടത് ഒരു കൂട്ടുകാരിയെയാണ്. പ്രശ്നങ്ങൾ പങ്കുവക്കുവാനാകുന്ന, തീരെ തളരുമ്പോൾ മറോട് ചേർന്ന് ഒന്ന് പൊട്ടിക്കരയാൻ പോലും സ്വാതന്ത്ര്യമുള്ള ഒരു സുഹൃത്തിനെയാണ്. എന്റെയെന്നും, നിന്റെയെന്നും ചിന്തിക്കാത്ത, പിന്നിൽ നിന്നും കുത്തി വീഴ്ത്തില്ല എന്നും, തളർന്നാൽ ഒരു താങ്ങാവും എന്നും ഉറപ്പുള്ള ഒരാളാകണം ഭാര്യ.

ചെയ്യുന്ന ഓരോ പ്രവൃത്തിയും സ്നേഹത്തോടെയാകുമ്പോൾ പങ്കാളികൾക്കിടയിലെ സ്നേഹവും പരസ്പര വിശ്വാസവും വർദ്ധിക്കും. ഇനി കുട്ടികളെ നോക്കിയാലും ഇത് തന്നെ കാര്യം. അമ്മ ഒരു ത്യാഗമനോഭാവത്തിലാണ് തങ്ങൾക്ക് വേണ്ടുന്നത് ചെയ്യുന്നത് എന്ന ചിന്ത അസ്വസ്ഥതയുണ്ടാക്കുന്ന ഒന്നാണ്. ചെയ്യുന്ന ഓരോ ജോലിയും അവനവനു വേണ്ടിയാകുമ്പോൾ അതിനോട് സ്നേഹം തോന്നും. സ്നേഹം തോന്നിയാൽ അതു നമ്മുടെ കണ്ണുകളിൽ പ്രതിഫലിക്കും. കണ്ണുകൾ അത് പറയാതെ പറയും മറ്റുള്ളവരോട്. പലപ്പോഴും പറയുന്ന വാക്കുകളേക്കാളേറെ അത് മുഖത്ത് സൃഷ്ടിക്കുന്ന വികാരങ്ങളെ അടിസ്ഥാനമാക്കിയാണ് മറ്റുള്ളവർ ആ വാക്കുകളെ എടുക്കുക. കുട്ടികൾ പറയാറില്ലേ അമ്മ വഴക്കു പറഞ്ഞാൽ സാരമില്ല എന്ന്. ഇതിന് കാരണം അമ്മയുടെ വഴക്ക് സ്നേഹത്തിൽ പൊതിഞ്ഞതാണ് എന്ന തിരിച്ചറിവ് അവർക്കുണ്ടെന്നതാണ് കാരണം.

ഏത് പ്രവൃത്തിയും ചെയ്യുന്നത് ആനന്ദത്തോടെയാകട്ടെ. എല്ലാം ഒറ്റക്ക് ചെയ്ത് തീർക്കണം എന്ന വാശി വേണ്ട. മറ്റുള്ളവർക്കു കൂടി പങ്കിട്ടു നൽകി ജോലി ഭാരം ലഘൂകരിക്കാം.

ജീവിതം എന്നാൽ ജോലി മാത്രം അല്ല. ജോലിയെന്നത് ജീവിക്കാനുതകുന്ന സമ്പാദ്യമാർജ്ജിക്കാനുള്ള ഒരു ഘടകം മാത്രമാണത്. അതിനാൽ തന്നെ ഓരോ പുലരിയും ഓരോ തുടക്കമാകട്ടെ. ഇതളുകൾ കൊഴിഞ്ഞു വീണാലും ചെടിയും പൂവും പൂന്തോട്ടത്തിൽ തന്നെയുണ്ടെന്നറിയുക. അവനവനാത്മ സുഖത്തിനാചരിക്കുന്നവ അപരനു സുഖത്തിനായ് വരേണം എന്ന ആപ്തവാക്യവും മനസ്സിൽ നിറയട്ടെ.

ചെയ്യുന്ന ഓരോ ജോലിയും അവനവനു വേണ്ടിയാകുമ്പോൾ അതിനോട് സ്നേഹം തോന്നും.

2

ക്ഷമയിലാണു കാര്യം

നമുക്കേറെ പരിചയമുള്ളതും എന്നാൽ ക്ലീഷേ എന്ന നിലയ്ക്ക് ഒഴിവാക്കുകയും ചെയ്യുന്ന ഒരു വാക്കിനെക്കുറിച്ച് എല്ലാവരും കേട്ടിട്ടുണ്ടാവും. നാം ഏറ്റവും കൂടുതൽ കേൾക്കുകയും മറ്റുള്ളവർക്ക് ഉപദേശിക്കുകയും ചെയ്യുന്ന വാക്ക്. രണ്ടക്ഷരമേ ഉള്ളൂവെങ്കിലും ജീവിതം തന്നെ തകർത്തു കളയാൻ ഇതു മതി. വാക്ക് ഇതാണ്,

'ക്ഷമ'.

ഇതിന്റെ അഭാവം മിക്ക ജീവിതത്തിലും അണുവിസ്ഫോടനങ്ങളേക്കാൾ വലിയ ആഘാതം ഏൽപ്പിച്ചിട്ടുണ്ടാവും. ഇതൊക്കെ എല്ലാവരും പറയുന്നത് തന്നെയല്ലേ എന്നു തോന്നാം. മനഃപ്പൂർവ്വമല്ലല്ലോ, ക്ഷമകെടുന്നത് കൊണ്ടല്ലേ ക്ഷമയില്ലാത്തത് എന്നുമൊക്കെ പലരും പറഞ്ഞിട്ടുണ്ട്. അതെ, അതും സത്യമാണ്.

ലോകത്ത് ഒരാളും അത്രക്ക് ക്ഷമയില്ലാത്തവരാണ് എന്ന് സ്വയം വിലയിരുത്തില്ലല്ലോ? അപ്പോൾ പിന്നെ എന്താണ് പുതിയതായി പറയാനുള്ളത് എന്നാണെങ്കിൽ, ദാ ഇത്രമാത്രം-

നമ്മുടെ ജീവിതം എന്താകണം എന്ന് നിശ്ചയിക്കുന്നത് നാം തന്നെയാണ്. ഒരു പുഴ ഒഴുകുമ്പോലെ സ്വച്ഛസുന്ദരമാണീ ജീവിതം. പക്ഷേ, പലപ്പോഴും അതില്ലാതാക്കുന്നത് നമ്മൾ തന്നെയാണ്. നമ്മുടെ നിഗമനങ്ങൾ, മുൻ ധാരണകൾ, മുൻപരിചയം, അനുഭവം, ഒക്കെ ചേർത്ത്, 'ഇതാ നോക്കൂ എന്റെ ജീവിതം എത്ര ബുദ്ധിമുട്ടേറിയതാണ്?' എന്നാണ് ചുറ്റുപാടിനോടും നാം പറയുക. ഈ ഒരു മന:സ്ഥിതിയിലാണ് നമ്മൾ, ക്ഷമ എന്ന വാക്കിന്റെ പ്രാധാന്യം മനസിലാക്കേണ്ടത്.

ഏറ്റവും അസ്വസ്ഥമായിരിക്കുന്ന ഒരാളിന് അത്ര തന്നെ ക്ഷമകേടും ഉണ്ടാവും. അസ്വസ്ഥതകൾ പലതിനെ പിൻപറ്റിയാകും.

ഉദ്യോഗപ്രശ്നങ്ങൾ
കുടുംബ പ്രശ്നങ്ങൾ
സാമ്പത്തികം
ആരോഗ്യം
അങ്ങനെ അങ്ങനെ..

വിജയം നിങ്ങളുടേതാണ്

തുടങ്ങിയ ഇടത്തേക്ക് തന്നെ തിരിച്ചു വരാം.

മേൽപ്പറഞ്ഞ പ്രശ്നങ്ങൾ ഒന്നും തന്നെ എന്നും ഒരേ രീതിയിൽ നമ്മളെ ബുദ്ധിമുട്ടിക്കില്ലല്ലോ. ഒരു ചക്രം ഉരുളും പോലെ, ഋതുക്കൾ മാറും പോലെ, ഒരു മഴ പെയ്തൊഴിയും പോലെ, കാറ്റ് പോലെ, മഞ്ഞ് പോലെ അതൊക്കെ മാറും. എല്ലാ സാഹചര്യങ്ങളും മാറും. ഇന്നിന്റെ ശരി, നാളെയുടെ തെറ്റാവും. അതു നേരെ മറിച്ചും. അപ്പോൾ ചില പ്രതികരണങ്ങൾ നടത്തും മുൻപ്, എടുത്തു ചാടി ഒരു ഇടപെടൽ നടത്തും മുൻപ്, പ്രതിഷേധിച്ച് ഇറങ്ങിപ്പോകും മുൻപ്, ആക്രോശിക്കും മുൻപ്, ഒരു നിമിഷം നിശ്ശബ്ദരാകാം. ഒന്ന് ചിന്തിക്കാം ഒരു വികാരവിക്ഷോഭം അനിവാര്യമോ എന്ന്.

പല വിഗ്രഹങ്ങളും നമ്മുടെ മനസ്സിൽ പൊടുന്നനെ തകർന്നടിഞ്ഞിട്ടുള്ളത് അവരുടെ ഇത്തരം പ്രതികരണങ്ങളിൽ നിന്നു തന്നെയല്ലേ? നാം മറ്റുള്ളവരെക്കുറിച്ചും മറ്റുള്ളവർ നമ്മെക്കുറിച്ചും ഈ ഒരു വാചകം പറഞ്ഞു കാണില്ലേ, 'എന്നാലും ഒരിത്തിരി ക്ഷമ കാണിക്കാമായിരുന്നു' എന്ന്?

തുറന്നു പറയട്ടെ, അനുഭവത്തിന്റെ വെളിച്ചത്തിൽ, ഒന്ന് നിശ്ശബ്ദരാകുന്ന ആ ഒരു നിമിഷം നിങ്ങൾക്ക് നൽകുക ഒരു പക്ഷേ പ്രശാന്തസുന്ദരമായ ഒരു ജീവിതമാകും.

ഇനിയും വൈകിയിട്ടില്ല.

കഴിഞ്ഞു പോയ, ക്ഷമകേടുകൾ ഒന്ന് ഓർത്തെടുത്തു നോക്കു. ഒട്ടും സമ്മർദ്ദമില്ലാതെ, ഇനി ഒരു വട്ടം കൂടി അത്തരത്തിൽ സംഭവിക്കാതിരിക്കാൻ പതിയെ നമുക്ക് നമ്മുടെ ഉള്ളിന്റെ ഉള്ളിനെ പഠിപ്പിക്കാം.

ഇത്രയും ക്ഷമയോടെ വായിച്ചുവല്ലോ അല്ലേ? അപ്പോൾ പിന്നെ കീറാമുട്ടിയായി നിങ്ങളുടെ മുന്നിൽ നിലകൊള്ളുന്ന എവറസ്റ്റ് പ്രശ്നങ്ങളും നിങ്ങൾക്കു കീഴടക്കാനാകും, ഒരൽപ്പം ക്ഷമ ഉണ്ടെങ്കിൽ! ധൈര്യമായി മുന്നേറുക, വിജയത്തിലേക്കുള്ള വലിയൊരു മുദ്രാവാക്യം നിങ്ങൾ സ്വായത്തമാക്കി കഴിഞ്ഞു. എത്രമാത്രം ക്ഷമാശീലനാകുന്നുവോ, അത്രമാത്രം നിങ്ങൾക്കും ലോകം കീഴടക്കാനാകും. കാരണം, നിങ്ങളുടെ ഉള്ളിൽ മറ്റാരേക്കാളും ക്ഷമയുണ്ട്.

എല്ലാ സാഹചര്യങ്ങളും മാറും. ഇന്നിന്റെ ശരി, നാളെയുടെ തെറ്റാവും. അതു നേരെ മറിച്ചും.

3
അഭിപ്രായം ചോദിക്കേണ്ടത് ആരോട്?

നാമെല്ലാം ചില കാര്യങ്ങളിലെങ്കിലും മറ്റുള്ളവരോട് അഭിപ്രായം ചോദിക്കും. ചിലരാകട്ടെ എല്ലാക്കാര്യങ്ങളിലും പലരോടായി അഭിപ്രായം ചോദിക്കുന്നവരുമാണ്. പ്രത്യേകിച്ച്, മക്കളുടെ പഠനം, ആരോഗ്യ കാര്യങ്ങൾ, വീട് വയ്ക്കൽ/വാങ്ങൽ, ഒരു കാർ വാങ്ങലോ, മൊബൈൽ വാങ്ങലോ തുടങ്ങി തുണിയെടുക്കുമ്പോൾ പോലും ഉണ്ടാകും ഈ അഭിപ്രായം തേടൽ.

ഇനി ശ്രദ്ധിക്കൂ, ഇതു നല്ലതാണോ? ഇത്തരം അഭിപ്രായം തേടലിലും അതിന് ലഭിക്കുന്ന ഉപദേശത്തിനു പിന്നിലും ഒരു ആപത്ത് ഒളിഞ്ഞിരിപ്പുണ്ട്.

ഒരു ചെറിയ ഉദാഹരണം പറയട്ടെ.

നിങ്ങളുടെ കുട്ടിയുടെ ഉപരിപഠനം എന്നത് തന്നെ ആകട്ടെ വിഷയം.

നിങ്ങളുടെ കുഞ്ഞിന്റെ കഴിവ്, കഴിവുകേട്, മികവ്, മികവില്ലായ്മ, സ്വഭാവത്തിലെ പ്രത്യേകതകൾ, ഒക്കെ ആർക്കാണ് നന്നായി അറിയുന്നത്? നിങ്ങൾക്കോ മറ്റൊരാൾക്കോ? കുട്ടിയുടെ ഉപരിപഠനത്തെക്കുറിച്ച് നമുക്ക് ചില വ്യക്തതക്കുറവുണ്ട് എന്നിരിക്കട്ടെ. ആശയ വ്യക്തതക്കായ് നാം സമീപിക്കുന്നത് നമ്മുടെ സുഹൃത്ത് എന്ന് കരുതുന്ന ഒരു വ്യക്തിയുടെ അടുത്താണ് എന്നും കരുതുക. ആ വ്യക്തിക്ക് അറിഞ്ഞുകൊണ്ടോ അല്ലാതയോ നമ്മളെ വഴിതെറ്റിക്കാനാകും. ഒന്നാമതായി അയാൾക്ക് നിങ്ങളുടെ കുട്ടിയെക്കുറിച്ച് ചില നിഗമനങ്ങൾ മാത്രമാണുള്ളത്. കിട്ടിയ മാർക്കിന്റെ, ആ കുട്ടിയെ അയാൾ നേരിട്ട് കണ്ടപ്പോൾ തോന്നിയ ചില ചിന്തകളുടെ അടിസ്ഥാനത്തിലാവും അയാൾ മറുപടി പറയുക. അത്തരം തെറ്റായ നിഗമനത്തിൽ നിന്നു കൊണ്ട് അയാൾ നിർദ്ദേശിക്കുന്ന വഴിയെ ചരിക്കാൻ നമ്മൾ തീരുമാനിച്ചാൽ ആർക്കാവും നഷ്ടം?

ഇനി അത്തരത്തിൽ പത്തു പേരോട് അഭിപ്രായം ചോദിച്ചാലോ? അതു കൂടുതൽ അപകടമായി. പത്ത് പേർ ഇരുപത് വിഭിന്ന അഭിപ്രായമാകും പറയുക. ഒടുവിലത് നമ്മളെ എത്തിക്കുന്നത് കടുത്ത ആശയ

ക്കുഴപ്പത്തിലേക്കാകും. അങ്ങനെ വരുമ്പോൾ ചിന്തിച്ചുറപ്പിച്ച പദ്ധതി ഡ്രീംപ്ലാൻ ആണെങ്കിൽ കൂടി അത് ഉപേക്ഷിക്കാനാവും നാം നിർബന്ധിതമാവുന്നത്. എന്താ, ശരിയല്ലേ? നിങ്ങളുടെ ജീവിതത്തിൽ ഇങ്ങനെയൊരു അനുഭവം ഒരിക്കലെങ്കിലും ഉണ്ടായിട്ടുണ്ടാവുമെന്നത് തീർച്ചയാണ്.

ഇത് തന്നെയാണ് ആരോഗ്യ പ്രശ്നങ്ങളിലും സംഭവിക്കുന്നത്. ഒരു അസുഖം വന്നാൽ പലരോടും അഭിപ്രായം ചോദിച്ച് പല രീതിയിൽ നീങ്ങി ഒടുവിൽ വളരെ വഷളായ ശേഷമാകും യഥാർത്ഥ സ്ഥലത്ത് നാം എത്തിച്ചേരുക. അപ്പോഴേക്കും പണവും ആരോഗ്യവും നന്നായി ചോർന്നിട്ടുമുണ്ടാകും.

അതിലും അപകടം, ചികിത്സ തുടങ്ങിയ ശേഷമുള്ള അഭിപ്രായപ്രകടനങ്ങൾ ശ്രദ്ധിക്കുമ്പോഴാണ്.

'അയ്യോ, അവിടെ മറ്റൊരു ഡോക്ടർ ഉണ്ട്. അദ്ദേഹമാണ് എന്റെ സുഹൃത്തിനെ ചികിത്സിച്ചത്, ഈ ഡോക്ടർ അത്ര നല്ലതല്ല' തുടങ്ങിയ അഭിപ്രായങ്ങൾ. ഇതു ചിലപ്പോഴെങ്കിലും വളരെ അപകടകരമാകും. നമ്മുടെ യഥാർത്ഥ രോഗവും രോഗാവസ്ഥയും നമ്മളെ ചികിത്സിക്കുന്ന ഡോക്ടർക്ക് തന്നെയാവില്ലേ കൂടുതൽ അറിയുക. അതിൽ ഒരു രണ്ടാം അഭിപ്രായം വേണമെന്ന് തോന്നിയാൽ ആ മേഖലയിലെ ഒരു വിദഗ്ധനെ തന്നെ സമീപിക്കുന്നതാവില്ലേ ഉചിതം?

ഇനിയും ചിലരുണ്ട്. അവർ നമ്മുടെ പ്രഖ്യാപിത സുഹൃത്തുക്കളാവും. പക്ഷേ ഉള്ളിന്റെ ഉള്ളിൽ നമ്മളോട് കടുത്ത അസൂയ വച്ച് പുലർത്തുന്നവരുമാകും. അവരോടാണ് അഭിപ്രായം തേടുന്നതെങ്കിൽ, പരമാവധി നമ്മുടെ ആത്മവിശ്വാസം കെടുത്താനാവും, തേൻ പുരട്ടിയ വാക്കുകൾ കൊണ്ടുള്ള അവരുടെ ശ്രമം. കേൾക്കുമ്പോൾ പെട്ടെന്ന് അതിലെ ചതി കണ്ടെത്താനായി എന്നു പോലും വരില്ല.

പലപ്പോഴും ശ്രദ്ധിക്കേണ്ട പ്രധാനപ്പെട്ട ഒരു കാര്യം, അഭിപ്രായം പറയുന്ന പലരും നിഷ്കളങ്കരല്ല എന്നത് കൂടിയാണ്. അവർ നമുക്കു നിഷ്കളങ്കരായി ഭവിച്ച് നമ്മെ സമർത്ഥമായി പറ്റിച്ചു കൊണ്ടിരിക്കുകയാവാം. പക്ഷേ, അതു തിരിച്ചറിയാൻ നമുക്കു കഴിഞ്ഞിരുന്നില്ലെന്നതാണ് നമ്മുടെ തോൽവിയുടെ ആഴം വർദ്ധിപ്പിക്കുന്നത്. ആട്ടിൻ തോലിട്ട ചെന്നായ എന്നതു പോലെ, അവർ നമ്മെ കെണിയിലാക്കിയതിനു ശേഷമാവും നാം നെല്ലും പതിരും തിരിച്ചറിയുന്നതു പോലും. അതു കൊണ്ടു തന്നെ വിവേകത്തോടെ കാര്യങ്ങളെ നിരീക്ഷിക്കാനും തിരിച്ചറിയാനും നമുക്കു കഴിയണം. അതിനുള്ള ശേഷി നാം പ്രകടിപ്പിക്കണം. ചിലർ നമ്മുടെ ആവശ്യപ്രകാരമല്ലാതെയും അഭിപ്രായവും ഉപദേശവും തികച്ചും സൗജന്യമായി തന്നു നമ്മുടെ പ്രീതി പിടിച്ചെ

ടുത്തുവെന്ന് വരാം. വാസ്തവത്തിൽ അതൊന്നും നമുക്ക് ആവശ്യമുണ്ടാവുകയില്ല. എങ്കിലും, നമുക്ക് പ്രയോജനകരമെന്ന മട്ടിലാവും അവരുടെ അവതരണരീതി. അൽപ്പം ശ്രദ്ധിച്ചു മാത്രം അത്തരം അഭിപ്രായങ്ങൾ സ്വീകരിക്കുക എന്നതു മാത്രമാണ് ഇക്കാര്യത്തിൽ നിർദ്ദേശിക്കാനുള്ളത്.

ഒന്നോർക്കാം,

എല്ലാ സുഹൃത്തുക്കളും നല്ല സുഹൃത്തുക്കളല്ല എന്ന്.

അതിനാൽ എന്തിനും ഏതിനും അഭിപ്രായം തേടുന്നവരാകാതിരിക്കുക.

ഒരു പ്രശ്നം, അഥവാ ബുദ്ധിമുട്ട് മുന്നിൽ വന്നാൽ അഭിപ്രായം തേടേണ്ടത് അതാത് വിഷയത്തിൽ അവഗാഹമുള്ളവരോടു മാത്രമാകുന്നതാണ് ഉചിതം. നിങ്ങൾ ഇതുവരെ അങ്ങനെയായിരുന്നുവോ എന്ന് സ്വയമൊന്നു ചിന്തിച്ചു നോക്കു. അല്ല, എന്നതാവും ഉത്തരം. നമുക്കു പ്രിയവും നമുക്കു സൗകര്യവുമായ ഉത്തരങ്ങളേയാണ് നാം സമീപിച്ചിരുന്നത്. എന്നാൽ അതാവട്ടെ, നമ്മെ എത്തിച്ചത് പരാജയത്തിന്റെ പടുകുഴിയിലും. ഇനി മാറിയൊന്നു ചിന്തിക്കാൻ ശ്രമിച്ചു നോക്കുക. അവിടെ തുടങ്ങുന്നു നമ്മുടെ വിജയത്തിലേക്കുള്ള മാറ്റം. അവനവനെക്കുറിച്ച് അവനവനോളം അറിവ് മറ്റാർക്കും ഇല്ലെന്നിരിക്കെ നിർണ്ണായക നിമിഷങ്ങളിൽ തീരുമാനങ്ങളുടെ ഉത്തരവാദിത്തം സ്വയം ഏൽക്കുക.

ഓരോ കാര്യങ്ങളിലും വിജയം നേടേണ്ടത് നമ്മുടെ മാത്രം അനിവാര്യതയാണ്. അസുഖം മാറി സുഖാവസ്ഥയിലാവേണ്ടതും സാമ്പത്തികമായി മുന്നേറ്റമുണ്ടാവേണ്ടതും ജീവിതത്തിൽ സന്തോഷമായിരിക്കേണ്ടതും നാം തന്നെയാണ്. അത്തരം അതിജീവനങ്ങൾ സ്വയം നടത്തുമ്പോഴാണ് നമുക്ക് ആത്മാഭിമാനം തോന്നുന്നത്. അത് വിജയത്തിലേക്കുള്ള വഴി വളരെയെളുപ്പമുള്ളതാക്കി മാറ്റും. അവനവന്റെ കാലുകളുടെ ബലത്തിലാണ് ഒരാൾ ഒരു ഓട്ടമത്സരം ജയിക്കുന്നത്. ഓർക്കുക, സ്വപ്നം കാണേണ്ടതും അതു തന്നെയാണ്. അതിനാൽ സ്വന്തം ജീവിതം സ്വയം രൂപപ്പെടുത്താൻ നമുക്കാകട്ടെ എന്ന് ഉറച്ച തീരുമാനത്തിലെത്താം.

അവനവനെക്കുറിച്ച് അവനവനോളം അറിവ് മറ്റാർക്കും ഇല്ലെന്നിരിക്കെ, നിർണ്ണായക നിമിഷങ്ങളിൽ തീരുമാനങ്ങളുടെ ഉത്തരവാദിത്തം സ്വയം ഏൽക്കുക.

4

നിങ്ങൾക്കുണ്ടോ, ഇത്തരമൊരു സുഹൃത്ത്?

വെറും മൂന്നക്ഷരങ്ങൾ മാത്രമുള്ള ഒരു വാക്കാണ്, സൗഹൃദം. ജീവിതത്തിലെ ഏറ്റവും വലിയ സമ്പാദ്യമെന്ന് പലരും പലപ്പോഴും ഉരുവിട്ടിരുന്ന വാക്ക്. അത്തരമൊരു സൗഹൃദം നിങ്ങൾക്കുണ്ടോ?

ഫേസ്ബുക്കിലെ അയ്യായിരം പേർ, ടിറ്ററിലേയും, ഇൻസ്റ്റാഗ്രാമിലേയും ആയിരക്കണക്കിന് ഫോളോവേഴ്സ്, പോരാഞ്ഞ് പ്ലേസ്ക്കൂൾ മേറ്റ് മുതൽ കോളേജ് മേറ്റ് വരെ വാട്സാപ്പിൽ ഒരു കൂട്ടർ. മുൻപ് ഒപ്പം ജോലി ചെയ്തിരുന്നവർ, ഇപ്പോൾ കൂടെയുള്ളവർ, നാട്ടുകാർ, അയൽക്കാർ, വീട്ടുകാർ, അങ്ങനെ അങ്ങനെ ഒരു സൗഹൃദം രൂപപ്പെടുവാൻ ഇന്നത്തെ നവമാധ്യമ കാലത്ത് യാതൊരു ബുദ്ധിമുട്ടും ഇല്ല.

ഒക്കെ ശരി തന്നെ.

പക്ഷേ, ചോദ്യം ഇതാണ്. ഇവരിൽ ആരാണ് നിങ്ങളുടെ യഥാർത്ഥ സുഹൃത്ത്? പഴമക്കാർ പറയും, ആപത്തിൽ സഹായിക്കുന്നവൻ എന്ന്. എങ്കിൽ അതിനൊരു നിർവചനം പറയൂ എന്ന് മലയാളത്തിൽ ചോദിച്ചാൽ നമ്മൾ ഇംഗ്ലീഷിൽ പറയും.

A friend in need is a friend in deed എന്ന്.

ആപത്തിൽ സഹായിക്കുന്ന ആൾ മാത്രമാണോ യഥാർത്ഥ സുഹൃത്ത്? എങ്കിൽ, ഫയർഫോഴ്സുകാരാകണം നമ്മുടെ ആത്മാർത്ഥ സുഹൃത്ത്.

കിണറ്റിൽ വീണാലും, മരത്തിൽ പെട്ടാലും, തീ പിടിച്ചാലും, എന്തിന് ഒരു മോതിരം വിരലിൽ കുടുങ്ങിയാൽപ്പോലും ഒന്നു വിളിച്ചാൽ മതി. അവർ ഓടി വരും, സഹായിക്കും. ആ നിലയ്ക്ക്, ആപത്തിൽ പെടുമ്പോൾ പ്രത്യക്ഷനാകുന്ന ആപൽബാന്ധവൻ മാത്രമല്ല സുഹൃത്ത് എന്നു വ്യക്തം.

ഒരു വ്യക്തിയുടെ ജീവിതത്തിന്റെ ജയപരാജയങ്ങൾ നിർണ്ണയിക്കുന്ന ആൾ. ഒരുവനെ ജീവിക്കുവാൻ പ്രേരിപ്പിക്കുന്ന വ്യക്തി. ഒരുവന്റെ കുറവുകൾ ചൂണ്ടിക്കാട്ടുകയും ഒപ്പം നന്മകൾ എടുത്തു പറയുകയും ചെയ്യുന്ന ഒരാൾ. ഏതു കടുത്ത സമ്മർദ്ദത്തിലും ഉപേക്ഷിക്കാത്തവർ, പിണക്കങ്ങൾക്ക് നിമിഷായുസ്സ് മാത്രം നൽകുന്നവർ. ഇവരെയൊക്കെ

നമുക്ക് സുഹൃത്ത് എന്ന ഗണത്തിൽ ഉൾപ്പെടുത്താം. അപ്പോഴും ആ നിർവചനം പൂർണ്ണമാകുന്നില്ല.

അർജ്ജുനന് കൃഷ്ണൻ എന്തായിരുന്നുവോ അതു പോലെയാകണം ഒരു സുഹൃത്ത്. അതെ, ഗുരുസ്ഥാനീയനായ സുഹൃത്ത്! ഏതു കടുത്ത പ്രതിസന്ധിയിലും പതറാതെ ധൈര്യം പകരുന്ന നൂറു പേർ വേണ്ട, ഒരാൾ മതി. ഒരേ ഒരാൾ മാത്രം മതി! അത് ഭർത്താവിന് ഭാര്യയാകട്ടെ, സഹപാഠിയോ സഹപ്രവർത്തകനോ ആകട്ടെ, അച്ഛനോ അമ്മയോ ആകട്ടെ. ഇനിയതുമല്ല, സഹോദരനോ സഹോദരിയോ ആകട്ടെ. അതുമല്ലെങ്കിൽ കുട്ടിക്കാലം മുതൽക്കേ കൂടെ നടക്കുന്ന ഒരാളാകട്ടെ. അങ്ങനെയൊരാൾ നിങ്ങളുടേതെന്നു മാത്രമല്ല, എല്ലാവരുടെയും ജീവിതത്തിൽ കാണും. അയാളാണ്, ആ ഒരാളാണ് സത്യത്തിൽ നിങ്ങളുടെ സുഹൃത്ത്.

ആ സുഹൃത്തിന് നിങ്ങളോട് പിണങ്ങി നടക്കാനാകില്ല. മറ്റുള്ളവർ നിങ്ങളെ ദുഷിച്ചാൽ അത് കേട്ട് അനുകൂലിച്ച് ചിരിക്കില്ല. നിങ്ങളുടെ പരിമിതികൾ മറ്റുള്ളവരുടെ മുന്നിൽ വച്ച് പറഞ്ഞ് പരിഹസിക്കില്ല. അതേസമയം, നിങ്ങളുടെ കഴിവുകൾ മറ്റുള്ളവരെ അറിയിക്കാൻ മടിക്കുകയുമില്ല. പ്രധാനമായും പറയാം, അയാൾക്കു മാത്രമായിരിക്കും നിങ്ങളുടെ നേട്ടങ്ങളിൽ നിങ്ങളോട് അസൂയ തോന്നാത്തത്.

ഒന്ന് ചോദിക്കട്ടെ, എങ്ങനെയാണ് അങ്ങനെ ഒരു സുഹൃത്തിനെ കണ്ടെത്തുക?

ആദ്യം ഓർക്കുവാനുള്ള സൂത്രവാക്യം ഇതാണ്. നിങ്ങളുടെ ഏറ്റവും വിജയകരമായ ജീവിതസന്ദർഭം ഏറ്റവും ആവേശത്തോടെ ആരോടാണ് നിങ്ങൾക്ക് പങ്കുവയ്ക്കുവാൻ സാധിക്കുക, ആ ഒരാൾ. ഇനി മരണമല്ലാതെ മറ്റൊരു മാർഗവും മുന്നിലില്ല എന്നു തോന്നുന്ന നിമിഷം ഒന്ന് പൊട്ടിക്കരയാൻ, തെറ്റ് ഏറ്റു പറയുവാൻ ഒരുങ്ങുമ്പോൾ ഒരു മുഖം തെളിഞ്ഞു വരുന്നുവോ? ആ ഒരാൾ. അയാൾ നിങ്ങൾ വിജയിക്കുമ്പോൾ നിങ്ങളുടെ സന്തോഷത്തിന്റെ പതിന്മടങ്ങ് ആഹ്ലാദിക്കും. ആ ഒരാൾ, നിങ്ങൾ ചെയ്ത തെറ്റുകൾ ഏറ്റുപറയുമ്പോൾ അല്ലെങ്കിൽ പെട്ടു പോയ ചതി വിവരിക്കുമ്പോൾ നിങ്ങൾക്കൊപ്പം കരയും. എന്നാൽ നിങ്ങൾ മരിക്കുവാൻ തീരുമാനിച്ചു എന്നറിഞ്ഞാൽ, ആദ്യം പൊട്ടിത്തെറിക്കുകയും പിന്നീട് ചേർത്ത് പിടിച്ച് ഒരു മരണത്തിനും വിട്ടുകൊടുക്കില്ലെന്ന് പറയുകയും ചെയ്യും. ആ ഒരാൾ, പിന്നീട് നിങ്ങളുടെ പ്രശ്നങ്ങൾ പരിഹരിക്കും വരെ നിഴലായ് കൂടെ നിൽക്കും.

ഇങ്ങനെയുള്ള ആ ഒരാൾ, നിങ്ങളുടെ ജീവിതത്തിൽ ഉണ്ടോ?

ഇല്ലെങ്കിൽ, ഇന്നു തന്നെ കണ്ടെടുക്കു അത്തരം ഒരാളെ. കൂടെ ചേർത്തു നിർത്തു ആത്മാർത്ഥമായ ആ സുഹൃത്തിനെ. പണം, ജാതി, മതം,

വർണ്ണം, മറ്റ് സാമൂഹ്യ അന്തരങ്ങൾ, ഒക്കെ മറന്നേക്കു. ഇങ്ങനെ ഒരു സുഹൃത്ത് നിങ്ങൾക്കുണ്ടെങ്കിൽ മനസ് തുറന്നു ആഹ്ലാദിക്കാം. കാരണം, നിങ്ങൾ ജീവിതത്തിൽ പകുതിയിലേറെ വിജയിച്ചു കഴിഞ്ഞിരിക്കുന്നു.

ഒന്ന് ചിന്തിക്കൂ,

ആരാണ് നിങ്ങളുടെ ആ സുഹൃത്ത്?

അത്തരമൊരു സുഹൃത്ത് നിങ്ങളുടെ സൗഹൃദവലയത്തിലുണ്ടോ?

സൗഹൃദക്കൂട്ടായ്മകളിലെ ഒരു സുന്ദരമുഖമാകണമെന്നില്ല ആ ആത്മമിത്രം. നിങ്ങളെ സ്വാർത്ഥ താത്പര്യങ്ങൾക്ക് വേണ്ടി ഉപയോഗിച്ച് വലിച്ചെറിയുന്ന ആളുമാകില്ല ആ വ്യക്തി. അത്തരമൊരു വ്യക്തിയുടെ കൈപിടിച്ചു നടന്നാൽ ഇന്ദ്രനോ ചന്ദ്രനോ ജീവിതത്തിൽ ഒരിക്കൽ പോലും നിങ്ങളെ കീഴടക്കാൻ കഴിയുകയുമില്ല. കൃഷ്ണന്റെ കൈപിടിച്ചു അർജുനൻ കുരുക്ഷേത്രയുദ്ധത്തിലൂടെ അതു തെളിയിച്ചതല്ലേ. ജീവിതമാകുന്ന യുദ്ധത്തിൽ ഏതൊരു ശത്രുവിനെയും കീഴടക്കാനും പൊരുതിക്കയറാനും ഇതൊന്നു മാത്രം മതി.

സൗഹൃദങ്ങളെ കൃത്യമായി വിലയിരുത്താനും അവയെ നമ്മുടേതായ രീതിയിൽ ഉപയോഗിക്കാൻ കഴിയുന്നവരുമാണ് ജീവിതവിജയത്തിലേക്കെത്തുന്നത്. ചിലർ എപ്പോഴും സൗഹൃദമാണ് ശക്തി എന്ന തത്വത്തിലൂന്നി നടക്കുന്നതു നിങ്ങൾ കണ്ടിട്ടുണ്ടാകും. എന്നാൽ, പലപ്പോഴും അവരെ പിന്നിൽ നിന്നും കുത്തുന്നത് അത്തരം സൗഹൃദങ്ങളുമാകും. ഓരോന്നിനും ഓരോ ഉദ്ദേശങ്ങളുണ്ടെന്നും ഫലം ആഗ്രഹിക്കാതെ കർമ്മം ചെയ്യുന്നവരാണ് യഥാർത്ഥ സുഹൃത്തുക്കളെന്നും തിരിച്ചറിയുവാൻ നമുക്കു കഴിയണം.

ഒരു നല്ല സുഹൃത്ത് നിങ്ങൾക്കുണ്ടെങ്കിൽ മനസ് തുറന്നു ആഹ്ലാദിക്കാം. കാരണം, നിങ്ങൾ ജീവിതത്തിൽ പകുതിയിലേറെ വിജയിച്ചു കഴിഞ്ഞിരിക്കുന്നു.

5
ആർക്കാണ് നിങ്ങളെ നോവിക്കാനാവുക?

ചോദ്യം കൊണ്ടു തുടങ്ങാം. ചോദ്യോത്തരങ്ങളാണല്ലോ ജീവിതം. സംഗതി ഇതാണ്. ആർക്കാണ് നിങ്ങളെ വേദനിപ്പിക്കുവാൻ, മനസ്സിനെ നോവിക്കാൻ സാധിക്കുക? 'ആർക്കും' എന്നാണോ ഉത്തരം?

എങ്കിൽ നിങ്ങൾ മാറി ചിന്തിക്കേണ്ട കാലം കഴിഞ്ഞിരിക്കുന്നു. സത്യത്തിൽ, ബഹുവിശേഷമാണ് ഇപ്പോൾ നമ്മുടെ കാര്യങ്ങൾ. രാവിലെ ബസിൽ കയറുമ്പോൾ ടിക്കറ്റ് മുറിക്കുന്ന കണ്ടക്ടർ മുതൽ സഹപ്രവർത്തകർ, കസ്റ്റമർ, മേലുദ്യോഗസ്ഥർ, തുടങ്ങി വീട്ടിൽ പങ്കാളി, മക്കൾ, മരുമക്കൾ, അമ്മായിയപ്പനോ അമ്മയോ, കൂട്ടുകാരോ, ബന്ധുക്കളോ വരെ ഇക്കാര്യത്തിൽ കാര്യമായ പങ്ക് വഹിക്കുന്നുണ്ട്. ഇവർ മാത്രമല്ല, എണ്ണിയാലൊടുങ്ങാത്ത ഓൺലൈൻ സുഹൃത്തുക്കളും ഗ്രൂപ്പുകളും എന്തിന് ടെലിവിഷൻ ചർച്ച വരെ നമ്മളെ സ്വാധീനിക്കുകയും മൂഡ് ഓഫാക്കുകയും ചെയ്യുന്ന വല്ലാത്ത കാലമാണിത്. ഇനി പുതിയതായി ഒന്നും കിട്ടിയില്ലെങ്കിൽ പണ്ട് ഞാൻ സങ്കടപ്പെട്ട് തളർന്നിരുന്നത് ഇതോർത്താണല്ലോ എന്നു പോലും ചിന്തിച്ച് വിഷാദിച്ചിരിക്കാം.

സത്യമല്ലേ?

മൂഡ് ഓഫാകാൻ എന്തെങ്കിലും ഒരു പ്രത്യേക കാര്യം വേണോ? വഴിയേ പോയ വയ്യാവേലി എടുത്തു തലയിൽ വച്ച് വിഷാദിക്കുന്നവരെ കണ്ടിട്ടുണ്ട്. അത്രയ്ക്കു പോലുമല്ലാതെ, എന്നാലും എന്നോട് അങ്ങനെ ചെയ്തില്ലേ? എനിക്കിങ്ങനെ വന്നില്ലേ എന്നൊക്കെ പതം പറയാൻ പലർക്കും ഒരു പ്രത്യേക താത്പര്യം കാണും. എന്താവും അതിനു കാരണം?

അങ്ങനെ വിഷാദിച്ചിരിക്കാനാണോ നിങ്ങൾക്കും താത്പര്യം?

ഒരിക്കലും അങ്ങനൊന്നും സ്വയം വേദനിക്കരുത് എന്ന് പറയാനാണ് ഈ കുറിപ്പ്. യഥാർത്ഥത്തിൽ, അവനവനോടു തോന്നുന്ന മതിപ്പാണ് ഒരാളെ ജീവിക്കാൻ പ്രേരിപ്പിക്കുന്ന സംഗതി. അങ്ങനെ അവനവനോട് അതായത് സ്വന്തം ശരീരത്തോട്, മനസിനോട് ഒക്കെ സ്നേഹമുള്ള ഒരാൾ ആദ്യം തീരുമാനിക്കേണ്ടത് അങ്ങനെയിങ്ങനെയൊന്നും ഞാൻ വേദനിക്കില്ല എന്നു തന്നെയാണ്.

വിജയം നിങ്ങളുടേതാണ്

എന്തിനാവും നമ്മൾ കൂടുതൽ സങ്കടപ്പെടുക?

നമ്മുടെ പ്രിയപ്പെട്ടവരുടെ വാക്കുകൾ കൂർത്ത മുള്ളു കൊണ്ട് എന്നതു പോലെ ഹൃദയത്തിൽ പോറുമ്പോൾ, ഹൃദയം രക്തത്തിൽ കുതിർന്നു എന്നു പോലും തോന്നുന്ന നിമിഷം, അതിനേക്കാൾ ഭീകരമായ അവരുടെ അവഗണനന. 'എന്നാലും, എന്നോടിത്' എന്ന് തൊണ്ട വേദനിക്കും വിധം കരച്ചിൽ കുരുങ്ങുമ്പോൾ ഓർക്കുക, ഈ ഭൂമിയിലേക്ക് നമ്മൾ കടന്നു വന്നത് തനിച്ചാണ്. ഇനി, മരിച്ച് മണ്ണടിയുമ്പോഴും തനിച്ചു തന്നെ. അതിനിടയിൽ ഒരു ജീവിതം, ആരൊക്കെയോ വരുന്നു, പോവുന്നു. പിന്നെ എന്തിനാണ് നാം അവരെയോർത്ത് ദുഃഖിക്കുന്നത്. സുന്ദരമാണ് നമ്മുടെ ജീവിതം. അതു മനോഹരമാക്കേണ്ടത്, ആഹ്ലാദഭരിതമാക്കേണ്ടത് ആരുടെ ഉത്തരവാദിത്തമാണ്? അതിന് ഒരേയൊരു ഉത്തരമേയുള്ളു- അവനവന്റേത് മാത്രം.

അപ്പോൾ ഒന്നോർക്കാം. ഏത് അവഗണനയും സ്വന്തം ഉള്ളിനെ പിടിച്ചുലയ്ക്കുന്ന ഒന്നാകില്ല എന്ന് സ്വയം ഉറപ്പ് വരുത്തുക. ഏതു പ്രതിസന്ധിയും കാലചക്രത്തിന്റെ ഗതിയിൽ തനിയെ നമുക്കനുകൂലമാകും. ആ ഒരു നാൾ സ്വപ്നം കാണാം. ഒപ്പം, അതിനു വേണ്ടിയൊരു ലക്ഷ്യം ഉണ്ടായിരിക്കണം. പ്ലസ്ടു പഠിക്കുന്നവർക്ക് മാത്രമല്ല ലക്ഷ്യം വേണ്ടത്. റിട്ടയർമെന്റ് ലൈഫ് ആഘോഷിക്കുന്ന നിമിഷത്തിലും ലക്ഷ്യമുണ്ടായിരിക്കണം. ഒരു ലക്ഷ്യമുണ്ടാകുമ്പോൾ, അതിന് വേണ്ടി യത്നിക്കുമ്പോൾ ഒരാളുടെ വാക്കിനും അവഗണനക്കും നമ്മളെ തളർത്താനാകില്ല. അതാണു സത്യം!

വീണ്ടും ആദ്യത്തെ ചോദ്യത്തിലേക്ക് വരാം.

ആർക്കാണ് നമ്മളെ വേദനിപ്പിക്കാനാകുന്നത്?

സ്വയം തീരുമാനിക്കേണ്ട ഒരു ഉത്തരമാണ് ഈ ചോദ്യത്തിന് എന്ന് ഞാൻ പറഞ്ഞാലോ? അതെ, അതു തന്നെയാണ് ഉത്തരം. എന്നെ വേദനിപ്പിക്കാൻ ഞാൻ അനുവദിക്കുന്ന ഒന്നോ രണ്ടോ പേർക്കല്ലാതെ മറ്റാർക്കും സാധിക്കില്ല എന്നൊരു ധീരമായ തീരുമാനം എടുക്കുക! അതോടെ ജ്ഞാതരും അജ്ഞാതരുമായ അനേകം പേർ കള്ളിക്കു പുറത്തായി. ഇനി ആ ഒരാൾ നമ്മുടെ യഥാർത്ഥ സുഹൃത്തോ നമ്മുടെ നന്മയും ഉയർച്ചയും ആഗ്രഹിക്കുന്ന ആളും നമ്മളോട് അസൂയയും കുശുമ്പും ഒന്നുമില്ലാത്ത ഒരാളും ആയിരിക്കണം.

നമുക്കു പറ്റുന്ന തെറ്റുകൾ ചൂണ്ടിക്കാണിക്കാൻ സാധിക്കുന്ന ഒരാളാണ് അതെങ്കിൽ നിശ്ചയമായും പറയാം, അയാളുടെ അവഗണന നിങ്ങളെ ഇഞ്ചിഞ്ചായി കൊല്ലുന്ന വിധമാകും. അയാളുടെ/അവളുടെ വാക്കുകൾ നിങ്ങളുടെ ഹൃദയം തകർക്കുന്നതാവും. പക്ഷേ, മറ്റൊരാൾക്കും നിങ്ങളെ കീഴടക്കാൻ അനുവാദമില്ലെന്നു വന്നാൽ, ഉറപ്പാണ്

വിജയം നിങ്ങളുടേതാണ്

നിങ്ങളുടെ ജീവിതം സന്തോഷഭരിതമാകും. അവിടെ പുതിയ ചിന്തകൾ പൂവിടും. പുതിയ പൂക്കാലങ്ങൾ പുഷ്പിക്കും. അതായത്, മേലുദ്യോഗസ്ഥന്റെ വഴക്ക്, അതു ജോലി സംബന്ധിച്ചാണെങ്കിൽ പോലും നിങ്ങളെ വേദനിപ്പിക്കാൻ അതിനു കഴിയില്ലെന്നു നിങ്ങൾ നിശ്ചയിച്ചാൽ മാത്രം മതി. പൂർവ്വാധികം ഭംഗിയായി നിങ്ങൾക്കു ജോലിയിൽ കൂടുതൽ ശ്രദ്ധിക്കാം. അതുമല്ലെങ്കിൽ, അത്തരം അനാവശ്യങ്ങളെ ഹൃദയത്തിലേക്കു പിടിച്ചു കയറ്റാതെ പുറമേ കൂടി തള്ളിക്കളയുകയുമാവാം. സഹപ്രവർത്തകരുടെ മുള്ളും മുനയുമാണോ വിഷയം? വിട്ടേക്കെന്നേ, അടുത്ത വിഷയം കിട്ടും വരയെ അതിനും ആയുസ്സുള്ളൂ.

കൂട്ടുകാർ കളിയാക്കിയോ? തിരിച്ചു കളിയാക്കുക. അത്ര തന്നെ. ഭാര്യ/ഭർത്താവ് സ്വന്തം വീട്ടുകാരെ കുറ്റം പറയുകയാണോ, അയ്യേ.. കഷ്ടം അവർ അവരുടെ രോഷം തീർത്തതാണ്. വിട്ടു കളഞ്ഞേക്ക്, അതല്ലെങ്കിൽ സമയം കിട്ടുമ്പോൾ ഒന്നടുത്ത് ചെന്നിരുന്നു എന്താണ് അവരുടെ യഥാർത്ഥ പ്രശ്നം എന്ന് ചോദിച്ചു നോക്കൂ. അവർ പറയുന്നതൊന്നും നമ്മെ വേദനിപ്പിക്കുന്നതാണെങ്കിൽ ഹൃദയത്തിലേക്ക് എടുക്കണ്ട. അവരോട് അല്പം കരുണ കാണിച്ചാൽ മാത്രം മതി. ഒപ്പം ഓരോന്നിന്നും അതാതിന് വേണ്ട ഗൗരവം മാത്രം കൊടുക്കുക.

എന്നാൽ, ഇനി ശരിക്കും നിങ്ങളെ അറിയുന്ന, ആ ഒരാളാണോ നിങ്ങളെ വേദനിപ്പിച്ചത്?എങ്കിൽ ശ്രദ്ധിക്കുക. എന്തോ കാര്യമായ തിരുത്തൽ നിങ്ങൾക്കു വേണ്ടതുണ്ട്. തിരുത്താൻ അവരുടെ കൂടി സഹായം തേടുക. പലവട്ടം അതു സംസാരിക്കുക. അപകടം മുന്നിൽ ഉണ്ടെങ്കിൽ മുൻകരുതൽ എടുക്കണമല്ലോ. അതുപോലെ, ജീവിതത്തിലെ ചതിക്കുഴികളിൽ വീഴും മുൻപ് ആ ഒരാളുടെ നിർദ്ദേശം അനുസരിക്കുക. അവിടെയും ദുഃഖിച്ച് ഇരിക്കുകയല്ല മറിച്ച് പോംവഴികൾ കണ്ടെത്തി മുന്നേറുകയാണ് വേണ്ടത്. എന്താണു നിങ്ങളുടെ ഭാഗത്തു നിന്നു സംഭവിച്ചത് എന്നത് ഈഗോയുടെ ഭാണ്ഡക്കെട്ടു താഴ്ത്തി കണ്ടെത്തുക, പിഴവ് തിരുത്തുക. അതു നല്ലതിന് തന്നെയാവും. ഒന്നു പറയാം, ജീവിതം യുദ്ധമൊന്നുമല്ല. പക്ഷേ നമ്മുടെ സമീപനങ്ങളാണ് ജീവിതത്തെ യുദ്ധസമാനമാക്കുന്നത്. ശ്വാസമില്ലെങ്കിൽ നമുക്കു ജീവിക്കാനാവില്ല, പക്ഷേ നാം ശ്വസിക്കുന്നത് അറിയാറില്ലല്ലോ. അതു പോലെയാകണം ജീവിതവും. പ്രശ്നാധിഷ്ഠിതമാണ് ജീവിതം; പിന്നാലെ പാഞ്ഞു ജീവിതം വേദനാജനകമാക്കുന്നവൻ വിജയി അല്ല!

ജീവിതം യുദ്ധമൊന്നുമല്ല. പക്ഷേ നമ്മുടെ സമീപനങ്ങളാണ് ജീവിതത്തെ യുദ്ധസമാനമാക്കുന്നത്.

6
വിജയിക്കാൻ വളരെ എളുപ്പമാണ്, പക്ഷേ എന്തു ചെയ്യണം?

ജീവിതത്തിൽ ഇനി ഒരു ഉയർച്ചക്കു സാധ്യത ഇല്ല എന്നു കരുതി നിരാശയിൽ, തളർന്നു അലസനായി, അതീവ ദുഃഖത്തോടെ ദിനങ്ങൾ തള്ളിനീക്കുകയാണോ നിങ്ങൾ?

അതുമല്ലെങ്കിൽ, പ്രയത്നിച്ചു കഴിഞ്ഞിരിക്കുന്നു. അതിന്റെ പരമാവധിയിൽ, ഇല്ല, ഇനി ഒരു ചുവടു കൂടി മുന്നോട്ടു വയ്ക്കാൻ സാധിക്കില്ല, എന്നു സ്വയം പറഞ്ഞു കിട്ടിയതിൽ സംതൃപ്തനാകാനുള്ള യത്നത്തിലാണോ? അതോ, തലയിലെഴുത്തു മഹാമോശം ഇനി പ്രതീക്ഷ ഇല്ല എന്നാണോ?

എങ്കിൽ വരൂ, ചിലതു പറയാനുണ്ട്, രഹസ്യമാണേ.

പരാജയം ഒന്നും രണ്ടും വട്ടമല്ല, അനേകമായി കഴിഞ്ഞു. നാട്ടുകാർ, വീട്ടുകാർ, കൂട്ടുകാർ, എല്ലാവരും ഒരേ സ്വരത്തിൽ പറയുകയാണ്. നിനക്കിതു സാധ്യമല്ല എന്ന്. ഇങ്ങനെയൊരു അവസ്ഥയിലാണു നിങ്ങളെങ്കിൽ ഉറപ്പാണ്, ഒരു തരി നല്ല ചിന്ത കടന്നു വരാൻ നിങ്ങൾ അനുവദിക്കില്ല. ശരിയല്ലേ, ആലോചിച്ചു നോക്കൂ. അപ്പോൾ പിന്നെ എന്താണു വേണ്ടത്? എവിടെ തുടങ്ങണം?

ആദ്യം വേണ്ടതു വൃത്തിയാക്കൽ തന്നെയാണ്. അതെ, ഒന്നു തൂത്തുവാരി വെടിപ്പാക്കൽ ആണ്. എന്തു വെടിപ്പാക്കാൻ എന്നല്ലേ? സ്വന്തം ചിന്തകൾ.

അതെങ്ങനെ?

വർഷങ്ങളോളം അടഞ്ഞുകിടക്കുന്ന ഒരു കെട്ടിടത്തിന്റെ അവസ്ഥ എന്താണ്? മാറാല കെട്ടി ആകെ പൊടി മൂടി, ജനാല ചില്ലുകൾ ഉടഞ്ഞ്, അവിടവിടെ അടർന്നു വീണ്ടും വെള്ളം നനഞ്ഞും കിടക്കുന്ന ഒരു വീട്ടിൽ അത് വൃത്തിയാക്കാതെ നമുക്കു പാർക്കാനാകില്ലല്ലോ? അതുപോലെ തന്നെയാണു നമ്മുടെ മനസും. കൂട്ടുകാരുടെ പരിഹാസം കൊണ്ടു ഹൃദയം നുറുങ്ങി, വീട്ടുകാരുടെ കുത്തു വാക്കുകളിൽ തല കുമ്പിട്ട്, നാട്ടുകാരുടെ പറച്ചിലിൽ നിന്ന് ഓടി ഒളിച്ചു നിൽക്കുകയാണു നമ്മൾ. അതാദ്യം ഒന്നു വൃത്തിയാക്കാം. അതിനു വേണ്ടി ആദ്യമായി നമുക്കു പുലർകാലത്തൊന്ന് ഉണരാം. ഒന്നു ശരീരശുദ്ധി വരുത്താം.

പിന്നെ, ഈ ലോകത്തിൽ വെറുമൊരു ജീവിതം നയിക്കാനല്ല ജനിച്ചത് എന്നു മനസ്സിൽ പറയണം. അതിനു ശേഷം ശുദ്ധവായു ആവോളം ഒന്നു ശ്വസിച്ചോളൂ...

ഇനി വേണ്ടതു നമ്മെക്കുറിച്ച് സ്വയമൊന്നു മനസിലാക്കുകയാണ്.

ശരിക്കും ഞാനെന്താണ്?

എനിക്കെന്താണു യഥാർത്ഥത്തിൽ വേണ്ടത്?

എന്താകാനാണു ഞാൻ ആഗ്രഹിക്കുന്നത്?

അകാരണമായ എന്റെ ഭയങ്ങൾ എന്തൊക്കെയാണ്?

ആരാണു കൂടുതൽ അപമാനിക്കുന്നത്?

എല്ലാമൊന്ന് ഓർത്തെടുക്കൂ.

എന്നിട്ട്, അവനവൻ എന്ന ഒന്നിൽ മാത്രം ശ്രദ്ധ വച്ച ശേഷം മറ്റെല്ലാം പടിക്കു പുറത്താക്കിയേക്കൂ (അഞ്ചു മിനിറ്റ് ടെൻഷൻ അടിക്കാതിരുന്നാൽ ഭൂമി കറക്കം നിർത്തില്ലാന്നേ)

ഇനി സ്വന്തം ലക്ഷ്യമൊന്ന് എഴുതി വയ്ക്കൂ. അത് അയഥാർത്ഥമായ ഒന്നാകരുത്. അതായതു ഡിഗ്രിക്ക് ഹിസ്റ്ററി പഠിച്ചിട്ടു കെമിസ്ട്രിക്കു പിജി വേണം എന്ന ആഗ്രഹം പോലെ കൊനിഷ്ട് ആഗ്രഹമാവരുത്. ശരിക്കും യഥാർത്ഥ ജീവിത ആഗ്രഹം, അത് എഴുതു. എന്നിട്ട് അതിലേക്കു നമുക്കറിയുന്ന വഴികൾ കൂടി എഴുതി ചേർക്കൂ.

ഉദാഹരണത്തിനു പിഎസ്സി വിജയമാണു ലക്ഷ്യമെങ്കിൽ, എവിടെ ചേർന്നു പഠിക്കണം. എത്ര മണിക്കൂർ മാറ്റിവയ്ക്കണം തുടങ്ങിയവ പോലെ.

എഴുതിക്കഴിഞ്ഞോ? ഇനി വേണ്ടത്, നമ്മൾ പരാജയപ്പെട്ടു നിൽക്കുകയാണല്ലോ. അപ്പോഴതിന്റെ കാരണങ്ങൾ കൂടി എഴുതാം. ഒപ്പം ഓർക്കുക. വിജയം എന്നതു മറ്റാർക്കും വേണ്ടിയല്ല, മറിച്ചു സ്വന്തം ആഗ്രഹപൂർത്തീകരണത്തിനാണ്. അടുത്തതു പ്രവർത്തനമാണ്. ഓരോ ദിവസവും ലക്ഷ്യത്തിലേക്ക് ഒരു ചുവടുവയ്ക്കുകയാണ് എന്ന ബോധ്യം ഉള്ളിൽ ഉണരണം. ഓരോ ദിവസവും വിലപ്പെട്ടതാണ്. നാളെ എന്നൊരു വാക്കു മറന്നേക്കൂ. നാളെ അയഥാർത്ഥമാണ്. ഇന്നു മാത്രമേ നമ്മുടെ കൈക്കുമ്പിളിലുള്ളൂ എന്ന ഓർമ വേണം.

ഇന്നലെകളുടെ ഓർമകളിൽ പതറരുത്. അതൊരു ചെളിക്കുണ്ടാണ്. മനസ് അതിലേക്ക് തിരിക്കരുത്. ആരോടും ഒന്നും പറയണ്ട. വല്ലാതെ അപഹസിക്കപ്പെടും എന്നുള്ള ഇടങ്ങളിൽ നിന്നും മാറി നിൽക്കുക. ഒപ്പം മുൻപു സഞ്ചരിച്ച വഴിയിലെ പിഴവുകൾ മാറ്റിയെടുക്കാൻ സ്വന്തം ലക്ഷ്യം അല്പം നീട്ടി വയ്ക്കുന്നതിലും തെറ്റില്ല. ഒപ്പം യഥാർത്ഥ ലക്ഷ്യത്തിലേക്കെത്താൻ സഹായകരമായിത്തീരാവുന്ന മറ്റൊരു വഴിയിലൂടെ സഞ്ചരിക്കുക.

അതായത് 'എ'യിൽ നിന്നു 'ബി'യിലേക്കു സഞ്ചരിക്കാൻ ഒരു നേർരേഖ മാത്രമല്ല മുന്നിലുള്ളത് എന്നർത്ഥം. അനേകം സാധ്യതകൾ മറഞ്ഞിരിപ്പുണ്ട്. അതു കണ്ടെത്തണം. അൽപ്പം സമയമെടുത്തു തന്നെ പദ്ധതി തയ്യാറാക്കണം. നിത്യവും എത്രമാത്രം മുന്നേറണം എന്നു നിശ്ചയിക്കണം. വല്ലാതെ ഡീമോട്ടിവേറ്റ് ചെയ്യുന്നവരിൽ നിന്നും പരമാവധി ദൂരം പാലിക്കുക. ഒപ്പം നമ്മുടെ ലക്ഷ്യം വെളിപ്പെടുത്താതെയുമിരിക്കുക. ചിലർ പറയാറുണ്ട്, 'അയാൾക്ക് ജോലി നഷ്ടമായാലെന്താ/ പരീക്ഷക്ക് തോറ്റാലെന്താ/ അസുഖം വന്നാലെന്താ വീട്ടിൽ നല്ല കാശുണ്ടല്ലോ. അയാൾക്ക് കുഴപ്പമൊന്നുമുണ്ടാകില്ല. പക്ഷേ അതു പോലാണോ എന്റെ കാര്യം' എന്ന്. ഒന്നു ചിന്തിക്കൂ, പരാജയം എല്ലാവർക്കും ഒന്നുപോലെ വേദനാജനകമാണ്. അവരുടെ വേദന നമ്മുടെ കണ്ണിൽപ്പെടുന്നില്ല എന്നു മാത്രം. കടുത്ത മാനസിക സംഘർഷത്തിലൂടെയാണ് ഓരോരുത്തരും കടന്നു പോകുന്നത്. പക്ഷേ, ഇതിനെയൊക്കെയും മറി കടക്കാൻ കടുത്ത നിശ്ചയദാർഢ്യം എന്ന കുറുക്കുവഴി അവർ തിരഞ്ഞെടുത്തിട്ടുണ്ടെന്നറിയുക.

ഒരു സ്വപ്നം, ഒരേ ഒരു സ്വപ്നം നിരന്തരം കണ്ടു കൊണ്ടിരിക്കുക. അത് അതത്ര എളുപ്പമല്ലെന്നു നിങ്ങൾക്കറിയാം. അതിലേക്കെത്താനൊരു മാർഗ്ഗമുണ്ട്. നേടിയെടുക്കേണ്ട ലക്ഷ്യത്തെക്കുറിച്ചു സ്വപ്നം കാണുന്നതിനു പകരം നേടിയതിനു ശേഷമുള്ള ജീവിതം സ്വപ്നം കാണു. അതു നമ്മെ ലക്ഷ്യത്തിലേക്ക് വളരെയധികം അടുപ്പിക്കുക തന്നെ ചെയ്യും. അതു നമുക്കു കൂടിയേ തീരൂവെന്നും, അതാണ് നമ്മുടെ ജീവിതമെന്നും അതില്ലാതെ ഇനി മുന്നോട്ടു പോകാനാവില്ലെന്നും നിരന്തരം അതു നമ്മെ പ്രചോദിപ്പിക്കും. അതായത്, പരീക്ഷ പാസാവുക എന്നതല്ല. പാസായാൽ നിങ്ങൾക്കു കിട്ടുന്ന നേട്ടങ്ങൾ. അതിൽ നിങ്ങൾ ആനന്ദിക്കുന്നത്. അതാണു സ്വപ്നം കാണേണ്ടത്.

ഇങ്ങനെ കാണുന്ന സ്വപ്നങ്ങൾ യാഥാർത്ഥ്യമാക്കാൻ നമ്മുടെ അന്തഃരംഗത്തിൽ നിന്നു തന്നെ നമ്മെ സദാ പ്രചോദിപ്പിക്കുമെന്നു നേരത്തെ പറഞ്ഞല്ലോ. അതായത്, അത്തരമൊരു ചിന്ത ഉണർന്നു കഴിഞ്ഞാൽ പിന്നെ രാവിലെ അഞ്ചു മണിക്കു ശേഷം ഒരു മിനിറ്റ് പോലും നമുക്ക് ഉറങ്ങാൻ കഴിയില്ല. പഠിക്കുന്നവർക്കാണെങ്കിൽ പാഠപുസ്തകമെടുത്തു വായിക്കാതിരിക്കാനും ബിസിനസ്സുകാർക്കാണെങ്കിൽ നന്നായി ഗൃഹപാഠം ചെയ്യാതിരിക്കാനും കഴിയില്ല. ജീവിതത്തെ സ്നേഹിക്കുന്നവരാണെങ്കിൽ അവർ സന്തോഷത്തിലേക്കുള്ള യാത്ര തുടങ്ങുകയായിരിക്കും. മാറ്റത്തിലേക്ക് നിങ്ങളുടെ മനസ്സിനെ എത്തിക്കുന്നതിലാണ് മഹത്തായ കാര്യം. മറ്റൊരാൾക്ക് അതിനു കഴിയില്ലെന്നും അതിന്റെ കാണാചരട് തന്റെയുള്ളിൽ തന്നെയാണെന്നും സ്വയം തിരിച്ചറിയുക.

വിജയം നിങ്ങളുടേതാണ്

നാം ഇതുവരെ അവിടേക്ക് എത്താതിരുന്നത് എന്തു കൊണ്ടാണെന്ന് ഇപ്പോൾ പിടികിട്ടിയില്ലേ? ഇതുവരെ വിശകലനം ചെയ്തു കൊണ്ടിരുന്നത് പരാജയത്തെക്കുറിച്ചാണ്. ഇനി വിജയത്തിലേക്കുള്ള മുന്നേറ്റത്തിനു സമയമാണ്. അതിന്റെ നാഴികമണിയാണ് കാതുകളിൽ മുഴങ്ങി കേൾക്കുന്നത്. അതിന്റെ സുന്ദരകാഴ്ചകളാണ് കണ്ണുകൾക്കു മുന്നിൽ വിടർന്നു നിൽക്കുന്നത്. ഇനിയത് നെഞ്ചോടു ചേർത്തു വയ്ക്കുകയേ വേണ്ടൂ. തുടർച്ചയായി പരിശ്രമിച്ചാൽ വിജയിക്കാത്തവരായി ആരുമില്ല. ചിലന്തിവലകൾ കണ്ടിട്ടില്ലേ? അതൊരു നിമിഷം കൊണ്ടോ, മണിക്കൂറു കൊണ്ടോ നിർമ്മിക്കുന്നതല്ല. അതിനു പിന്നിൽ വലിയൊരു കഠിനാധ്വാനമുണ്ട്. പരാജയത്തിന്റെ വേദനകളുണ്ട്. പക്ഷേ, അന്തിമഫലം അധ്വാനത്തിന്റെ വിജയമാണ്. ജീവിതവും അങ്ങനെ തന്നെയാണ്. നമുക്ക് അവിടേക്ക് എത്താൻ കഴിയാതിരുന്നത്, കാര്യങ്ങളെ ഈ വിധത്തിൽ അപഗ്രഥിക്കാൻ കഴിയാതെയിരുന്നതു കൊണ്ടു മാത്രമാണ്.

ഇവിടെ നിരാശപ്പെടേണ്ടതില്ല. ഓർക്കുക, നഷ്ടങ്ങളുടെ കണക്കുകൾക്കല്ല പ്രസക്തി. മറിച്ച്, നേട്ടങ്ങളുടേതിനു മാത്രമാണ്. ഇവിടെ നിന്നും ഉണ്ടാക്കുന്നതു മുഴുവൻ നേട്ടങ്ങളാണ്. നേട്ടങ്ങളുടെ കണക്കുകൾ ഉയരുന്നിടത്താണ് വിജയത്തിന്റെ മൂല്യവും വർദ്ധിക്കുന്നതെന്നു തിരിച്ചറിയണം. ഓരോ കോട്ടവും നേട്ടമായി മാറ്റിയെടുക്കാൻ ഒരു വിജയിക്ക് അതിവേഗം കഴിയും. എന്നാൽ പരാജയപ്പെട്ടവന്, നേട്ടങ്ങളെ പോലും കോട്ടമായാണ് അനുഭവപ്പെടുക.

ഒരു കുഴിക്കു മുന്നിൽ മറ്റൊരു കുന്നാണ് ഉണ്ടാവുക. അതായതു പരാജയത്തിനു മുന്നിൽ തന്നെ വിജയം ഉണ്ട് എന്നർത്ഥം. പരാജയം എന്ന കയ്പ്പുള്ള കഷായത്തിൽ സമയം, ശ്രദ്ധ, ദൃഢനിശ്ചയം എന്നിവ ചേർത്തു നോക്കൂ, അതു വിജയമെന്ന മധുരമായി മാറുന്നതു കാണാം. ആ മധുരമാണു ജീവിതത്തെ നിലനിർത്തുന്നത്. ജീവിതത്തിന് അർത്ഥവും സമ്പന്നതയും നൽകുന്നത്. അങ്ങനെയുള്ളവരെയാണു നാം വിജയികൾ എന്നു വിളിക്കുന്നത്. ഇനി സ്വയം ചിന്തിക്കു, വിജയിക്കാൻ നിങ്ങളും തയ്യാറല്ലേ. ഉത്തരം അതേ, എന്നാണെങ്കിൽ ഇപ്പോൾ തന്നെ തയ്യാറെടുക്കൂ.

മാറ്റത്തിലേക്ക് മനസ്സിനെ എത്തിക്കുന്നതാണ് മഹത്തായ കാര്യം. മറ്റൊരാൾക്ക് അതിനു കഴിയില്ലെന്നും അതിന്റെ കാണാചരട് തന്റെയുള്ളിൽ തന്നെയാണെന്നും തിരിച്ചറിയുക.

7

അഭ്യുദയാകാംക്ഷിയുണ്ട്, സൂക്ഷിക്കുക!

അതെ, ആട്ടിൻ തോലണിഞ്ഞ ചെന്നായെ പോലെ ചിലർ, അഭ്യുദയാകാംക്ഷികളായി നിങ്ങളുടെ ജീവിത ഇടവഴികളിൽ ഒളിഞ്ഞിരിപ്പുണ്ട്. സൂക്ഷിക്കുക അവരെ, അകലം പാലിക്കുക അവരിൽ നിന്ന്.

നമ്മൾ കുട്ടികളെ പ്ലേ സ്കൂൾ മുതൽ ബഹിരാകാശത്തോളം നീളത്തിൽ പല തരം കോഴ്സുകൾ പഠിപ്പിക്കും. ചിലതൊഴികെ. ആ ചിലത്, ജീവിതത്തെ സമാധാനപൂർവ്വം മുന്നോട്ടു നയിക്കേണ്ട ഘടകങ്ങളിൽ ഒന്നാണുതാനും. അതിലൊന്നാണു സ്വന്തം ജീവിതത്തിന്റെ നിറം കെടുത്താനെത്തുന്ന ദുഷ്ടമനസുകളെ തിരിച്ചറിഞ്ഞ്, ഫലപ്രദമായി നേരിടാനുള്ള കഴിവ് പഠിപ്പിക്കാത്തത്. അതങ്ങനെ പഠിപ്പിക്കാൻ പറ്റുമോ എന്നല്ലേ? അതിനായി ഒരു യൂണിവേഴ്സിറ്റി ഡിഗ്രി വേണം എന്നല്ല, മറിച്ച് ഒരു അവബോധം സൃഷ്ടിക്കുന്നത് അത്യാവശ്യമാണ് എന്നാണു പറഞ്ഞു വരുന്നത്.

ഇനി അഭ്യുദയാകാംക്ഷിക്ക് എന്താണു കുറവ്/കുറ്റം എന്നാണെങ്കിൽ, അവരെക്കുറിച്ചു കൂടുതലറിയണം. ഇക്കൂട്ടർക്കു മനുഷ്യനുള്ള കാലത്തോളം തന്നെ പഴക്കമുണ്ട്. പണ്ടു മരവുരി ഉടുത്തു, ഇപ്പോൾ ബിഗ് ബസാറിലെ ഓഫറിൽ കിട്ടുന്ന ബ്രാൻഡഡ് ഡ്രസ് ധരിക്കുന്നുവെന്ന വ്യത്യാസമേ ഉള്ളൂ. എന്തിലും നല്ലതും ചീത്തയും എന്നതു പോലെ ഇതിലുമുണ്ടു നല്ലതും കെട്ടതും.

ആദ്യം നല്ലവരെക്കുറിച്ച് പറയാം. അവരാണ് ശരിക്കും അഭ്യുദയാകാംക്ഷി എന്ന പേരിന് അർഹർ. അവർ നമ്മുടെ ഉയർച്ച ആഗ്രഹിക്കുന്നവരാണ്, മാറി നിന്നു സന്തോഷിക്കുന്നവരാണ്. അതിനായി പ്രാർത്ഥിക്കുന്നവരാണ്. അവർ മനസുകൊണ്ട് അനുഗ്രഹിക്കും. ഏതു ദൂരത്തിലാണെങ്കിലും ഉള്ളിലെ കോണിൽ ഒരു ഓർമ സൂക്ഷിക്കും.

ഇനി കപട അഭ്യുദയാകാംക്ഷികളെക്കുറിച്ചാണെങ്കിലോ അത് ഏതാണ്ട് ഇങ്ങനെ വിശദീകരിക്കാം. പണ്ടു തള്ളയാട് അതിന്റെ കുഞ്ഞിനോടു പറഞ്ഞു കൊടുത്തില്ലേ? മധുര സ്വരത്തിൽ വന്നു വിളിക്കുന്ന ആ ജീവിയെക്കുറിച്ച്? അതേ ഇനം. ഒരുപക്ഷേ, അതിനേക്കാൾ അപകടകാരി. അവരുടെ പ്രവർത്തനരീതി ഏറെക്കുറെ ഇപ്രകാരമാണ്.

വിജയം നിങ്ങളുടേതാണ്

ഒരാൾ വീടുവയ്ക്കുകയാണ് എന്നു കരുതുക. പൊതുവേ ഏഴരശനി മൂത്തു നിൽക്കുമ്പോഴാകും ഒരു വീട് വച്ചാലോ എന്ന ചിന്ത ഉദിക്കുക. കൈയിലെ കാശ് വച്ചു തുടങ്ങി ബാങ്ക് ലോണിലെത്തി, ഭാര്യയുടെ പണ്ടങ്ങളിലും അമ്മയുടേയും അമ്മായിയമ്മയുടേയും കെട്ടുതാലി വരെയെടുത്ത് അത്യാവശ്യം വട്ടിപ്പലിശയും കഴിഞ്ഞു നിൽക്കുമ്പോഴും വീടു പണി എവിടെയും എത്തിക്കാണില്ല. ഒടുവിൽ, നിലത്തു വല്ല ചുവന്ന കളറും പൂശി താമസം തുടങ്ങാമെന്നു ചിന്തിച്ചു വരുമ്പോഴാവും നമ്മുടെ അഭ്യുദയാകാംക്ഷിയുടെ പ്രത്യക്ഷപ്പെടൽ! കാണുമ്പോഴെ അദ്ദേഹം വെളുക്കെ ചിരിക്കും. എന്നിട്ടു ചോദിക്കും, 'മോനെ, വീടുപണി തുടങ്ങിയിട്ടു കാലം കുറെയായല്ലോ, കേറിത്താമസം എന്നാണ്? എത്ര കാലമെന്നു വച്ചാണു വാടക വീട്ടിൽ ഇങ്ങനെ കഴിയുക? തറയെങ്ങനെ, മാർബിളാണോ? ഇടുമ്പോൾ ഇറ്റാലിയൻ തന്നെ വേണേ. ഇല്ലെങ്കിൽ കുറച്ചിൽ നിന്റെ അച്ഛനാ. അങ്ങേരും ഞാനും തമ്മിലുള്ള ഇരുപ്പുവശം വച്ചു പറഞ്ഞതാ, മോനു നല്ലതു വരണമെന്നേ എനിക്കുള്ളൂ.'

പിന്നെ ശബ്ദം താഴ്ത്തി, 'മോൻ ആ വടക്കേലെ മാധവനോടു കാശ് ചോദിച്ചോ? മോശമായിപ്പോയി. എന്നോടു ചോദിച്ചിരുന്നേൽ ഞാൻ പറഞ്ഞേനെ ചോദിക്കേണ്ടിയിരുന്നില്ലെന്ന്. അവനോടൊക്കെ ആരെങ്കിലും കാശ് ചോദിക്കുമോ?.'

ഇതാണ് അഭ്യുദയാകാംക്ഷിയുടെ ഏകദേശ മോഡ് ഓഫ് ഓപ്പറേഷൻ. ഇതിങ്ങനെ പല രൂപത്തിൽ വരും. ചികിത്സാക്കാര്യങ്ങളിൽ പഠനകാര്യത്തിൽ, ജോലിക്കാര്യത്തിൽ, മക്കളുടെ വിവാഹ കാര്യങ്ങളിൽ, ദാമ്പത്യ ജീവിതത്തിൽ, എന്നു വേണ്ട എന്തിലുമേതിലും കാരണമേതും കൂടാതെ അവർ ഇടപെടും.

അപ്പോൾ 'നിപ്പ'യേക്കാൾ ആക്രമണവീര്യമുള്ള ഇത്തരക്കാരെ എങ്ങനെ നേരിടും? 'നിപ്പ'യെ എങ്ങനെയെങ്കിലും തുരത്താം. പക്ഷേ, ഇവരെ തുരത്താനാകില്ല, നശിപ്പിക്കാൻ തീരെ പറ്റില്ല. ഇവർ നമ്മുടെ ജീവിതത്തിന്റെ താളം തെറ്റിക്കും. അവരുടെ ഒരു വാക്ക് നമ്മുടെ ചങ്കുറപ്പിനെ പിടിച്ചു കലക്കി കളയും. അവരുടെ ഒരു ഉപദേശം നമ്മെ വഴി തെറ്റിച്ച് പിടിച്ചു കയറാൻ പറ്റാത്ത വിധത്തിലുള്ള ഗർത്തത്തിലേക്ക് തള്ളിയിടും. ഓർത്തു നോക്കിയാൽ, നിങ്ങളുടെ ജീവിതത്തിൽ ഒരിക്കലെങ്കിലും കാണും ഇത്തരം അഭ്യുദയാകാംക്ഷിയുടെ ഈ അമിത ഇടപെടൽ. അവരെ കൈകാര്യം ചെയ്യാനാവാതെ നമുക്ക് പരാജയം സമ്മതിക്കേണ്ടിയും വന്നിട്ടുണ്ടാവും. ഇപ്പോൾ നാമതു തിരിച്ചറിഞ്ഞിരിക്കുന്നു. അപ്പോൾ ഇനിയെന്തു ചെയ്യും?

അപ്പോൾ?

വിജയം നിങ്ങളുടേതാണ്

എന്താണ് പോംവഴി എന്നു വച്ചാൽ, ആദ്യം തീരുമാനിക്കേണ്ടതു നമ്മൾ ആർക്കു വേണ്ടിയാണ് ജീവിക്കുന്നതെന്ന അടിസ്ഥാന കാര്യമാണ്. അഭ്യുദയാകാംക്ഷിയെ ചെറുക്കുന്നതിനു മുൻപ് തകർന്നു പോവാതെയിരിക്കാൻ നല്ലൊരു വിശ്വാസ അടിത്തറ നിർമ്മിക്കേണ്ടിയിരിക്കുന്നു. അതിന് ഇത്തരമൊരു ചോദ്യത്തിന്റെ ഉത്തരം അനിവാര്യമാണ്.

നമുക്കു വേണ്ടിയാണു ജീവിക്കുന്നത് എന്നത് എത്ര പേർ സമ്മതിക്കും? ചിലർ പറയും, മക്കൾക്കു വേണ്ടിയാണു ജീവിതമെന്ന്, മറ്റു ചിലർ ഭർത്താവിനു വേണ്ടി, ഇനിയും ചിലർ ജനിച്ചു പോയതു കൊണ്ട് അങ്ങനെ ജീവിച്ചു തീർക്കുന്നുവെന്നു കരുതുന്നവരാണ്. കുറച്ചു കൂടി കടുപ്പപ്പെട്ടവരെയും നമുക്കു കാണാം, അവർ ദൈവത്തിനു വേണ്ടി ജീവിക്കുന്നവരാണ്. നിങ്ങൾ ഇതിൽ ഏതു വിഭാഗത്തിൽ പെടുന്നു?

ഇതിലൊന്നുമല്ലെന്നതാണു സത്യം, ശരിയല്ലേ? ഹൃദയത്തിൽ തൊട്ടൊന്നു പറഞ്ഞു നോക്കൂ, നാം ജീവിക്കുന്നതു നമുക്കു വേണ്ടിയാണെന്ന്. അങ്ങനെയൊരു ധാരണ രൂപപ്പെട്ടാൽ തന്നെ പകുതി രക്ഷയായി. അപ്പോൾ, അവനവനു വേണ്ടിയാണു ജീവിതമെന്നു ബോധ്യം വന്നാൽ മറ്റുള്ളവരുടെ കൂർത്ത നോട്ടങ്ങളൊന്നും ഒരു വിഷയമല്ലാതാകും. എല്ലാവരും കണ്ണു വച്ചിരുന്ന, അതേസമയം കൊച്ചിന്റെ ഫീസടക്കാൻ പണയം വച്ച നാഗപടത്താലി എവിടെ എന്നു കല്യാണ വീട്ടിൽ വച്ചു നാത്തൂൻ ചോദിച്ചാൽ, ചൂളണ്ട, തല താഴ്ത്തണ്ട. ഒന്നുകിൽ ആ ചോദ്യം അവഗണിക്കാം. അതുമല്ലെങ്കിൽ ഇന്ന് ഇതിടാനാണു തോന്നിയത് എന്നു ധൈര്യമായി നല്ല പ്രസന്നഭാവത്തിൽ പറഞ്ഞേക്കൂ.

ചോദ്യങ്ങൾക്കു മുന്നിൽ നാം പതറുമ്പോഴാണ് ആക്രമണത്തിനു വീര്യം കൂടുക. രണ്ടു തവണ അവഗണിച്ചാൽ ഇക്കൂട്ടർ ആയുധം വച്ചു കീഴടങ്ങി കുറച്ചു കൂടി അനുയോജ്യരായ മറ്റ് ഇരകളെ തേടിക്കോളും. ഇത്തരക്കാരെ സംബന്ധിച്ചിടത്തോളം നാം അവരുടെ ഒരു ഇരയേ അല്ല. അവർക്ക് നാം തന്നെ വേണമെന്നു യാതൊരു നിർബന്ധവുമില്ല. പിന്നെ, എന്തിനാണ് അതോർത്ത് ദുഃഖിക്കുന്നത്. നമ്മളെ സംബന്ധിച്ച് ദുഃഖിക്കാനൊരു കാരണം എന്നതു മാത്രമാണ് ഇത്തരം അഭ്യുദയാകാംക്ഷികളുടെ ഇടപെടൽ. അവരെ ബോധപൂർവ്വം ഒഴിവാക്കിയൊന്നു നോക്കൂ. പിന്നെ, നമ്മുടെ പരിസരങ്ങളിലൊന്നും അവരുടെ പ്രത്യക്ഷപ്പെടൽ ഉണ്ടാവുകയേ ഇല്ല.

ഇനി മറ്റൊരു വഴിയെന്നതു, കിട്ടിയത് അതേ നാണയത്തിൽ മടക്കി കൊടുക്കുകയെന്നതാണ്. എല്ലാവർക്കും പ്രശ്നങ്ങൾ ഉണ്ടാകുമല്ലോ. അപ്പോൾ അഭ്യുദയാകാംക്ഷിയുടെ മർമ്മപ്രധാന ഭാഗത്തു തന്നെ ലക്ഷ്യം വച്ചു കൊള്ളു. തന്നതിനേക്കാൾ സഹതാപം കലർത്തി ധൈര്യമായി തിരിച്ചു കുത്തിക്കൊള്ളു. അഭ്യുദയാകാംക്ഷി ഇനി മുതൽ

വിജയം നിങ്ങളുടേതാണ്

നിങ്ങളെ കണ്ടാൽ മുങ്ങി നടക്കും. അത്ര തന്നെ. മിക്ക കുശലാന്വേഷ ണങ്ങളുടേയും പിന്നിൽ നിങ്ങളുടെ നേട്ടത്തെ അഭിനന്ദിക്കാനുള്ള ലക്ഷ്യങ്ങളുമായിരിക്കില്ല. മറിച്ചു നിങ്ങൾ എത്രമാത്രം കുറവാണ് മുന്നേറിയതെന്നു കണ്ടെത്തി നിങ്ങളെ തളർത്താനുള്ള അടവാണെന്ന് ഓർക്കുക. ഒപ്പം അഭിനന്ദിച്ച് പറയുന്നവർ, യഥാർത്ഥത്തിൽ ആഗ്രഹി ക്കുന്നതു നമ്മെ ആത്മഹത്യാ മുനമ്പിൽ കൊണ്ടെത്തിച്ചു തിരിച്ചു കയ റാനാവാത്ത വിധം താഴേയ്ക്കു തള്ളിയിടുവാനാണ്. അനവസരത്തി ലേയും, അർഹിക്കാത്തതുമായ പ്രശംസകൾ, യഥാർത്ഥത്തിൽ നമ്മു ടെ തല കൊയ്യുന്ന വാളുകളാണ് എന്നറിഞ്ഞാൽ, ജീവിതം അവനവ ന്റേതുമാണെന്നു തിരിച്ചറിഞ്ഞാൽ, അതുമതി ജീവിതം പ്രശാന്തസുന്ദ രമായി മുന്നേറാൻ.

എന്നുമെപ്പോഴും അഭിനന്ദനങ്ങൾ കേൾക്കുവാനാണ് മനുഷ്യന് ഇഷ്ടം. അത്തരം അഭിനന്ദനപ്രവാഹത്തിനിടയിൽ ഒരു ഇടിച്ചു താഴ്ത്തൽ കൂടിയുണ്ടെങ്കിൽ തിരിച്ചറിയണം, അതു നമുക്കുള്ളതായി രുന്നില്ലെന്ന്. നമ്മുടെ ജീവിതത്തെ ശോഭനമാക്കുകയല്ല ആ വ്യക്തി യുടെ നിഷ്കളങ്ക ഉദ്ദേശമെന്നും തിരിച്ചറിയണം. അത്തരം വാചകങ്ങ ളിൽ വീണു ദുഃഖിക്കാൻ സ്വയം അവസരം സൃഷ്ടിക്കുകയുമരുത്. ഓരോ നിമിഷത്തെയും സന്തോഷഭരിതമാക്കാനുള്ള പ്രയത്നത്തിലാണ് നാം. അതിനിടയിലേക്കു കടന്നു കയറി അവിടൊരു ശോകാന്തരീക്ഷം സൃഷ്ടി ക്കുന്നവർ, അത് ആരു തന്നെയായാലും നമ്മുടെ അഭ്യുദയാകാംക്ഷിയ ല്ലെന്നതാണ് സത്യം.

ഓർക്കുക, അഭ്യുദയാകാംക്ഷികളല്ല നിങ്ങളുടെ ജീവിതത്തിനു നിറം പിടിപ്പിക്കുന്നത്, മറിച്ചു നിങ്ങൾ തന്നെയാണ്. നിങ്ങളുടെ ജീവി തത്തിന് ഏതു നിറം വേണമെന്നു തീരുമാനിക്കേണ്ടതും നിങ്ങൾ തന്നെയാണ്. അതാവണം ജീവിതത്തിന്റെ അടിസ്ഥാനവും. അങ്ങനെ യുള്ളവർക്ക് പരാജയമെന്ന വാക്കിനെക്കുറിച്ച് ഓർമ്മകൂടിയുണ്ടാവില്ല. മറ്റുള്ളവരുടെ വാക്കും നോക്കുമൊന്നുമല്ല നമുക്ക് മുഖ്യം, മറിച്ച് ലക്ഷ്യ ത്തിലേക്കുള്ള ദൂരം മാത്രമാണെന്നു ചിന്തിച്ച് പ്രവർത്തിച്ചു കൊള്ളൂ. ആ ദൂരം അനുനിമിഷം കുറഞ്ഞു വരികയാണെന്നു കണ്ട് ആഹ്ലാദിച്ചു കൊള്ളൂ. അപ്പോൾ, അഭ്യുദയാകാംക്ഷിയുടെ അഭിനന്ദനവും കുറ്റപ്പെടു ത്തലും ഉപദേശവുമൊന്നും മനസ്സിനെ ചഞ്ചലപ്പെടുത്തുകയില്ല. അതു തുടിച്ചു കൊണ്ടിരിക്കും, നിങ്ങളുടെ വിജയം നിങ്ങളുടേതു മാത്രമാ ണെന്നു ഉള്ളിൽ പറഞ്ഞു കൊണ്ടിരിക്കും.

ചോദ്യങ്ങൾക്കു മുന്നിൽ പതറുമ്പോഴാണ്
ആക്രമണത്തിനു വീര്യം കൂടുക.

8
എന്താണു ചിന്തിക്കേണ്ടത്?

ഈ ചോദ്യം വായിച്ചപ്പോൾ തന്നെ ആ ചിന്ത കടന്നു വന്നില്ലേ, എന്താണു പറഞ്ഞു വരുന്നത് എന്നു പറയാം. സാധാരണഗതിയിൽ വെറുതേ ഒരു അഞ്ചു മിനിറ്റ് കിട്ടിയാൽ നാം എന്തൊക്കെ ചിന്തിക്കും?

നിങ്ങളിൽ ഒരു വിഭാഗത്തിന്റെ ചിന്ത ഏതാണ്ട് ഇങ്ങനെയാവും.

ലോൺ അടവ്, കുട്ടികളുടെ ഫീസ്, രോഗം, സാമ്പത്തിക പരാധീനത, മനസ്സിനെ അലട്ടുന്ന മാനസികപ്രശ്നങ്ങൾ തുടങ്ങി ഈ ലോകത്തേയും പരലോകത്തേയും പറ്റി വരെ ചിന്തിച്ചു തളർന്ന്..

അങ്ങനെയല്ലേ? ഇനി മറ്റൊരു കൂട്ടരുണ്ട്. അന്തം വിട്ട്, ലക്കും ലഗാനുമില്ലാതെ, കടിഞ്ഞാൺ പൊട്ടിയ കുതിരയെപ്പോലെ മനസ്സിനെ അങ്ങു തുറന്നു വിടും. ഇവരുടെ ചിന്തകളിൽ നിറയുന്നതു പ്രധാനമായും ആകുലതയാകും. എവിടെ, എന്തു മോശം വാർത്ത വന്നാലും അതു സ്വന്തം ജീവിതവുമായി ബന്ധിപ്പിക്കും. ഉദാഹരണത്തിന്, എവിടെയെങ്കിലും മോഷണം നടന്നാൽ സ്വന്തം വീട്ടിലെ അലമാര പൂട്ടിയോ, വീടു പൂട്ടിയോ എന്നു ചിന്തിച്ച് സ്വസ്ഥത നഷ്ടപ്പെടുത്തും. ഇനിയൊരു അപകട വാർത്ത വായിച്ചാലോ, ഉറ്റവരും ഉടയവരും വീട്ടിലെത്തുന്നതു വരെ ആശങ്കയാണ്. അവർക്ക് എന്തെങ്കിലും സംഭവിച്ചോ എന്ന ആകുലതയാണ്.

ഒരു പറച്ചിലുണ്ട്, ഇന്നത്തെ ചിന്തകളാണു നമ്മുടെ നാളെകളെ രൂപപ്പെടുത്തുകയെന്ന്.

അങ്ങനെയെങ്കിൽ ആദ്യം ചോദിച്ച അതേ ചോദ്യത്തിലേക്കു വീണ്ടും മടങ്ങി വരാം. നാം എന്താണു ചിന്തിക്കേണ്ടത്? ഉറക്കത്തിലൊഴികെ നമ്മൾ ചിന്തിക്കുന്നുണ്ട്. ഈ ചിന്തകളെ നാമെങ്ങനെ നിയന്ത്രിക്കും? ഇതു നിയന്ത്രിച്ചാലല്ലേ എന്തു ചിന്തിക്കണമെന്ന ചിന്തയ്ക്കു തന്നെ അർത്ഥമുള്ളൂ? കാരണം, ചിന്ത എന്നതു നമ്മുടെ നിയന്ത്രണത്തിന് അതീതമാണ്. ശരിയാണ്, ചിന്തകളിൽ ബഹുഭൂരിഭാഗവും വന്നു ഭവിക്കുന്നവയാണ്. പക്ഷേ അത് നമ്മുടെ അടിസ്ഥാന സ്വഭാവത്തെ ആശ്രയിച്ചായിരിക്കുമെന്നു മാത്രം. അല്പമൊന്നു ശ്രദ്ധ വച്ചാൽ ഈ വിഷയത്തിൽ വളരെ ഫലപ്രദമായി നമുക്ക് ഉത്തരം കണ്ടെത്താം.

വിജയം നിങ്ങളുടേതാണ്

അതിനായി നിത്യേന അൽപ്പസമയമെങ്കിലും ചിന്തകളെ ശ്രദ്ധിക്കുക. ആ നിമിഷം ചിന്തിച്ചതെന്തെന്നു മാത്രം ഓർത്തെടുക്കാം. തികച്ചും പ്രതിലോമകരമായ ഒരു കാര്യമാണു ചിന്തിച്ചത് എന്നു തിരിച്ചറിഞ്ഞാൽ ഒരു കാര്യം അപ്പോൾ തീരുമാനിക്കുക. ഇനി ഇത്തരത്തിൽ ഒരു ചിന്ത എന്നിൽ നിന്നും ഉണ്ടാവുകയില്ല.

ഉദാഹരണത്തിന്, ഒരാൾ ഒരു പുതിയ ജോലിക്കു വേണ്ടിയുള്ള അന്വേഷണത്തിലാണ് എന്നിരിക്കട്ടെ. നിലവിലെ ജോലിയിൽ കടുത്ത അതൃപ്തനുമാണ് എന്നും കരുതുക. അയാളിൽ പൊടുന്നനെയും, എന്നാൽ ആവർത്തിച്ചും രൂപപ്പെടുന്ന ഒരു ചിന്ത ഇതാണ്.

'പുതിയ ജോലിക്ക് അപേക്ഷിച്ചാൽ കിട്ടുവാൻ ബുദ്ധിമുട്ടാണ്.'

ഏറ്റവും അപകടകരമായ ചിന്തയാണിത്. എങ്ങനെ ഇതു മറികടക്കും എന്നാണെങ്കിൽ ഇങ്ങനെ നിങ്ങൾ ചിന്തിക്കുന്നുവെന്ന കണ്ടെത്തലാണ് ആദ്യമുണ്ടാവേണ്ടത്. തുടർന്ന്, ഈ ചിന്ത എപ്പോഴെങ്കിലും വീണ്ടും ഒരു തവണ കൂടി ശ്രദ്ധയിൽ പെട്ടാൽ ഇനി ആ ചിന്ത ഉണ്ടാവില്ലെന്നും, അഥവാ ഉണ്ടായാൽ തന്നെ മറ്റൊരു രീതിയിലേ ചിന്തിക്കു എന്നും അപ്പോൾ തന്നെ ഉറച്ച തീരുമാനമെടുക്കണം. അതായത് 'ഏറ്റവും അനുയോജ്യമായ പുതിയ ജോലി എനിക്ക് കിട്ടും.' എന്ന് മാറി ചിന്തിക്കാൻ ശീലിക്കുക. ഇത്തരത്തിൽ വളരെ സാവകാശം ഒരോ ദിവസവും നിശ്ചിത എണ്ണം ചിന്തകളെ നമ്മൾ ശ്രദ്ധിക്കാൻ തുടങ്ങിയാൽ, ശ്രദ്ധിക്കുന്ന ചിന്തകളെ പോസിറ്റീവ് ആക്കുവാനും സാധിച്ചാൽ നമ്മുടെ സ്വഭാവത്തിൽ, ജീവിതത്തിൽ വരുന്ന പ്രകടമായ മാറ്റം നമുക്ക് അനുഭവിച്ചറിയുവാനാകും.

വീണ്ടും ചോദ്യത്തിലേക്ക് തന്നെ വരട്ടെ,

'അപ്പോൾ വിജയിക്കാനായി ഞാൻ എന്താണ് ചിന്തിക്കേണ്ടത്?' ഒറ്റ വാക്യത്തിൽ പറഞ്ഞാൽ ഒട്ടും ആശങ്കയില്ലാതെ, നന്മകൾ മാത്രം ചിന്തിക്കുക എന്നതാണ് ഉത്തരം. നല്ല കഥ! ആശങ്കകൾ മാത്രമുള്ള നമ്മുടെ തിരക്കേറിയ ജീവിതത്തിൽ എങ്ങനെ നല്ലതു ചിന്തിക്കും എന്നാണെങ്കിൽ, ഇതു കൂടി പറയാം.

എന്ത് ചിന്തിക്കുന്നോ അതു മാത്രമാണ് നാം.

ചിന്തകൾ തന്നെയാണ് നമ്മുടെ ജീവിതം എന്നാണ് ഉത്തരം.

അപ്പോഴും സന്ദേഹം തോന്നാം. ഏറ്റവും മോശം ചുറ്റുപാടിൽ എങ്ങനെ ആശങ്കകളില്ലാതെ സ്വസ്ഥമായി നിലകൊള്ളാനാകും? കടുത്ത ശാരീരിക വിഷമതകളിൽ, വേദനയിൽ, സാമ്പത്തിക, മാനസിക വിഷമതകളിൽ ഇതെങ്ങനെ സാധ്യമാകും?

ഇതിനുള്ള ഏക ഉത്തരമാണ്, The Art of Thinking.

അതെ, ഏതൊരു കലയും പോലെ നല്ലതു മാത്രം ചിന്തിക്കാനുള്ള

മനസ് നിർമ്മിക്കുക. അതിനായി അൽപ്പസമയം ബോധപൂർവ്വം മാറ്റി വെക്കുക. മറ്റു ജോലികൾ പോലെ തന്നെ ഇതുമൊരു ജോലിയായി കണക്കാക്കുക. ആസ്വദിച്ച് അനുഭവിക്കുന്ന ജോലി! നല്ലതു മാത്രം ചിന്തിക്കാൻ മനസ്സിനെ പരിശീലിപ്പിക്കുക. അതിനുള്ള സാഹചര്യങ്ങളെ സൃഷ്ടിച്ചെടുക്കുക. മോശമായ അവസ്ഥകളിൽ നിന്നും മാറിനടക്കുക. നമ്മുടെ ചിന്ത നല്ലതായാൽ ഫലം നല്ലതാകുമോ എന്നാണു ചോദ്യമെങ്കിൽ, ഉള്ളിൽ ആശങ്കകൾ നിറച്ച് അതു ഭയന്ന് ഒളിച്ചിരുന്നാൽ നമ്മുടെ പ്രശ്നങ്ങൾ ഇല്ലാതാകുമോ എന്ന മറുചോദ്യമാണ് ഉത്തരം. ഇല്ല എന്നു മാത്രമല്ല നമ്മൾ കൂടുതൽ ആശങ്കപ്പെട്ട്, ശാരീരികമായും മാനസികമായും തളർന്ന്, പ്രശ്നത്തെ വഷളാക്കാനേ ഉപകരിക്കൂ താനും.

ഏറ്റവും മോശം സമയത്തു പോലും നല്ല ചിന്തകളെ സ്വാംശീകരിക്കാനും ഉള്ളിൽ തന്നെ നിലനിർത്തുവാനും കഴിഞ്ഞാൽ സ്വഭാവികമായും വിജയവും നമ്മുടേതാകും. എല്ലാ പ്രശ്നങ്ങളെയും സംഭവങ്ങളെയും നാം ആഗ്രഹിക്കുന്ന വിധത്തിലേക്ക് നമുക്കു മാറ്റിയെടുക്കാനാകും. ഒരാളുടെ സംഭാഷണവും പെരുമാറ്റവും പോലും നാം ആഗ്രഹിക്കുന്നതു പോലെ രൂപം മാറ്റിയെടുക്കാൻ കഴിയുമെന്നതാണ് യാഥാർത്ഥ്യം. സംശയമുണ്ടെങ്കിൽ, പരീക്ഷിച്ചു നോക്കൂ. ഒരാൾ നമ്മോടു കയർത്തു സംസാരിക്കാൻ വിറളി പൂണ്ടു വരികയാണെന്നു കരുതൂ. തെറ്റ്/ന്യായം അയാളുടെ ഭാഗത്താണെന്നും നമുക്കറിയാം. അതു കൊണ്ട് അയാൾ എങ്ങനെ പെരുമാറുന്നുവോ അതു പോലെ തന്നെ തിരികെ നമ്മളും പെരുമാറിയാൽ എന്തായിരിക്കും സ്ഥിതി? ഒരു ഘോര സംഘട്ടനം ഉറപ്പ്, കുറഞ്ഞത് നമ്മുടെ ഒരു ദിവസം നഷ്ടപ്പെടുത്താനും അതു ധാരാളം. ഇവിടെ അയാൾ എന്തൊക്കെ പറഞ്ഞാലും ചിരിച്ചു കൊണ്ട് വളരെ സുന്ദരഭാഷണങ്ങൾ കൊണ്ട് നേരിട്ടു നോക്കൂ. ഫലം, നിങ്ങളെ തന്നെ അത്ഭുതപ്പെടുത്തിയേക്കാം.

ചിന്തകളെ തുറന്നു വിടാതെ ചേർത്തു പിടിക്കൂ. അതു നമ്മുടേതാണെന്നും അതു നമ്മുടെ നിക്ഷേപമാണെന്നും തിരിച്ചറിയണം. എന്തു നിക്ഷേപിക്കുന്നുവോ അതാണ് പലിശയും കൂട്ടുപലിശയും ചേർന്നു തിരിച്ചു കിട്ടുന്നത്. അങ്ങനെയെങ്കിൽ, നല്ലതു ചിന്തിച്ചാൽ നല്ലതു തിരികെ ലഭിക്കുമെന്നു സാരം. എന്താണ് ഇനി നല്ലതെന്നു ചോദിച്ചാൽ, വിജയത്തിലേക്ക് നയിക്കുന്ന ഓരോ ഘടകങ്ങളും അതിന്റെ മൂലകങ്ങളാണെന്നു പറയാം. അതു നിങ്ങൾ സ്വയം കണ്ടെത്തണം. തനിക്കു ചേരുന്നതിനെ താൻ തന്നെ കണ്ടെത്തണം എന്നു പറയുന്നതു പോലെ, വിജയത്തിന് ആധാരമായ വസ്തുതകളെ തനിക്ക് ഉതകുന്നതു പോലെ ചേർത്തു നിർത്തണം. അതാവണം ചിന്തയിൽ നിറഞ്ഞു നിൽക്കേണ്ടത്. അതിൽ നിന്നാവണം വിജയത്തിന്റെ നറുമണം നിങ്ങളുടെ ബോധ

ത്തിൽ നിറഞ്ഞു തുളുമ്പേണ്ടത്. നിങ്ങൾ ഒരു വിദ്യാർത്ഥിയാവാം, പ്രൊഫഷണലാവാം, ബിസിനസ്സുകാരനാവാം, ഇനിയുമതല്ലെങ്കിൽ ജീവിതത്തിന്റെ പ്രാരാബ്ധങ്ങൾ തീർത്തു വിശ്രമജീവിതം നയിക്കുന്ന ഒരാളാവും. അങ്ങനെ ഏതു മേഖലയിലുള്ളവരായാലും ഒരു നിമിഷം ഒന്നു ചിന്തിച്ചു നോക്കുക- ഇതുവരെ ചിന്തിച്ചതൊക്കെയും എന്തിനെക്കുറിച്ചായിരുന്നു? അതു കൊണ്ട് ആർക്കെന്തു ഗുണമുണ്ടായി?

ഉത്തരം ഒന്നു തന്നെയാവും, തന്നെക്കുറിച്ചോ താൻ എന്തിലെങ്കിലും വിജയം നേടുന്നതിനെക്കുറിച്ചോ ഇതുവരെ ചിന്തിച്ചിട്ടുണ്ടാവില്ല. അങ്ങനെ തോന്നുന്നുവെങ്കിൽ തിരിച്ചറിയുക, ഒട്ടും വൈകിയിട്ടില്ല. ഇന്നു തന്നെ ചിന്തകളെ അത്തരത്തിൽ മാറ്റിയെടുക്കാനുള്ള പ്രയത്നത്തിൽ ഏർപ്പെടുക. അതിനായുള്ള ലക്ഷ്യം നിശ്ചയിക്കുക. മെല്ലെ അവ പ്രാപിച്ചെടുക്കാനുള്ള തരത്തിൽ ചിന്തകളെ വളർത്തിക്കൊണ്ടു വരിക. വിജയത്തിലേക്കുള്ള വഴി രൂപപ്പെട്ടു വരുന്നത് ഇങ്ങനെയാണ്. മനസ്സിലാക്കേണ്ടത്, ഒരാൾ പോലും ഈ ലോകത്തിൽ ഒരു ദിവസം കൊണ്ടു വിജയം നേടുന്നില്ലെന്നാണ്. വിജയിച്ചവരെല്ലാം തന്നെ ചിട്ടയോടെ, അധ്വാനിക്കുകയും അതിന്റെ നേട്ടങ്ങളെ വിജയത്തിന്റെ ഘടകങ്ങളായി മാറ്റിയെടുക്കുകയും ചെയ്തവരാണ്. യുദ്ധത്തിലായാലും ജീവിതത്തിലായാലും വിജയമന്ത്രം എന്നത് അങ്ങനെ തന്നെയാണ്.

വിജയിക്കുക എന്നത് പരീക്ഷയിലോ ജോലി സ്ഥലത്തെ പ്രകടനത്തിലോ ഒന്നുമല്ല. ആത്യന്തികമായി സ്വസ്ഥമായി, ആനന്ദത്തോടെ ജീവിക്കാനുള്ള സാഹചര്യത്തെ രൂപപ്പെടുത്തുക എന്നതിലാണ്. ഒരു ചെറു കാറ്റിലുലയുന്ന വള്ളിപ്പടർപ്പു പോലെയാകരുത് മനസ്. പ്രകാശം നിറഞ്ഞ, പ്രകാശം പരത്തുന്ന ഇടമാകട്ടെ അത്. ചിന്തിച്ചാലൊരു അന്തവുമില്ല, ചിന്തിച്ചില്ലെങ്കിലൊരു കുന്തവുമില്ലെന്നു പറയുന്ന കാലമല്ല ഇത്. ജീവിതത്തെ ഉത്കൃഷ്ടവും ഉദാത്തവുമായി കാണേണ്ട ഒരു കാലത്തിലാണ് നാമിന്നു മുന്നേറുന്നത്. അവിടെ തീർച്ചയായും നല്ല ചിന്തകൾ മനസ്സിലുണ്ടെങ്കിൽ ജീവിതത്തിൽ നല്ലതു വരും. മനസ്സ് നന്നായാൽ ശരീരം നന്നാവും. ശരീരം നന്നായാൽ ജീവിതശൈലിയും നന്നാവും. എല്ലാ ആകുലതകളെയും ആശങ്കകളെയും പടിയിറക്കിവിട്ട് ഇപ്പോൾ മുതൽ നല്ലതു ചിന്തിക്കുക. നിങ്ങൾക്കും നന്മ ഉണ്ടാകും; ജീവിതവിജയത്തിന്റെ മാധുര്യം അനുഭവയോഗ്യമാകും.

ജീവിതത്തെ ഉത്കൃഷ്ടവും ഉദാത്തവുമായി കാണേണ്ട ഒരു കാലത്താണ് നാമിന്നു മുന്നേറുന്നത്. അവിടെ തീർച്ചയായും മനസ്സിൽ നല്ല ചിന്തകളുണ്ടെങ്കിൽ ജീവിതത്തിൽ നല്ലതു വരും.

9

വീടൊരു സ്വർഗമാക്കാൻ, ഒഴിവാക്കാം യുദ്ധങ്ങൾ

പലപ്പോഴും നാം യുദ്ധമുഖത്താണ്. നിരന്തരമായ യുദ്ധം. ഒരു രാജ്യം പിടിച്ചടക്കുവാനോ, ലോകം പിടിച്ചെടുക്കനോ അല്ല മറിച്ച്, പരിഗണന പിടിച്ചുപറ്റാനുള്ള യുദ്ധം.

അതെ,

നമുക്കു വേണ്ടതു സ്നേഹം, ശ്രദ്ധ, ദയ, കരുതൽ, അംഗീകാരം എന്നിവയാണ്. ഇതു നഷ്ടപ്പെടുന്നുവെന്ന തോന്നലാണ് വലിയ യുദ്ധത്തിനു വഴിവെക്കുന്നത്. ജീവിതം പോലും നഷ്ടപ്പെടുത്തി കൊണ്ട് ഇതിനു വേണ്ടിയുള്ള യുദ്ധമാണു പലപ്പോഴും നാം നടത്തുന്നത്. എന്നാൽ ആരുമതു തിരിച്ചറിയുന്നില്ലെന്നു മാത്രം. നാം എന്തിനാണ് ഇങ്ങനെ യുദ്ധസന്നാഹമൊരുക്കുന്നത് എന്നു നമുക്കു തന്നെ തിരിച്ചറിയാനാവുന്നില്ല. നിങ്ങളുടെ മാത്രം പ്രശ്നമല്ലത്, എല്ലാവരുടെയും പ്രശ്നമാണത്. അതിനു പരിഹാരവുമുണ്ട്. പക്ഷേ, പ്രശ്നത്തെ മനസ്സിലാക്കുകയാണ് ആദ്യം വേണ്ടതെന്നു മാത്രം!

പലപ്പോഴും, പുറത്തുള്ള ടെൻഷനുകളാവാം വീട്ടിനുള്ളിൽ പൊട്ടിത്തെറിയായി മാറുക. അങ്ങാടിയിൽ തോറ്റതിന് അമ്മയോട് എന്നു കേട്ടിട്ടില്ലേ. ഏതാണ്ട് അതു പോലെ, വാക്കുകൾ ചാട്ടുളിയാകും. ആവശ്യമില്ലെങ്കിലും അനാവശ്യ വാക്കുകൾ ഓർത്തെടുത്തു പ്രയോഗിക്കും.

എന്തിന്? ടെൻഷൻ കളയാൻ. എന്നിട്ടു ടെൻഷൻ കുറഞ്ഞോ?

ഇല്ല, അതു മറ്റു കുടുംബാംഗങ്ങളിൽ കൂടി അസ്വസ്ഥത നിറച്ചു. അവരിലും അമർഷം നിറഞ്ഞു. ചിലർ പഴയ ശീതയുദ്ധത്തെ അനുകരിക്കുന്നവരാണ്. യുദ്ധത്തിലാണോ? അതെ. എന്നാൽ അവിടെ വാക്കുകൾ പുറത്ത് വരില്ല. മൗനമാണ് അവരുടെ ആയുധം. അതിസങ്കീർണ്ണമായ മൗനം. അയാളൊന്നു പൊട്ടിത്തെറിച്ചെങ്കിലെന്ന് എല്ലാവരും ഒന്നുപോലെ ആശിക്കും. പക്ഷേ, അതു നീണ്ടുപോകും. മെല്ലെ കുട്ടികളടക്കമുള്ളവരിലേക്ക് ഒരു ശത്രുത വളർത്തും. എല്ലാം അടക്കിപ്പിടിച്ചു നിശബ്ദരായി അവർ ജീവിക്കും. മിണ്ടാതെ, ഒരു വാക്കു പോലുമുരിയാടാതെ നാലു ചുവരുകൾക്കുള്ളിൽ അവർ ജീവിതത്തെ ജഡമായി നിലനിർത്തും.

വിജയം നിങ്ങളുടേതാണ്

ഇത്തരത്തിലുള്ള എത്രയോ ജീവിതങ്ങൾ നമുക്കറിയാം. ചിലപ്പോൾ, നമ്മുടെ ജീവിതത്തിൽ തന്നെയിങ്ങനെ ഉണ്ടായിട്ടില്ലേ. കുട്ടിക്കാലത്ത്, അച്ഛനും അമ്മയും എന്തിനെന്നറിയാതെ ഇങ്ങനെ യുദ്ധം ചെയ്തതിനു നാം സാക്ഷികളായിട്ടുണ്ടല്ലോ? അതു തന്നെ നമ്മളും ഇപ്പോൾ പിന്തുടരുന്നു. ഇതെന്തിനു വേണ്ടിയാണ്? നിലവിളികളാകട്ടെ, നിശബ്ദമാകട്ടെ, വീട് ഇത്തരത്തിൽ കലുഷിതമാക്കിയിട്ടു നാം എന്ത് നേടി? ശരിയാണ് നിങ്ങളോട് ഏതോ ഒരു വ്യക്തിയുടെ പെരുമാറ്റം ശരിയായില്ല, അതും പോട്ടെ, ജോലി സ്ഥലത്ത് അവഹേളിക്കപ്പെട്ടു, അതും അല്ല വീട്ടിൽ തന്നെയാണു വിഷയം അവൾ/അയാൾ നിങ്ങളെ കുറ്റപ്പെടുത്തുന്നു.

ശരിയാണ്, സങ്കീർണ്ണമാണു പ്രശ്നം. പക്ഷേ, പരിഹാരമില്ലാതെ പ്രശ്നം ഗുരുതരമായാൽ ആര് എന്തു നേടി? ആര് ഇവിടെ വിജയിച്ചു? ഒന്നു പറയട്ടെ, വളരെ ഹ്രസ്വമാണ് ജീവിതം. അതു നാം തിരിച്ചറിയണം. ജനനത്തിനും മരണത്തിനുമിടയിൽ മറ്റു പലതും നമുക്കു നിർവ്വഹിക്കേണ്ടതുണ്ട്. ഇത്തരത്തിൽ വളരെ ചുരുങ്ങിയ ജീവിതത്തെ എന്തിനാണ് 'ഇതാണ് എന്റെ ഇഷ്ടം. അതനുസരിച്ച് മറ്റുള്ളവർ ജീവിക്കണം' എന്ന വാശി പിടിക്കേണ്ടത്?

ഒന്നറിയുക, ഓരോ വ്യക്തിക്കും വ്യക്തിസ്വാതന്ത്ര്യവും ചിന്താശേഷിയും ഉണ്ടെന്നിരിക്കേ 90 ശതമാനം പ്രശ്നങ്ങളും പരസ്പരം സംസാരിച്ച് ഒന്ന് പുഞ്ചിരിച്ചാൽ തീരാവുന്നതേയുള്ളു.

ഒരു ഉദാഹരണം പറയാം.

ഒരു വീട്.

നിത്യവും കലഹം. ഭർത്താവ് ഒരു വിഷയം തുടങ്ങും. ഭാര്യ അതിൽ ഭൂതകാലം കൊട്ടിയിടും. ഭർത്താവ് അതിന്റെയും അപ്പുറത്തുള്ള ഭൂതകാലം ചികയും. സത്യത്തിൽ അവർ കലഹിക്കുന്നത് ഭൂതകാലത്തിലെ കാര്യങ്ങളെക്കുറിച്ചാണ്. യാതൊരു വിധത്തിലും ഒരു പരിഹാരം ഇല്ലാത്ത സമയം നഷ്ടം ഉണ്ടാക്കുന്ന കലഹം. ഒടുവിൽ കൈയാങ്കളിയും പരിക്കുകളും. ഇനി തമ്മിൽ നോക്കുക പോലുമില്ലെന്ന പ്രതിജ്ഞയും. ഇതിനിടയിൽ ഭർത്താവ് ഒന്ന് വീണു.

കാലിൽ ഒടിവ്. പരസഹായം വേണം. അയാൾ നിരാശനാണ്. അതേസമയം നിരാശ്രയനുമാണ്. ഭാര്യയെ വിളിച്ചു. ഒന്നു മടിച്ചാണെങ്കിലും അവർ വന്നു. പരിചരിച്ചു. ക്രമേണ അവർ ഒന്നിച്ചിരിക്കുന്ന സമയം കൂടി വന്നു. അവർ പരസ്പരം പുഞ്ചിരിച്ചു തുടങ്ങി. ക്രമേണ, അവർ തിരിച്ചറിഞ്ഞു സത്യത്തിൽ അവർ പരസ്പരം വളരെ ആഴത്തിൽ സ്നേഹത്താൽ ബന്ധിക്കപ്പെട്ടവരാണ് എന്ന്.

വിജയം നിങ്ങളുടേതാണ്

എന്തിനാണു തിരിച്ചറിവിനായി ഒരു വീഴ്ച വരെ കാത്തിരിക്കുന്നത്? പ്രിയപ്പെട്ടവർക്ക് വേണ്ടതു ചിലപ്പോൾ ഒരു നോട്ടമാകും. അല്ലെങ്കിൽ ഒരു കുശലമാവാം. അതുമല്ലെങ്കിൽ ചിരിച്ചു കൊണ്ട് അവരുടെ ചോദ്യത്തിനൊരു മറുപടി എന്ന പരിഗണനന മാത്രമാവും. ഒരു താങ്ങ്, ഒരു തണൽ അതൊക്കെയും ആഗ്രഹിക്കാത്തവരായി ആരാണുള്ളത്. ഭാര്യയാണെങ്കിലും ഭർത്താവാണെങ്കിലും മക്കളാണെങ്കിലും മാതാപിതാക്കളാണെങ്കിലും എന്തിന് സുഹൃത്തുക്കളാണെങ്കിൽ പോലും അതൊക്കെയും കൊതിച്ചെന്നിരിക്കും. ഒരു നോട്ടമോ, ഒരു മൂളലോ, ഒരു തലയാട്ടലിലോ പരിഹരിക്കാവുന്ന വളരെ നിസാരമായ ഒരു പ്രശ്നങ്ങൾ മാത്രമാണിത്. പക്ഷേ, നിങ്ങൾ തീരുമാനിക്കണമെന്നു മാത്രം!

അമ്മേ, ഭക്ഷണം ശരിക്കു കഴിച്ചോ?, എന്നൊരു ചോദ്യം മതിയാവും അമ്മയ്ക്കു സന്തോഷിക്കാൻ. ഭാര്യയെ/ഭർത്താവിനെ/മക്കളെ/മാതാപിതാക്കളെ/സുഹൃത്തുക്കളെ ഒന്നു ചേർത്തു നിർത്തി കെട്ടിപ്പിടിച്ചാൽ എന്താണു നിങ്ങൾക്കു നഷ്ടമാകുക? കുട്ടികളെ ചേർത്തു പിടിച്ച് ഒന്നു തലോടിയാൽ നിങ്ങൾ നിങ്ങളല്ലാതാവുമോ? നിങ്ങളുടെ ഗൗരവമേറിയ മുഖത്ത് ഒരു പുഞ്ചിരി പടർന്നാൽ നഷ്ടമാകുമോ അതോ തിരിച്ചു കിട്ടുമോ നിങ്ങളുടെ ജീവിതം? ഒരു രൂപ പോലും ചിലവില്ലാതെ വീട്ടിലെ യുദ്ധം തുടച്ചു നീക്കാമെന്നതിലുപരി ജീവിതവിജയത്തിലെ വലിയൊരു നാഴികക്കല്ലായി ഇതു മാറുമെന്നതാണ് യാഥാർത്ഥ്യം.

ഇങ്ങനെ സന്തോഷത്തോടെയും സ്വസ്ഥതയോടെയും ജീവിക്കുന്നവരാണു ജീവിതവിജയം നേടിയവരെന്നു കണ്ടെത്തണം. ശാന്തിയും സമാധാനവും കൊണ്ടു ജീവിതം സ്വർഗതുല്യമാക്കിയവർ. വീട്ടിൽ എല്ലാവിധ ആഢംബരങ്ങൾ ഉണ്ടായിട്ടും അവിടെ കഴിയുന്ന വ്യക്തികൾ തമ്മിൽ സ്വസ്ഥതയില്ലെങ്കിൽ പിന്നെന്തു ഗുണം? എല്ലാവരെയും ചേർത്തുനിർത്താൻ ഒരു വ്യക്തി ശ്രമിച്ചാൽ മതി. അതു നിങ്ങളാവട്ടെ. വീട്ടിലെ ശേഷിച്ചവരെല്ലാം അതു ശീലമാക്കും. അങ്ങനെ സന്തോഷഭരിതമാകട്ടെ നമ്മുടെ വീടും. അതു ഭൂമിയിലും സ്വർഗം സൃഷ്ടിക്കും!

എല്ലാവരെയും ചേർത്തുനിർത്താൻ ഒരു വ്യക്തി ശ്രമിച്ചാൽ മതി. അതു നിങ്ങളാവട്ടെ. വീട്ടിലെ ശേഷിച്ചവരെല്ലാം അതു ശീലമാക്കും. അങ്ങനെ സന്തോഷഭരിതമാകട്ടെ നമ്മുടെ വീടും.

10
വാക്കാണു ജീവിതം, നല്ലതു പറയുക, നന്നായി പറയുക

കൈവിട്ട വാക്കും പിടിവിട്ട അസ്ത്രവും തിരിച്ചെടുക്കാനാവില്ലെന്നല്ലേ? അത്രയ്ക്കു ശക്തിമത്താണ് വാക്കുകളുടെ വില. ആ നിലയ്ക്കു ജീവിതത്തിൽ വിജയപരാജയങ്ങളെ നിർണയിക്കുന്നതിൽ വലിയ വില വാക്കിനുണ്ട്. നാവിൽ സരസ്വതിദേവി വിളയാടണം എന്നൊക്കെ നാം പ്രാർത്ഥിക്കാറില്ലേ? വാക്കിന്റെ മൂല്യത്തെയാണത് ഓർമ്മിപ്പിക്കുന്നത്. നമ്മുടെ ജീവിതവും സ്വഭാവവും സാഹചര്യവുമാണു വാക്കുകളെ നിയന്ത്രിക്കുന്നത്. എന്നാൽ ചിട്ടയായി മനസിനെ നിയന്ത്രിക്കാൻ കഴിഞ്ഞാൽ നല്ല വാക്കുകൾ കൊണ്ടു നല്ലൊരു ജീവിതം നമുക്കു പിടിച്ചെടുക്കാനാവും. വിജയത്തിന്റെ അനിവാര്യ ഘടകമാണത്.

ഓർത്തു നോക്കിയിട്ടുണ്ടോ? നമ്മൾ ഒരു ദിവസം എത്ര വാക്കുകൾ ഉച്ചരിക്കുന്നുവെന്ന്. ആരു കണക്കുകൂട്ടുന്നു എന്നല്ലേ? ശരിയാണ്. നമ്മൾ കണക്കു കൂട്ടാതെ, യാതൊരു ലോഭവുമില്ലാതെ വാരിച്ചൊരിയുന്ന ഒന്നാണു വാക്കുകൾ. അതിൽ തന്നെ ബഹുഭൂരിപക്ഷവും തികച്ചും അനാവശ്യമായതും അശുഭമായതും ചിലപ്പോൾ തരംതാണതും ആവും. അതിൽ തന്നെ പുറത്തു പറയുന്ന വാക്കുകളെക്കാൾ കൂടുതലാവും മനസിൽ രൂപം കൊണ്ടിട്ടും പുറത്തു പറയാതെ പിടിച്ചു വെക്കുന്ന വാക്കുകൾ.

ഈ വാക്കുകൾ ഇങ്ങനെ യാതൊരു വീണ്ടുവിചാരവും ഇല്ലാതെ പ്രയോഗിക്കുന്നതു കൊണ്ട് എന്താവും സംഭവിക്കുകയെന്നു ചിന്തിച്ചിട്ടുണ്ടോ?

അറിയുക, വാക്കുകളാണു ലോകത്തിലെ ഏറ്റവും അപകടകാരിയായ ആയുധം. ഒരു തെറ്റായ വാക്ക് ലോകമഹായുദ്ധത്തിനു വരെ കാരണമാകാമെന്നിരിക്കെ വാക്കുകളിൽ ശ്രദ്ധയില്ലാത്ത സമീപനം എത്രമാത്രം അപകടകരമാണെന്ന് ഓർത്തുനോക്കു. ഒപ്പം, ജീവിത പുരോഗതിയെ തന്നെ പിന്നോട്ടടിക്കുന്ന എത്ര വാക്കുകൾ നാം ഉപയോഗിക്കുന്നുണ്ട് എന്നുകൂടി ചിന്തിക്കാം.നാം സാധാരണയായി നിസാരമെന്ന മട്ടിൽ പറയുന്ന ഒരു വാചകം പരിശോധിക്കാം. 'രാവിലെ മുതൽ തുടങ്ങിയ ഒടുക്കത്തെ ജോലി. എനിക്കു പ്രാന്ത് പിടിക്കുന്നു', ഈ വാചകം

നോക്കൂ. ഇതിലെ മൂന്നു വാക്കുകൾ ശരിക്കും അപകടം പിടിച്ചതാണ്. ഒന്നാമത്തേത് 'ഒടുക്കത്തെ' എന്ന വാക്കാണ്. അടുത്തതു 'പ്രാന്ത് പിടിക്കുന്നു' എന്ന പ്രയോഗവും. ശരിക്കും ആ വാചകങ്ങളാൽ പറയാൻ ശ്രമിക്കുന്നത് ഇതാണ്. 'രാവിലെ മുതൽ ജോലി ചെയ്ത് ഞാൻ തളർന്നു.' അതു പറയുമ്പോൾ കൂടുതൽ വൈകാരികത പ്രകടിപ്പിക്കാനായി ഉപയോഗിക്കുന്നവയാണ് അപകടം പിടിച്ച ആ മൂന്നു വാക്കുകൾ. വാക്കുകൾ ആവർത്തിച്ചു പറയുമ്പോൾ ആ മാനസികാവസ്ഥ നമ്മുടെ സ്വഭാവമായി രൂപപ്പെടുകയാണ് ചെയ്യുന്നത്.

ഒന്നോർത്തു നോക്കൂ. നിത്യവും പതം പറയുന്ന ഒരു സഹപ്രവർത്തകനോ സഹപ്രവർത്തകയോ ഒരു സ്ഥാപനത്തിന്റെ പ്രവർത്തനത്തെ എത്രമാത്രം പ്രതിലോമപരമായി ബാധിക്കുമെന്ന്?

അസ്വസ്ഥമായ വാക്കുകൾ ചുറ്റുപാടിനെയും അസ്വസ്ഥമാക്കും. അതുപോലെ എപ്പോഴും അശുഭ വാക്കുകൾ അല്ലെങ്കിൽ ശാപവാക്കുകൾ പറയുന്ന ചിലരെ ഓർമ്മ വരുന്നില്ലേ? കാരണമില്ലാതെ ഓരോരുത്തരുടേയും കുറ്റവും കുറവും മാത്രം സംസാരിക്കുന്ന ചിലർ. നിവൃത്തികേടു കൊണ്ട് അതു കേട്ടു നിന്നാലും ഉള്ള് പറയും, 'ഹൊ!, എന്തൊരു മനുഷ്യനാണിത്?' എന്ന്. ഇനി, എപ്പോഴും കീഴ്ജീവനക്കാരെ അപഹസിക്കുന്ന ഒരു മേലുദ്യോഗസ്ഥനെക്കുറിച്ചു ചിന്തിക്കൂ. ആ ചിന്ത പോലും അസ്വസ്ഥത ജനിപ്പിക്കും. സത്യമല്ലേ?

അപ്പോൾ ചോദിക്കാം, നമ്മുടെ വികാരങ്ങൾ പ്രകടിപ്പിക്കരുത് എന്നാണോ എന്ന്? അല്ലേ അല്ല. വികാരങ്ങൾ പ്രകടിപ്പിക്കുമ്പോൾ കഴിവതും മോശം വാക്കുകൾ ഒഴിവാക്കുക എന്നതാണു പ്രധാനം. അത്ര മാത്രം മതി. മക്കളോട്, അച്ഛനമ്മമാരോട്, സഹോദരങ്ങളോട്, കൂട്ടുകാരോട്, സഹപ്രവർത്തകരോട്, മേലുദ്യോഗസ്ഥരോടോ കീഴുദ്യോഗസ്ഥരോടോ, ആരോടുമാകട്ടെ കാര്യം പറയുമ്പോൾ മോശം വാക്കുകൾ നിങ്ങളുടെ നാവിൽ കടന്നു വരാതിരിക്കട്ടെ.

ഓരോ വാക്കും ഊർജരേണുവാണ്. കേൾക്കുന്നവരിലും പറയുന്നവരിലും ഊർജത്തിന്റെ വലിയൊരു തിര അതു സൃഷ്ടിക്കുന്നുണ്ട്. കേൾവിക്കാരുടെ മാനസികനിലയിൽ നല്ല വാക്കുകൾ പോസിറ്റീവ് ആയ മാറ്റം ഉണ്ടാക്കും. മോശം സാഹചര്യം പോലും നല്ല വാക്കു കൊണ്ടു മെച്ചപ്പെടുത്താനുമാവും. മറ്റൊരു കാര്യം കൂടിയുണ്ട്.

നല്ല വാക്കുകൾ ഉപയോഗിച്ചു സംസാരിക്കുന്നവർക്കു സമൂഹമധ്യത്തിൽ അവരറിയാതെ തന്നെ മാന്യത കൈവരും. മാന്യമായ വസ്ത്രം ധരിച്ച സുന്ദരി/സുന്ദരൻ പൊതുസ്ഥലത്തു ചീത്ത വാക്കുകളുടെ അകമ്പടിയോടെ സംസാരിക്കുന്നത് കണ്ടാൽ, എന്താവും നമ്മുടെ മനസിൽ തോന്നുക?

വിജയം നിങ്ങളുടേതാണ്

ഒരു ഉദാഹരണം പറയാം. ഒരു വഴക്കുണ്ടായാൽ സ്വാഭാവികമായും എന്താണ് ചെയ്യുക? എത്രമാത്രം മോശം പദങ്ങൾ പ്രയോഗിക്കാമോ അത്രയും പറഞ്ഞ് വാക്കുകൾ കൊണ്ട് എതിരാളികളെ കീഴ്പ്പെടുത്താനാവും നമ്മുടെ ശ്രമം. എന്നാൽ പരാജയപ്പെടുന്നത് ആരാണ്? വഴക്കു മണിക്കൂറുകൾക്കുള്ളിൽ അവസാനിച്ചെന്നിരിക്കും. പക്ഷേ, ഉപയോഗിച്ച ശാപവചനങ്ങളോ? അത് ഇരുകൂട്ടരുടേയും മനസിൽ ആഴത്തിൽ പതിയും. എത്ര ബോധപൂർവ്വം മറക്കാൻ ശ്രമിച്ചാലും അടുത്ത വഴക്കിൽ തന്നെ അതു കൂടുതൽ തീവ്രമായി പുറത്തു വരികയോ അതിലും ക്രൂരമായി പ്രയോഗിക്കപ്പെടുകയോ ചെയ്യും.

ഇനി അപക്വമായി വാക്കുകൾ ഉപയോഗിക്കുന്നതിലെ പ്രശ്നമെന്താണെന്നോ? വാക്കുകൾ പലപ്പോഴും ഉദ്ദേശിച്ച അർത്ഥത്തിലാവില്ല കേൾക്കുന്നവർ മനസിലാക്കുക എന്നതാണ്. 'ശ്ശെ.. ഞാനങ്ങനെയല്ല ഉദ്ദേശിച്ചത്. അവർ തെറ്റിദ്ധരിച്ചു' എന്നു പറഞ്ഞ് ഒരിക്കലെങ്കിലും തലക്ക് കൈ കൊടുത്തിരിക്കേണ്ടി വന്നിട്ടില്ലേ? പ്രധാന കാരണം വാക്കുകളുടെ മുകളിൽ നമ്മുടെ ശ്രദ്ധ ഇല്ലാതാകുന്നതാണ്. അതായത്, സംസാരം എന്നതു വളരെ അനായാസമായ ഒന്നാണെന്നും അതിൽ പ്രത്യേകമായി ശ്രദ്ധ വേണ്ടെന്നുമുള്ള ചിന്ത. അതു മാറിയാൽ, ഒരു പരിധി വരെ ഇത്തരം തെറ്റിദ്ധാരണകൾ മാറ്റാം.

നല്ല വാക്കുകളെ നമുക്കു പരിചയപ്പെടേണ്ടിയിരിക്കുന്നു. നന്നായി സംസാരിക്കുന്നവരുമായി മാത്രം സംസർഗമുണ്ടാക്കുക, നല്ല പ്രഭാഷണങ്ങൾ കേൾക്കുക, നല്ലതു വായിക്കുക, എങ്കിൽ നാമറിയാതെ തന്നെ നമുക്കും നന്നായി സംസാരിക്കാനാവും. ഇത്തരത്തിൽ വാക്കുകളിൽ നന്മകൾ നിറക്കുകയെന്നതാണ് പ്രധാനം. പല സാഹചര്യങ്ങളിലും, നിങ്ങൾ മൗനം പാലിച്ചാൽ ഒന്നും നഷ്ടമാകില്ല. മറിച്ചായാൽ പലതും നഷ്ടമായെന്നും വരാം. ശ്രദ്ധിക്കൂ, വാക്കൊരു വാളാണ്. ഇരുതലമൂർച്ചയുള്ള നല്ല ഒന്നാന്തരം വാൾ. നിങ്ങളുടെ വാക്കുകൾ നിങ്ങളുടെ മാത്രം നിയന്ത്രണത്തിലാണുള്ളതാണ്. ഉറപ്പു വരുത്തുക, അതു നിങ്ങൾക്കു സ്വസ്ഥതയും സമാധാനവും തരുന്നതിനൊപ്പം ചുറ്റുമുള്ളവരിലേക്കും അത് പടരുമെന്ന്. അതു കൊണ്ടു തന്നെ വാക്കുകൾക്കു സൗന്ദര്യവും സുഗന്ധവും പകരാൻ നിങ്ങൾക്കാകട്ടെ. നിങ്ങളാരാണെന്നും എന്താണെന്നും അതു സംസാരിക്കട്ടെ. അതു നിങ്ങളെ ജീവിതത്തിൽ പുതിയൊരു സ്വർഗീയതലത്തിൽ എത്തിക്കട്ടെ.

ഓരോ വാക്കും ഊർജരേണുവാണ്. കേൾക്കുന്നവരിലും പറയുന്നവരിലും ഊർജത്തിന്റെ വലിയ തിര അതു സൃഷ്ടിക്കും.

11
ആവലാതി കൊണ്ടെന്ത് കാര്യം?

ആവലാതികളാൽ പൊതിഞ്ഞതാണു ജീവിതം. പലർക്കുമുണ്ടാകും, ആവലാതികളുടെ വലിയ ഭാണ്ഡക്കെട്ട്. എന്നാൽ, എനിക്ക് അത്തരം സ്വഭാവമേ ഇല്ല എന്നാണ് നിങ്ങളുടെ മനോഭാവമെങ്കിൽ ഓർമ്മിച്ചു നോക്കൂ, രാത്രി അമ്മയോടു ഫോൺ ചെയ്തു പറഞ്ഞ വിശേഷങ്ങൾ ക്കിടയിൽ ഒരു കുഞ്ഞ് സങ്കടം പറഞ്ഞതോർക്കുന്നോ?

'നല്ല കുറുമയും ചപ്പാത്തിയും ഉണ്ടാക്കിയതാ. പക്ഷേ ചേട്ടന്റെ അമ്മ ഉണ്ടാക്കുന്നതിന്റെ അത്രയും നന്നായില്ലത്രേ. ഞാൻ ഓഫീസ് വിട്ട് വന്നു കഷ്ടപ്പെട്ട്. സാരമില്ല, ഭാര്യ അമ്മയോളം വരുമോ?'

ഇതുപോലെ നൂറുകണക്കിന് ഉദാഹരണങ്ങൾ നമുക്കറിയില്ലേ?

'എന്റെ ചേട്ടാ, ചേട്ടനോട് പറഞ്ഞപ്പോൾ ഭാരമൊന്നു കുറഞ്ഞു'

എന്ന വാക്യം പ്രയോഗിക്കാത്ത എത്ര പേരുണ്ടാവും നമുക്കിടയിൽ?

ഇനി ഒരു കുഞ്ഞു ചോദ്യം..

ഇങ്ങനെ ആരോടെങ്കിലും ഇത്തരം പ്രശ്നങ്ങൾ പങ്കുവച്ചു ഈ പ്രശ്നം ഇല്ലാതായിട്ടുണ്ടോ, എപ്പോഴെങ്കിലും? നമ്മൾ സങ്കടത്തിന്റെ ഭാണ്ഡം തുറക്കുന്ന നിമിഷം മുതൽ കേൾക്കുന്നവർ അവരുടെ മൂഡ് അനുസരിച്ച് നമ്മളോടു പ്രതികരിച്ചു കൊണ്ടിരിക്കും. മിക്കപ്പോഴും അതു നമ്മളെ അനുകൂലിച്ചുമാകും, മറ്റു ചിലപ്പോൾ പ്രതികൂലിച്ചുമാകും. അല്ലേ?

'അമ്മേ, ചേട്ടൻ എന്നെ ചീത്ത പറഞ്ഞു'

'അയ്യോ. എന്റെ മോളെ അവൻ എന്തു പറഞ്ഞു? എന്തിനു പറഞ്ഞു?' എന്നൊക്കെ ചോദിക്കുന്നതിനനുസരിച്ച് ചേട്ടൻ പറഞ്ഞ ഒരേ ഒരു വാക്യം പലവിധത്തിൽ ഇഴകീറി പരിശോധിച്ച് വിധി എഴുതും. എന്നിട്ട് ഒന്നും സംഭവിക്കാത്തതു പോലെ അമ്മ പറയും,

'സാരമില്ല. മോള് ക്ഷമിക്ക്. നമ്മൾ പെണ്ണുങ്ങളല്ലേ, എല്ലാം സഹിക്കണം' ഡിം! അമ്മ ഫോൺ വച്ചു നന്നായി കൂർക്കം വലിച്ചുറങ്ങി. പക്ഷേ, പരാതി പറഞ്ഞ മകളോ? ആദ്യം ഭർത്താവ് പറഞ്ഞ ഒരു വരിയിൽ അസ്വസ്ഥയായി, അത് ലഘൂകരിക്കാൻ അമ്മയെ വിളിച്ചപ്പോൾ അൽപ്പം കൂടി വലുതായി. പിന്നെയതു ഘനം വച്ച് രാത്രി ഭർത്താവി

നോട് മുഖം തിരിച്ച് ഉറങ്ങാതെ നേരം വെളുപ്പിച്ചു. ശരിക്കുമൊന്ന് ആലോചിച്ചു നോക്കൂ, നമ്മുടെ ആവലാതി പറച്ചിലുകൾ വച്ചു നോക്കുമ്പോൾ ആറ്റംബോംബിൽ നടക്കുന്ന ചെയിൻ റിയാക്ഷനൊക്കെ എത്ര ഭേദം! മിക്കപ്പോഴും പറഞ്ഞ വ്യക്തി ഒരു പറച്ചിൽ എന്നതിനപ്പുറം അതിന് യാതൊരു പ്രധാന്യവും കൊടുത്തിട്ടുണ്ടാവില്ല. അതായതു അവർ അപ്പോഴേ അതൊക്കെ മറന്നു എന്നർത്ഥം. അവർ സ്വസ്ഥമായി അവരുടെ കാര്യങ്ങൾ നോക്കുന്നു.

എന്നാൽ നമ്മളോ? ആദ്യം അതു മനസിലോർത്തു, മുൻപു സംഭവിച്ചിട്ടുള്ള സമാനമായ എല്ലാ കാര്യങ്ങളുമായി ചേർത്തുവച്ചു കോർത്തെടുത്തു, അസ്വസ്ഥയായി, ആശങ്കകൾ വർദ്ധിച്ച്, ടെൻഷനടിച്ച്...

അടുത്ത പടി നിർമ്മിച്ചെടുത്ത ഈ പ്രശ്നം വല്ലാതെ ശ്വാസം മുട്ടിക്കുന്നു, അതിനൊരു സമാധാനം വേണം. അതിന് ആരെ തെരഞ്ഞെടുക്കും എന്നതാണു പ്രശ്നം. വേഗം ഫോൺ എടുത്തു പിന്നെ ഓരോരുത്തരെ വിളിച്ചു തുടങ്ങി. ഓരോ കേൾവിക്കാരും ആ പ്രശ്നത്തിൽ തങ്ങളാൽ ആകും വിധം എരിവ് ചേർക്കുന്നുമുണ്ട്. ഒടുവിൽ, പറഞ്ഞപ്പോൾ സമാധാനമായി എന്ന് പറഞ്ഞ് ഫോൺ വയ്ക്കുമ്പോൾ. ആ കുഞ്ഞ് പ്രശ്നം സാമാന്യം കുഴപ്പം പിടിച്ച വലിയ ഒന്നായി നമ്മുടെ മനസിൽ പടർന്നു കയറിയിട്ടുണ്ടാവും.

ശരി, ഇങ്ങനെയൊക്കെയാണെങ്കിൽ ഇത്തരത്തിലുള്ള ആവലാതിക്ക് എന്താണ് പരിഹാരം?

വളരെ ലളിതമാണത്.

ഒരാൾ അല്ലെങ്കിൽ ഒരു കൂട്ടം പേർ കളിയാക്കി/അവഗണിച്ചു/കുറ്റം പറഞ്ഞു എന്നതാണ് നിങ്ങളുടെ പ്രശ്നമെങ്കിൽ, പരിഹാരം ഇതാണ്. ആ പറഞ്ഞതിനെ അവഗണിക്കുക. അതിനു കഴിയുന്നില്ലെങ്കിൽ അതിന്റെ അളവ് നിശ്ചയിച്ചു മാത്രം അതിനെ സ്വീകരിക്കുക. അതെങ്ങനെ കഴിയുമെന്നാണോ? ഒരു പ്രശ്നത്തെ എത്രത്തോളം നിങ്ങൾ സ്വീകരിച്ചു എന്നതിനെ ആശ്രയിച്ചിരിക്കും അതിന്റെ വ്യാപ്തി.

ഒരാൾ ഒരു പാത്രം നിറയെ ദുഷിച്ച എന്തെങ്കിലും വസ്തു വച്ചു നീട്ടിയാൽ എന്തു ചെയ്യും നിങ്ങൾ? കൈ നീട്ടി സ്വീകരിച്ച് ബാഗിനുള്ളിലാക്കി എപ്പോഴും കൂടെ കൊണ്ടു നടക്കുമോ? ഉണ്ണുമ്പോഴും ഉറങ്ങുമ്പോഴും അതു ചേർത്തു പിടിക്കുമോ? അതിന്റെ ദുർഗന്ധത്തെക്കുറിച്ച് ആരോടെങ്കിലും പരാതിപ്പെട്ടാൽ കേൾക്കുന്നവർ എന്തു പറയും? അതു ദൂരേക്ക് വലിച്ചെറിയൂ എന്നല്ലാതെ മറ്റൊരു പരിഹാരവും അതിനില്ല തന്നെ. സിംപിൾ തിയറി. ഇവിടെയും അത് തന്നെ പ്രയോഗിക്കാം. ആ വാക്കുകൾ കൈ നീട്ടി വാങ്ങി സ്വന്തം മനസ്സിൽ നിക്ഷേപിക്കേണ്ടതില്ല. എവിടെ വച്ചു കിട്ടിയോ അവിടെ തന്നെ ഉപേക്ഷിക്കുക.

എന്നാലും എന്നെ... എന്നിങ്ങനെയുള്ള ചിന്ത ഒരു തരത്തിലും വേണ്ടേ വേണ്ട. തന്നെ തനിക്കറിയുന്നതിലേറെ മറ്റാർക്കാണറിയുക?

ഒപ്പം വഴിയിൽ നിന്നൊന്നും സ്വന്തം ഹൃദയത്തിലേക്കു കൂട്ടില്ലെന്നു നിശ്ചയിക്കുക. ഇനി, ആ ദുർഗന്ധത്തെക്കുറിച്ച് ആരോടും പാട്ട് പാടില്ലെന്നു കൂടി തീരുമാനിച്ചാൽ പരിഹാരം പൂർണ്ണമായി.

ഒപ്പം ഒന്നുകൂടി. പലപ്പോഴും ചില തോന്നലുകളാവും ആവലാതിക്ക് പിന്നിൽ.. അയാൾ/അവൾ കണ്ടിട്ടു മിണ്ടിയില്ല. എന്തോ വിരോധം കൊണ്ടാവും, അല്ലെങ്കിൽ എന്തോ പ്രശ്നമുണ്ട്. ഈ ഒരു കുഞ്ഞ് ചിന്ത മതി ഒരു ബന്ധം ഇല്ലാതാക്കാൻ. വാസ്തവത്തിൽ അവർ നമ്മെ കണ്ടു കാണില്ല. എന്നാൽ ആ യാഥാർത്ഥ്യമൊന്നും നാം ആദ്യം ഓർക്കുകയേയില്ല. പക്ഷേ, ആവലാതി മറികടക്കാനുള്ള മരുന്നു ശീലിച്ചാൽ പിന്നെ മിഥ്യാചിന്തകൾ മനസ്സിനെ കീഴടക്കുകയില്ല.

ഒരു ചെറിയ തോന്നൽ, ആ തോന്നലുകളെ അതാതിന്റെ വഴിക്ക് വിട്ടിരുന്നുവെങ്കിൽ, അതൊരു പ്രശ്നമായി മാറുമായിരുന്നില്ല. ഒന്നറിയുമോ? നിത്യവും പരാതി പറയുന്നവരെ സത്യത്തിൽ കേൾവിക്കാർക്കു പോലും തെല്ലും താത്പര്യമുണ്ടാവുകയില്ല. മാത്രവുമല്ല, മറ്റൊരു ജോലിയും ഇല്ലാതിരിക്കുമ്പോൾ ഇതൊക്കെ കേൾക്കുന്നത് വെറുമൊരു നേരംകൊല്ലൽ മാത്രമാണ് പലർക്കും.

ഇവിടെ കേൾവിക്കാരുടെ റോൾ, പറയുന്ന ആളെ പരമാവധി പിന്തുണക്കുക എന്നതു മാത്രമാകും. എപ്പോഴെങ്കിലും തെറ്റ് നിങ്ങളുടെ ഭാഗത്താണ് എന്നൊന്നു പറഞ്ഞാൽ തീർന്നു. പിന്നെ ആ വഴി ആശ്വാസം തേടിയുള്ള വിളി വരില്ല.

എനിക്കു സർവ്വത്ര പ്രശ്നമുണ്ട് എന്നു പറഞ്ഞു ജീവിതം ആകമാനം ദുരിതത്തിലാക്കുന്ന എത്ര പേർ നമുക്കു ചുറ്റുമുണ്ട്. ഒന്നിലും തൃപ്തി കിട്ടാതെ. അതേപോലെ, എല്ലാറ്റിലും പരാതി കണ്ടെത്തി ജീവിതം ദുസ്സഹമാക്കുന്നവർ. സത്യത്തിൽ അവർ സ്വന്തം ജീവിതം മാത്രമല്ല ചുറ്റുമുള്ളവരെക്കൂടിയാണു ദുരിതത്തിലാക്കുന്നത്. അതിനാൽ ഇനി മുതൽ ആവലാതി പറച്ചിലിനു വിട പറയാം. ജീവിതത്തെ ഭാരരഹിതമാക്കാം, ദുർഗന്ധരഹിതവും. അവിടെയാണു സൗഹൃദങ്ങളുടെയും ആത്മബന്ധങ്ങളുടെയും പുഷ്പങ്ങൾ വിരിയുക. ആ പൂവുകൾക്ക് എന്തൊരു ഗന്ധമാണെന്നോ...

എല്ലായിടത്തും പരാതി കണ്ടെത്തി ജീവിതം ദുസ്സഹമാക്കുന്നവർ സ്വന്തം ജീവിതം മാത്രമല്ല ചുറ്റുമുള്ളവരെക്കൂടിയാണു ദുരിതത്തിലാക്കുന്നത്.

12
ആരെയാണു നമുക്കു നഷ്ടപ്പെട്ടത്?

ജീവിതം എങ്ങനെയുണ്ട് എന്ന് ആരെങ്കിലും നിങ്ങളോടു ചോദിച്ചു എന്നിരിക്കട്ടെ. എന്താവും നിങ്ങളുടെ മറുപടി? ഭൂരിപക്ഷവും പറയാൻ സാധ്യതയുള്ളത്, കുഴപ്പമില്ല, അങ്ങനെയങ്ങു പോകുന്നു എന്നാവും. അതിനർത്ഥം നാം പൂർണ്ണതൃപ്തരല്ല എന്നതു തന്നെ. എന്തു കൊണ്ടാവും അങ്ങനെ? എവിടെയോ ചില നഷ്ടങ്ങൾ ഉണ്ടെന്നതാണ് പ്രശ്നം. ഭർത്താവ്/ഭാര്യ, മക്കൾ, ജോലി, വീട്, ആനന്ദം എന്നിങ്ങനെയുള്ള ഘടകങ്ങളാലാണു പലരും ജീവിതത്തെ നിലനിർത്തുന്നത്. അപ്പോൾ നിങ്ങളുടെ ജീവിതത്തിൽ ഒരുകാലത്ത് ഭാഗഭാക്കായിരുന്ന മാതാപിതാക്കളോ? സഹോദരി, സഹോദരന്മാരോ, അടുത്ത ബന്ധുക്കളോ? അവരൊക്കെ എവിടെയാണ്? നിങ്ങളുടെ ജീവിതത്തിൽ അവർക്കുള്ള സ്ഥാനം ഇപ്പോഴെങ്ങനെയാണ് എന്നു ചോദിച്ചാലും ഉത്തരം റെഡി! അവരൊക്കെ ദൂരെയാണ്. ദൂരെയെന്നു പറഞ്ഞാൽ, വളരെ ദൂരെ. അവരെ കാണാൻ പോകാറുണ്ടോ? വർഷത്തിലൊന്ന്. ശരി, അവരെ ഫോണിൽ ഒന്നു വിളിക്കാറുണ്ടോ? വല്ലപ്പോഴും. നിങ്ങൾ അവരെ നിത്യേന, അല്ലെങ്കിൽ ആഴ്ചയിലൊരിക്കലോ മാസത്തിലെങ്കിലുമോ ഓർമ്മിക്കാറുണ്ടോ? ഈ ചോദ്യം ശരിക്കും കുഴക്കി അല്ലേ?

സത്യസന്ധമായി ആണ് ഉത്തരമെങ്കിൽ ഇല്ല എന്നതാവാനാണു സാധ്യത. ശരിയല്ലേ? നാം നമ്മുടെ അച്ഛനെ, അമ്മയെ, സഹോദരനെയും സഹോദരിയെയും, അടുത്ത ബന്ധുക്കളെയും മറന്നിരിക്കുന്നു. അവരെക്കുറിച്ചു വല്ലപ്പോഴും മാത്രം ഓർമ്മിക്കുന്നു. അങ്ങനെ മതിയോ?

നമ്മുടെ ഓരോ കാലഘട്ടത്തിലും നമുക്കൊപ്പം താങ്ങായും തണലായും ഉണ്ടായിരുന്നവരാണവർ. അവർ നമ്മുടേതായിരുന്നു. വളർച്ചയുടെ ഓരോ നിമിഷവും കണ്ടു നിന്നവർ. ആഹ്ലാദഭരിത ബാല്യവും കൗമാരവും കടന്നു പോകും വരെയും യൗവ്വനാരംഭത്തിലുമൊക്കെ അവർ കൂടെ ഉണ്ടായിരുന്നു. പിന്നീട് ജീവിതനദിയിലെ ചുഴിയിൽപ്പെട്ടു നില തെറ്റിയപ്പോൾ നമ്മൾ അവരെ സൗകര്യപൂർവ്വം മറന്നു. വാസ്തവത്തിൽ നാം നമ്മളെ തന്നെയല്ലേ, മറന്നത്? എന്തു കൊണ്ടാവാം, ഈ അകൽച്ചയ്ക്കു കാരണം. ഒരു പക്ഷേ, ചില സൗന്ദര്യപിണക്കങ്ങൾ.

അതുമല്ലെങ്കിൽ, ചില തർക്കങ്ങൾ, അല്ലെങ്കിലോ മറ്റൊരാൾക്കു വേണ്ടി (ഭാര്യയ്ക്കോ/ ഭർത്താവിനോ) നാം ബന്ധങ്ങൾക്കു കൂച്ചുവില ങ്ങിടുന്നു. അതോടെ, അവർ നിങ്ങളെ കുറ്റപ്പെടുത്തി, ഒറ്റപ്പെടുത്തി, എന്തിന്, പരസ്പരം കാണേണ്ടി വരുമ്പോൾ പോലും മുഖത്ത് നോക്കാതെയായി.

എന്നിട്ടു നാം എന്തു ചെയ്തു? നമ്മളും പറഞ്ഞു,

'നിങ്ങൾക്കെന്തറിയാം അവർ എന്നോട് ചെയ്തതിനെക്കുറിച്ച്? അനീതിയല്ലേ എന്നോട് കാണിച്ചത്?'

അതെ, പക്ഷേ, രണ്ടു ഭാഗവും ശരിയാണെന്നു മാത്രം.

അതെങ്ങനെ എന്നു പുരികം ചുളിക്കണ്ട.

നോക്കൂ, നമ്മുടെ വാദങ്ങൾ തികച്ചും ശരിയാണ്, നമുക്ക്. അതു പോലെ, അവരുടെ വാദങ്ങൾ അവർക്കും അത്ര തന്നെ സത്യമാണ്, നീതിയാണ്, ധർമ്മമാണ്. എന്തിന്, സത്യം എന്നത് ആപേക്ഷികമാണ് എന്നു പോലും പറയേണ്ടി വരും.

ഇനി നമുക്കൊരു കാര്യം ചെയ്യാം. ഒരു ചെറിയ പരീക്ഷണം. കഴി ഞ്ഞ കുറേ കാലമായി ഇത്തരം ബന്ധങ്ങളിൽ നിങ്ങൾക്കു സംഭവിച്ച അസ്വസ്ഥജനകമായ കാര്യങ്ങൾ ഒരു തട്ടിലും, ജനിച്ച ആ ദിനം തൊട്ട് പൊന്നേ പോറ്റിയേ എന്നു പറഞ്ഞ്, ഇത്രയും നാൾ വളർത്തിയെടുത്ത ആ ദിനങ്ങൾ മറു തട്ടിലും വയ്ക്കുക. സൂക്ഷിച്ചു നോക്കൂ, ഏതു തട്ടി നാവും ഭാരക്കൂടുതൽ?

ഇതു മാത്രം ഓർക്കൂ, നമ്മളെ ഇങ്ങനെ ചിന്തിക്കാൻ പ്രേരിപ്പിച്ചതും അവർക്കെതിരേ മല്ലിടാൻ പ്രാപ്തരാക്കിയതു പോലും അവരുടെ കഴി വാണ്. ആ മാതാപിതാക്കൾ നാം ജനിച്ച ദിനത്തിൽ ഉപേക്ഷിച്ചിരുന്നു വെങ്കിൽ? ആ നിമിഷം മുതൽ നമ്മോടു വിരോധം ഭാവിച്ചിരുന്നുവെ ങ്കിൽ? നമുക്ക് ഇപ്പോഴത്തെ ഈ ജീവിതം ഇത്ര അനായാസമാകുമായി രുന്നോ? തുറന്നു ചിന്തിക്കൂ. അപ്പോൾ നാമല്ലേ, തെറ്റുകാർ, കുറ്റക്കാർ? ഇനി പറയു, ആര് ആരോടാണു ക്ഷമിക്കേണ്ടത്?

നന്നായി ചിന്തിച്ചതിനു ശേഷം നമുക്കു ഉറപ്പിക്കാം. ക്ഷമിക്കാം നമു ക്ക് അവരോട്, വേദനിപ്പിച്ച നിമിഷങ്ങൾ മറക്കാം. അതു മറന്നു കൊണ്ട് അവർ സമ്മാനിച്ച നല്ല നിമിഷങ്ങൾ ഓർക്കാം. അവരുടെ പ്രവർത്തികൾക്ക് ഒരു ന്യായമുണ്ടാകുമെന്നു മാത്രം കണക്കിലെടുക്കാം. ഇനി നമുക്കു ശരി പ്രവർത്തിക്കാം. ഉറപ്പാണ് പലരും കളിയാക്കും. നാണമില്ലേ നിങ്ങൾക്ക് എന്നു ചോദിക്കും. വീണ്ടും ചെല്ലുന്നതു കൂടു തൽ അപകടത്തിലേക്ക് എന്നു മനസ് വിലക്കും. എന്നാൽ നിങ്ങൾ കൊണ്ടു പോകുന്നതു സ്നേഹം മാത്രമാണെങ്കിലോ? കൊടുക്കുന്ന തേ കിട്ടൂ എന്നല്ലേ ചൊല്ല്.

വിജയം നിങ്ങളുടേതാണ്

ഇതു വരെ മനസ്സിലുടനീളം ബന്ധങ്ങളിൽ മുറിവുകൾ സൃഷ്ടിച്ചു. ആ മുറിവ് വ്രണമാക്കണോ അതോ ഭേദമാക്കണോ? നിങ്ങൾക്കു തീരുമാനിക്കാം.

എല്ലാ അനീതികളോടും ക്ഷമിച്ചു കൊണ്ട്, നമുക്ക് ഒന്നു തോറ്റു കൊടുക്കാം. അതൊരു വൻവിജയത്തിന്റെ തുടക്കമാണെന്നറിയുക. അച്ഛനും അമ്മയും സഹോദരി സഹോദരന്മാരും ബന്ധുജനങ്ങളും നിറഞ്ഞതാണ് നമ്മുടെ ലോകം. നാം നമ്മളായത് അവരുടെ കഴിവുകൾ കൊണ്ടു കൂടിയാണ്. അപ്പോൾ പിന്നെ ഒന്നു കുനിഞ്ഞു കൊടുക്കുന്നതു കൊണ്ട് അവരുടെ കൂടുതൽ സ്നേഹവും സന്തോഷവും അനുഗ്രഹവുമാണു നമുക്കു ലഭിക്കുക. അതു നമ്മെ കൂടുതൽ അഭിവൃദ്ധിയിലേക്കു നയിക്കും.

ശരി ഫോൺ എടുക്കൂ, ഇപ്പോൾ തന്നെ തെല്ലും മടിയില്ലാതെ വിളിച്ചോളു

അമ്മയല്ലേ?

അച്ഛനല്ലേ?

ഏട്ടനല്ലേ?

ചേച്ചിയല്ലേ?

അനുജനോ, അനുജത്തിയോ അല്ലേ?

തിരിച്ച് എന്തും പറഞ്ഞോട്ടെ. മറുപടിയിൽ വാക്കുകൾക്ക് ഘനം വേണ്ട, ഒന്നോർത്താൽ മാത്രം മതി, അടുത്ത നിമിഷം പോലും കൈയിലില്ലാത്ത വെറും ദരിദ്രരാണ് നമ്മൾ. നഷ്ടപ്പെട്ടതു നമുക്കു തിരിച്ചു കിട്ടിയിരിക്കുന്നു. അവർ എത്ര പരിഭവിച്ചാലും, അവരുടേയും നമ്മുടേയും ഉള്ളിലെ സ്നേഹം, അതവിടെ ഭദ്രമാണ്. പിന്നെ എന്തിനാണീ ഞാനെന്ന ഭാവം. മനസു തുറന്നു ചിരിക്കൂ. അവരോടൊപ്പമുള്ള നല്ല കാലം അയവിറക്കൂ.

നിങ്ങൾ ഇതാ ഇപ്പോൾ മുതൽ ഒരു നല്ല മനുഷ്യനായിരിക്കുന്നു. ജീവിത വിജയത്തിനു പ്രാപ്തനായിരിക്കുന്നു. ഇനി നിങ്ങൾ നല്ലതേ ചിന്തിക്കൂ, നല്ലതേ സംസാരിക്കൂ, നന്മയുടെ പ്രകാശകിരണങ്ങൾ നിങ്ങളിലും പതിഞ്ഞിരിക്കുന്നു. എല്ലാവർക്കും നന്മയുണ്ടാവട്ടെ.

അടുത്ത നിമിഷം പോലും കൈയിലില്ലാത്ത വെറും ദരിദ്രരാണ് നമ്മൾ. പിന്നെ എന്തിനാണീ ഞാനെന്ന ഭാവം. മനസു തുറന്നു ചിരിക്കൂ.

13

എങ്ങനെ നേടും ലക്ഷ്യം?

എല്ലാവർക്കുമറിയാം ജീവിതലക്ഷ്യങ്ങളെക്കുറിച്ച്, എന്നാൽ അതെങ്ങനെ നേടും? അവിടെയാണ് പലരും കാലുതെറ്റി വീഴുന്നത്. ലക്ഷ്യം ഉണ്ട്, പക്ഷേ ലക്ഷ്യത്തിലെത്താനാവുന്നില്ല. ഇതിനൊരു കാരണം, നമ്മുടെ ലക്ഷ്യങ്ങൾ പരസ്പരം ബന്ധിപ്പിക്കപ്പെട്ടിരിക്കുന്നു എന്നതാണ്. അതായത് ഒരു വിദ്യാർത്ഥി എൻട്രൻസ് ലക്ഷ്യം വെക്കുന്നു എന്നിരിക്കട്ടെ. നിശ്ചയമായും അതു തന്നെയാണ് ടാർഗറ്റ്. എന്നാൽ അതിലേക്കു ചെന്നെത്തുവാൻ മറ്റു ചിലതു കൂടി വേണമെന്നു മാത്രം. ഉദാഹരണത്തിന്, അൻപതു ശതമാനത്തിൽ കുറയാത്ത മാർക്കോടെ പ്ലസ് ടു പാസ്സാകണം. അങ്ങനെയങ്ങനെ അങ്ങനെ...

അപ്പോൾ ഒരു ചാർട്ട് തയ്യാറാക്കേണ്ടി വരും. ഒരു പ്രധാന ലക്ഷ്യത്തിലെത്തുവാൻ കടന്നു പോകേണ്ട ചെറു ലക്ഷ്യങ്ങളുടെ ചാർട്ട്. ഇത്തരം ഘട്ടങ്ങളിൽ ദിവസങ്ങൾ പോലും വളരെ പ്രധാനമാണ്. ഓരോ ദിവസവും ലക്ഷ്യത്തിന്റെ ചെറുകണങ്ങളെ കീഴടക്കിയാണു മുന്നോട്ടു നീങ്ങേണ്ടത്. അതായത്, നിത്യവും ലക്ഷ്യമുണ്ട്, എന്നർത്ഥം. ഓരോ ദിവസം ആ ദിവസത്തിന്റെ ലക്ഷ്യം പൂർത്തിയാക്കിയാൽ എൻട്രൻസ് എന്ന പരമമായ ലക്ഷ്യം യാഥാർത്ഥ്യമാക്കാം എന്നതാണു സത്യം.. അതുപോലെ തന്നെ ഒരേ സമയം രണ്ട് മൂന്നു പരീക്ഷകൾക്കു തയ്യാറെടുക്കുന്നവരുണ്ടാകും. അവരും ലക്ഷ്യങ്ങളുടെ ക്രമം നിശ്ചയിക്കുകയും, അതിൽ മാത്രം ശ്രദ്ധ കേന്ദ്രീകരിക്കുകയും ചെയ്താൽ ലക്ഷ്യം ഭേദിക്കാൻ നിഷ്പ്രയാസം കഴിയും. ഇവിടെ എൻട്രൻസ് എന്നതിനു പകരം നിങ്ങളുടെ ലക്ഷ്യം എന്താണോ അതുമായി ബന്ധപ്പെടുത്തി ചിന്തിക്കുക. ചാർട്ട് തയ്യാറാക്കുക, മുന്നോട്ടു കുതിക്കുക.

യഥാർത്ഥത്തിൽ ലക്ഷ്യം ഉണ്ടാവുക എന്നതാണു ജീവിതത്തിന്റെ മൂല്യം നിശ്ചയിക്കുന്ന ഘടകം.

ലക്ഷ്യം ഉണ്ടെങ്കിൽ ജീവിതത്തിന് അർത്ഥമുണ്ടാകുന്നു. അങ്ങനെ വരുമ്പോൾ അവസാന ശ്വാസം വരെയും കർമോത്സുകരാകുവാൻ സാധിക്കുന്നു. ജീവിതം സ്വാർത്ഥമാകുന്നു.

ഇനി, മൂന്നേ മൂന്നു ചോദ്യങ്ങൾ കൂടി നമുക്കു നോക്കാം.

വിജയം നിങ്ങളുടേതാണ്

1. ജീവിതത്തിൽ ലക്ഷ്യം ആവശ്യമോ?
2. ഏതു പ്രായം വരെയാണു ലക്ഷ്യങ്ങൾ ഉണ്ടായിരിക്കേണ്ടത്?
3. ഒരു സമയം എത്ര ലക്ഷ്യങ്ങൾ ഉണ്ടാകാം?

ഒരു പ്രത്യേക വിഭാഗക്കാരുടെ ജീവന്മരണ പോരാട്ട ലക്ഷ്യങ്ങളെക്കുറിച്ചല്ല, മറിച്ചു ജീവിതത്തിന് ഒരു യഥാർത്ഥ ലക്ഷ്യം ഉണ്ടായിരിക്കേണ്ടതിനെക്കുറിച്ചാണ് ഇവിടെ ധ്വനിപ്പിക്കുന്നത്. ജീവിതത്തിൽ ലക്ഷ്യം ആവശ്യമോ? ഈ ചോദ്യത്തിലേക്കു തന്നെ വരാം. തീർച്ചയായും വേണം എന്നു തന്നെയാണ് ഉത്തരം. പക്ഷേ എന്തിന്? ജീവിതമെന്ന തീർത്തും അനിശ്ചിതമായ ഒന്നിലൂടെ കടന്നു പോകുമ്പോൾ, ഒരു ലക്ഷ്യവുമില്ലാത്തതാണു ജീവിതമെന്നു തോന്നിപ്പോകാം. ഇതൊരു ചിത്രത്തിനു സമാനമാണ്. സമുദ്രമധ്യത്തിൽ തുഴ നഷ്ടമായ ഒരു ചെറു വള്ളവും അതിലൊരു മനുഷ്യനും എന്ന ചിത്രം! കര എവിടെ എന്നറിയാതെ, കര എന്താണെന്നു പോലും അറിയാതെ നിരർത്ഥക യാത്ര.

യഥാർത്ഥത്തിൽ ഓരോ ജീവനും സ്വന്തം ജീവിതത്തിലൂടെ പഠിക്കുവാനേറെയുണ്ട്.

അഹം ബോധം ഇല്ലാതാക്കുവാൻ,
ക്ഷമ പരിശീലിക്കുവാൻ,
വിനയത്തോടെ പെരുമാറുവാൻ,
കരുണ എന്തെന്നു തിരിച്ചറിയുവാൻ ഒക്കെ.

അങ്ങനെയുള്ള ജീവിതത്തിൽ ഏതെങ്കിലും ഒരു സദ്ഗുണം ആർജിക്കുന്നതു പോലും ഒരു ജീവിത ലക്ഷ്യമാണ്. അത്, എന്തിനായി പിറന്നു എന്നതിന്റെ ഉത്തരമാണ്. നാം ആരാണ് എന്നതിന്റെ ഉത്തരമാണ്. എന്തു ലക്ഷ്യം വയ്ക്കുന്നുവെന്നതിന്റെ ഉത്തരമാണ്.

അടുത്ത ചോദ്യം, ലക്ഷ്യം വേണം, പക്ഷേ അതിനു പ്രായപരിധി ഉണ്ടോ എന്നതാണ്. നിശ്ചയമായും ഒരു എഴുത്തു പരീക്ഷ അല്ല ജീവിതം. സത്യത്തിൽ ഏറ്റവും രസാവഹമായ ഒരു കാര്യമുണ്ട്. നമ്മൾ പറയും സിവിൽ സർവ്വീസ് പരീക്ഷകളാണ് ഏറ്റവും കഠിനം, അതു പാസാകുവാൻ ബുദ്ധിമുട്ടാണ് എന്ന്. എന്നാൽ, ഏറ്റവും കാഠിന്യമേറിയ ജീവിതപരീക്ഷ ബഹുഭൂരിപക്ഷവും കടന്നു പോകുന്നുണ്ട് താനും. അങ്ങനെ വരുമ്പോൾ, ലക്ഷ്യത്തിന്റെ പ്രായപരിധി ഒരു ഘടകമേ അല്ലെന്നു വരും.

നിശ്ചയമായും അന്ത്യശ്വാസം വരേയും നമുക്ക് ലക്ഷ്യങ്ങൾ ഉണ്ടാകണം. റിട്ടയർ ചെയ്തു. ഇനി ലക്ഷ്യമെന്തിന്? പ്രവാസിയായിട്ടു മുപ്പതു കൊല്ലമായി, ഇനി ലക്ഷ്യമെന്തിന്? മകളുടെ വിവാഹം കഴിഞ്ഞു, ഇനി എന്തു ലക്ഷ്യം? പ്രായം 70 കഴിഞ്ഞു ഇനി? ഇതുപോലെ പല ചിന്തകളും വന്നു കൂടിയിട്ടുണ്ടാകും. എന്നാൽ പറയാം, ജീവിതത്തെ കൂടുതൽ

അർത്ഥമുള്ളതാക്കും അതിനൊരു ലക്ഷ്യമുണ്ടെങ്കിൽ. ആലോചിച്ചു നോക്കൂ, എന്തെല്ലാം കാര്യങ്ങൾ ഇനിയും നമുക്ക് പഠിക്കുവാനുണ്ട്, ചെയ്യുവാനുണ്ട്. നിങ്ങൾ വായിക്കാത്ത ഒരു പുസ്തകം, കാണാത്ത ഒരു സ്ഥലം, കേൾക്കാത്ത ഒരു പാട്ട്. അതിനായി വിശ്രമകാലം ഉപയോഗിച്ചു കൂടെ?

പണ്ട് ഞാൻ പാടിയിരുന്നു. ശരി, അങ്ങനെയെങ്കിൽ നമുക്കു കൂടുതൽ പാട്ട് കേൾക്കാം, ഒരു പാട്ട് അൽപ്പം കൂടി നല്ല രീതിയിൽ ഭംഗിയായി പാടാൻ പഠിക്കാം. കുടുംബത്തിലെ ഒരു ഫംഗ്ഷനിൽ പാടി വീട്ടുകാരെ ഞെട്ടിക്കാം. അതിനു പുറമേ നല്ല പുസ്തകങ്ങൾ തെരഞ്ഞെടുത്ത് വായിച്ച് അതിനെക്കുറിച്ചു ഗൗരവമായി ചർച്ച ചെയ്യാം. സംവാദത്തിനായി ചെറുപ്പക്കാരെ കൂട്ടി ഒരു വേദി ഒരുക്കാം. അല്പം സ്ഥലമുണ്ട് മുറ്റത്ത്, ഒരു ചെറു പൂന്തോട്ടം സൃഷ്ടിക്കാം. അതിൽ വിടരുന്ന പൂക്കളെ കണ്ടാനന്ദിക്കാം. ചെറു യാത്രകൾ നടത്താം. എന്തിന്, പാചകത്തിൽ പരീക്ഷണമാകാം, അങ്ങനെ ജീവിതത്തെ കൂടുതൽ ഭംഗിയുള്ളതാക്കാം. അങ്ങനെ വരുമ്പോൾ വാർദ്ധക്യം ഏറ്റവും മനോഹര കാലഘട്ടമാക്കുവാനാകും.

അടുത്തത് എത്ര ലക്ഷ്യങ്ങൾ ഒരു സമയത്ത് ഉണ്ടാകാം എന്നതാണ്. നിസ്സംശയം പറയാം ഒരൊറ്റ ലക്ഷ്യം എന്ന്. പക്ഷേ അതു പൂർണ്ണമായും ശരിയല്ല എന്നു മാത്രം. കാരണം, നമ്മുടെ ലക്ഷ്യങ്ങൾ ഒന്നിനോടൊന്ന് എന്നതു പോലെ പരസ്പര പൂരകങ്ങളാണ്. മുൻപു പറഞ്ഞതു പോലെ ഓരോന്നോരോന്നായി അതു കീഴടക്കുക തന്നെ ചെയ്യണം.

ലക്ഷ്യങ്ങൾ ഭേദിച്ചു കൊണ്ടേയിരിക്കണം. അപ്പോഴാണ് ജീവിതത്തിന് അർത്ഥമുണ്ടാകുന്നത്. വിജയിച്ചു എന്ന തോന്നൽ ഉണ്ടാകുന്നത്. പിന്നെയും മുന്നോട്ടു കുതിക്കാൻ പ്രാപ്തമാക്കുന്നത്. ജീവിതമെന്ന സംസാരസാഗരത്തിൽ നീന്തിത്തുടിക്കുമ്പോൾ മറുകര കാണുന്നത്. അതാണ് ലക്ഷ്യം!

നമ്മുടെ ലക്ഷ്യങ്ങൾ ഒന്നിനോടൊന്ന് എന്നതു പോലെ പരസ്പര പൂരകങ്ങളാണ്. ഓരോന്നോരോന്നായി അതു കീഴടക്കുക തന്നെ ചെയ്യണം.

14

കോപത്തെ എങ്ങനെ നിയന്ത്രിക്കാം?

പിറന്നു വീഴുന്നതു കാലം മുതൽ കേൾക്കുന്ന ഓരോ കഥയും കോപം കൊണ്ടുള്ള ദൂഷ്യങ്ങളെക്കുറിച്ചാണ്. ഇന്നിപ്പോൾ ക്യാൻസർ വരുന്നതെന്തുകൊണ്ട് എന്നു ചോദിച്ചാൽ കിട്ടുന്ന വൈവിധ്യമാർന്ന ഉത്തരങ്ങൾ പോലെ കോപം കൊണ്ടുള്ള ദോഷങ്ങളും നമുക്ക് സുപരിചിതം.

ഇവിടെ ചോദ്യമിതാണ്.

1. കോപം വരാതിരിക്കാൻ എന്താണ് വഴി?
2. ഇനി വന്നാൽ എന്ത് ചെയ്യണം?

ഉത്തരങ്ങൾ അത്ര ലളിതമല്ല എന്ന് പറഞ്ഞു കൊണ്ട് തന്നെ ആരംഭിക്കാം. ആദ്യമായി കോപം എന്ന വികാരത്തെ മനസിലാക്കുക എന്നതാണ് പ്രധാനം. കഴിഞ്ഞ പ്രാവശ്യം എന്തിനാണ് താൻ ദേഷ്യപ്പെട്ടത് എന്ന സാഹചര്യം ഒന്ന് ഓർത്തെടുക്കുക. അതിലെ വൈകാരികതലം (എന്നാലും, എന്നോട് പോലുള്ള) മാറ്റി നിർത്തുക. ഇനി സ്വയം ചോദിക്കുക. ആ സാഹചര്യത്തിൽ എന്റെ കോപം യഥാർത്ഥത്തിൽ എന്തുകൊണ്ട് സംഭവിച്ചു.

സത്യസന്ധമായി വിലയിരുത്തിയാൽ ഭയം, ഈഗോ ഇത് രണ്ടുമാണ് കോപം എന്ന വികാരത്തിന്റെ അടിസ്ഥാനം.

അവനവന്റെ ഈഗോ ആണ് വിഷയമെങ്കിൽ, ഇതോർക്കാം. മറ്റുള്ളവർക്ക് മുന്നിൽ സ്വയം ചെറുതാകാനേ ഈഗോ പ്രദർശനം സഹായിക്കൂ. ഭയമാണ് വിഷയമെങ്കിൽ എന്തിനെ ആണ് ഭയക്കുന്നത് എന്ന് തിരിച്ചറിയണം. 'മകന് മാർക്കു കുറഞ്ഞു. ഞാൻ ദേഷ്യപ്പെട്ടു.' ഇതിൽ രണ്ട് ഭാഗവും ഉണ്ട്. മാർക്ക് കുറഞ്ഞാൽ മകന്റെ ഭാവിയെന്താകും എന്ന ഭയം. പിന്നെ മറ്റുള്ളവർ അറിഞ്ഞാലുള്ള നാണക്കേട് എന്ന ഈഗോ. രണ്ടാമത്തത് വക വെക്കേണ്ടതില്ല. പക്ഷേ മകന്റെ ഭാവി. അതൊരു പ്രശ്നമാണ്. അത് അവനെ വിളിച്ചിരുത്തി സംസാരിച്ച് അവന്റെ പ്രശ്നങ്ങൾ തിരിച്ചറിഞ്ഞ് പരിഹരിച്ച് നിവർത്തിക്കേണ്ട ഒന്നാണ്. ഭയന്നിരിക്കുന്നത് കൊണ്ട് കാര്യമില്ലെന്നർത്ഥം. ഇങ്ങനെ തന്നെ നമ്മുടെ ജീവിതത്തിലെ ഓരോ ഇടപെടലും സൂക്ഷ്മമായി വിലയിരുത്താം. പിഴവ് എങ്ങനെ സംഭവിച്ചു എന്ന് പഠിക്കാം.

വിജയം നിങ്ങളുടേതാണ്

ഇങ്ങനെ പഠിക്കുന്നവർക്ക് മുന്നിൽ ചില മുനിമാരുടെ ജീവിതം കൂടി പറഞ്ഞോട്ടെ? മഹർഷിമാർ കൊടും തപസ് അനുഷ്ഠിക്കും. ഏതാണ്ട് ലക്ഷ്യത്തിലെത്താറാകുമ്പോൾ ഇന്ദ്രൻ വന്ന് ഇടം കോലിടും. മുനികോപിക്കും, ശപിക്കും. ഡിം! ഇതാണ് ഇന്ദ്രനും വേണ്ടത്. മുനി കോപിക്കണം. കോപിച്ചാൽ അത്ര കാലം പടുത്തുണ്ടാക്കിയ സിദ്ധികൾ മുഴുവൻ നഷ്ടം. വീണ്ടും ആദ്യം മുതൽ. ഇതാണ് നമ്മുടെ ജീവിതത്തിലും സംഭവിക്കുന്നത്. നമ്മൾ രൂപപ്പെടുത്തുന്ന നല്ല ചിന്തകളുടെ പ്രവാഹത്തെയും സിദ്ധിയേയും തകർക്കും ഒരു കോപത്തിന്റെ ഉൾച്ചൂട്.

എന്നാൽ പലപ്പോഴും ദേഷ്യത്തെ പിടിച്ചുകെട്ടാൻ കഴിഞ്ഞുവെന്നു വരില്ലെന്നാണ് ചിലരുടെ ന്യായം. ചില സമയങ്ങളിലെങ്കിലും മറ്റുള്ളവർക്ക് വേണ്ടി നമുക്കു ചില കാര്യങ്ങളിൽ ഇടപെടേണ്ടി വരും. അനീതി കണ്ട് ക്ഷോഭിച്ചെന്നിരിക്കും. തുടർന്ന്, ന്യായീകരിക്കാനായി പറയുകയും ചെയ്യും, തനിക്ക് മൂക്കിൻ തുമ്പത്താണ് ദേഷ്യം എന്ന്!

ആദ്യമേ പറയട്ടെ, അക്ഷോഭ്യനായി സംസാരിക്കാനാകും എന്നുറപ്പുണ്ടങ്കിൽ മാത്രം മതി നീതിയുദ്ധം. ഇല്ലെങ്കിൽ സംഗതി ആകെ കുളമാകും. പോയവരും കേട്ടവരും ഒക്കെ പറയും, അയാളുടെ ദേഷ്യമാണ് പ്രശ്നമായത് എന്ന്. പെട്ടെന്ന് പ്രതികരിക്കും എന്നുറപ്പുണ്ടെങ്കിൽ നിങ്ങൾ സംസാരിക്കുന്നത് കുറയ്ക്കുക. പകരം, നല്ല കേൾവിക്കാരനാകുക. സംഘർഷം അയഞ്ഞാൽ മെല്ലെ സംസാരിക്കുക. കടുത്ത വിശപ്പും ക്ഷീണവും ഉള്ളപ്പോഴും അതിസാഹസങ്ങൾക്ക് ഇറങ്ങിപ്പുറപ്പെടാതിരിക്കുക. കോപത്തിൽ നിന്നും അകന്നു നിൽക്കുക.

ഇനി, കോപം വന്നാൽ എന്ത് ചെയ്യും? ഇപ്പോൾ നിങ്ങൾക്ക് ബോധ്യമുണ്ട്, സ്വന്തം കോപത്തെക്കുറിച്ചും, അത്യാവശ്യം ഈഗോയും ഭയവും ഒക്കെ ഉള്ള കൂട്ടത്തിലാണെന്ന കാര്യവും. അതായത് പരിമിതികളെക്കുറിച്ച് ബോധ്യമുണ്ട്. സത്യത്തിൽ ഇവിടെ സംഭവിക്കുന്ന ഒരു കാര്യം, 'ശ്ശൊ, എന്നിട്ടും ഞാൻ നന്നായില്ല' എന്നൊരു ചിന്തയാകും. അതിൽ കാര്യമില്ല. സംഭവിച്ചു. നിങ്ങൾ പരിസരം മറന്ന് പൊട്ടിത്തെറിച്ചു. ഇനി ചെയ്യാനാവുന്നത്, അത് അംഗീകരിക്കുക എന്നതു മാത്രമാണ്. അതോർത്ത് ഞാൻ വേദനിക്കുകയല്ല മറിച്ച് കൂടുതൽ ജാഗ്രത പിൽക്കാലങ്ങളിൽ പുലർത്തും എന്ന ഉറച്ച തീരുമാനമെടുക്കുകയാണ്.

കഴിയുന്നതും ദേഷ്യം വന്നേക്കാവുന്ന ഇടങ്ങളിൽ നിന്നും മാറി നിൽക്കുക എന്നത് തുടക്കകാലത്ത് വളരെ ഗുണപ്രദമാകും. മെല്ലെ മെല്ലെ ദേഷ്യം വരാത്ത ദിവസങ്ങളുടെ എണ്ണം കൂടി വരുമ്പോൾ നമുക്ക് സ്വയം വിശ്വാസം വരും. അങ്ങനെ വരുമ്പോൾ അടുത്ത ഒരു സാഹചര്യം വളരെ തന്മയത്വത്തോടെ നേരിടാം. അത് ആത്മവിശ്വാസം കൂട്ടും.

വിജയം നിങ്ങളുടേതാണ്

ക്രമേണ, 'ഹേയ്, അയാൾക്ക് ദേഷ്യപ്പെടാനേ അറിയില്ല. അയാളുടെ അടുത്തിരുന്നാൽ എന്തൊരു ഊർജമാണെന്നോ' എന്ന് കൂട്ടുകാർ അടക്കം പറയുന്നത് കേട്ട് ആനന്ദിക്കാം. അറിയുക, ദേഷ്യം കൊണ്ടും നാമൊന്നും നേടുന്നില്ല. പകരം നമുക്കെന്തൊക്കെ നല്ലതുണ്ടായിരുന്നോ അതൊക്കെയും നഷ്ടപ്പെടുത്തുകയാണ്. അറിയാതെ സംഭവിക്കുന്ന ദേഷ്യത്തിലേക്ക് എടുത്തു ചാടും മുൻപ് ഒരു നിമിഷം ചിന്തിക്കുക, ഇത് ഒരു ചതിക്കിടങ്ങാണ്. ചാടിയാൽ പിന്നെ തിരിച്ചു കയറാൻ പറ്റാത്ത വിഷജീവികളാൽ നിറഞ്ഞ നരകം!

നാം ജീവിക്കുന്നത് സ്വർഗത്തെ ആഗ്രഹിച്ചു കൊണ്ടല്ലേ, അപ്പോൾ ദേഷ്യമേ വിട, കോപമേ വിട. അല്ലേ?

പെട്ടെന്ന് പ്രതികരിക്കും എന്നുറപ്പുണ്ടെങ്കിൽ
നിങ്ങൾ സംസാരിക്കുന്നത് കുറയ്ക്കുക.
പകരം, നല്ല കേൾവിക്കാരനാകുക.

15
ദുരിതങ്ങളിൽ നിന്നും കരകയറാൻ

ഇതു കേൾക്കുമ്പോൾ തോന്നാം ആരാണു സ്വയം ദുരിതങ്ങൾ വിളിച്ചു വരുത്തുക എന്ന്. എന്നാൽ സത്യം അതാണ്. അപകടങ്ങളിൽ ഭൂരിഭാഗവും ഇത്തരത്തിലുള്ളതാണ് എന്നു പറയുമ്പോഴും നെറ്റി ചുളിയുന്നുണ്ടാവും. എന്നാൽ കേട്ടുകൊള്ളൂ, നമ്മുടെ ജീവിതത്തിലെ ദുരനുഭവങ്ങൾക്ക് ഉത്തരവാദി നമ്മൾ തന്നെയാണ്. എന്താണ് ചിന്തിക്കുന്നത് അതു മാത്രമാണു ജീവിതത്തിലേക്കു കടന്നു വരിക.

നാം പറയാറുണ്ട് ചിലരെക്കുറിച്ച്, പ്രത്യേകിച്ച് ഒരു ബാക്ക് ഗ്രൗണ്ടും ഇല്ല. എന്നാലും നല്ല കാശാണ്. എവിടുന്നാണാവോ? ഇനി ചിലരുണ്ട്. പഠിപ്പും ആഭിജാത്യവും ഒക്കെ ഉണ്ടാവും പക്ഷേ എപ്പോഴും പ്രശ്നങ്ങൾ മാത്രം. ഇനിയും ചിലരുടെ വിഷയം ഇങ്ങനെയാണ്. വീട്ടിൽ മകന് ഒരു ടുവീലർ വാങ്ങിക്കൊടുക്കും. എന്നിട്ട് ഏത് നേരവും ടെൻഷൻ. മകൻ പുറത്ത് പോയാലും വരാൻ അഞ്ച് മിനിട്ട് വൈകിയാലും ഒക്കെ അയ്യോ അയ്യോ എന്ന ആന്തൽ. ഒടുവിൽ കേൾക്കാം ഒരു അപകടവാർത്ത.

ഇനിയുമുണ്ട്. മകന് എൻട്രൻസ് കിട്ടണം. അതിനായി എല്ലാ വഴിപാടും വ്രതവും നോക്കും. നിരന്തരം പറയും 'കിട്ടുമോ എന്തോ'. ഒടുവിൽ റാങ്ക് ലിസ്റ്റിൽ രണ്ട് ലക്ഷത്തിന് മുകളിൽ റാങ്കുമായി തല താഴ്ത്തി നിൽക്കുന്ന മകനെ കാണുമ്പോൾ പറയും, 'ഞാനന്നേ പറഞ്ഞില്ലേ?' അപ്പോൾ എന്താണിവിടെ സംഭവിക്കുന്നത്?

അവനവൻ സന്തോഷവാനാണ് എന്ന് മറ്റുള്ളവരോട് തുറന്ന് സമ്മതിക്കാൻ മനുഷ്യർക്ക് പൊതുവേ മടിയാണ്. പ്രത്യേകിച്ച് മലയാളിക്ക്. സുഖമല്ലേ എന്ന് ചോദിച്ചാൽ, 'ഓ എന്ത് സുഖം?, തട്ടീം മുട്ടീം പോകുന്നു.' ഇതു പോലൊരു മറുപടിയുണ്ട്. തനിക്ക് സുഖമാണെന്ന് പറയുമ്പോൾ കേൾക്കുന്ന ആൾക്ക് എന്ത് തോന്നും എന്നതാണ് വിഷയം. കേൾക്കുന്നവർക്കും ഉണ്ട് ചില ഗുണങ്ങൾ. അവർ പ്രതീക്ഷിക്കുന്നത് 'സുഖമാണ്' എന്ന ഉത്തരമല്ല തന്നെ.

ഇനി ആദ്യം പറഞ്ഞതിലേക്ക് തന്നെ വരാം. പ്രത്യേകിച്ച് ഒരു പണിയും ഇല്ലെങ്കിലും സന്തോഷമായി നടക്കുന്ന ആളെ ഒന്ന് പരിശോധി

ക്കാം. അയാളുടെ ഉള്ളിൽ എപ്പോഴും പോസിറ്റീവ് ആയ ദൃഢചിന്തകളാവും ഉണ്ടാവുക. അയാളുടെ മനസാണ് ഏത് ചെറിയ ജോലിയിലൂടെയും ധനം ആർജ്ജിക്കാൻ അയാളെ പ്രാപ്തനാക്കുന്നത്. മകന് എടുത്തു കൊടുക്കുന്ന ബൈക്കിനൊപ്പം എപ്പോഴാണ് അപകടം എന്ന ചിന്തയും കൂടിയാണ് സ്വയം ഏറ്റെടുക്കുന്നതെങ്കിൽ ഉറപ്പായും പറയാം അതൊരു അപകടത്തിലേ കലാശിക്കു എന്ന്. കാരണം ആ വ്യക്തി, എപ്പോൾ വാഹനമെടുത്താലും അമ്മയുടെ ഉള്ളിലെ അപകട ചിന്ത ഉണരും. ആ ചിന്ത നിരന്തരമാകുമ്പോൾ, ദൃഢമാകുമ്പോൾ, ഒടുവിൽ അവരുടെ ചിന്ത തന്നെ സത്യമായി സംഭവിക്കും.

ഇപ്പോൾ ചോദിക്കും, ആരെങ്കിലും സ്വന്തം കുഞ്ഞിന് അപകടം വരണമെന്ന് പ്രാർത്ഥിക്കുമോ എന്ന്. ഇല്ല, സമ്മതിച്ചു. പക്ഷേ മനസിൽ പറയുന്ന പ്രാർത്ഥന എന്താണ്? അപകടം വരല്ലേ എന്ന്. അതായത് ആവർത്തിക്കുന്ന വാക്ക് 'അപകടം' എന്നതാണ്. അതോടൊപ്പം പത്രവാർത്തകളുടെ ചിത്രവും വിവരണവും ചേർന്ന്, ഒരു ഇമേജ് മനസിൽ ഉണ്ടാക്കിയിട്ടുമുണ്ടാവും. ഇത് നിരന്തരമാകുമ്പോൾ ഫലത്തിൽ അതിനൊരു ശാപത്തിന്റെ രൂപം കൈവരും. അങ്ങനെ, അനുഗ്രഹം ഫലത്തിൽ ശാപമായി മാറുന്നു.

ഇത് മറ്റൊരു തരത്തിൽ രൂപപ്പെടുത്താം. മകനോ മകൾക്കോ വാഹനം എടുത്തു കൊടുത്താൽ സുരക്ഷിതമായി വാഹനം ഓടിക്കുന്നതിനെക്കുറിച്ച് ബോധ്യപ്പെടുത്തി കഴിഞ്ഞാൽ പിന്നീട് അവൻ സുരക്ഷിതനാണ് എന്ന് മാത്രം ചിന്തിച്ചു നോക്കൂ. വലിയ പ്രശ്നങ്ങൾ പോലും നിസാരമായി തരണം ചെയ്യാൻ അവനു സാധിക്കും. മാതാപിതാക്കൾക്കു കുട്ടികളെ നേർവഴിയിൽ നയിക്കാൻ നേരിട്ടുള്ള ശാസന പോലും ആവശ്യമില്ല എന്നത് അറിയുമോ?

മക്കൾ എന്താകണം എന്ന ദൃഢനിശ്ചയം നിത്യേന ഉള്ളിൽ ഉറപ്പിച്ചാൽ നൂറു ശതമാനം ഉറപ്പു തരാം അവർ നിങ്ങൾ ആഗ്രഹിക്കുന്നിടത്ത് എത്തിച്ചേരുമെന്ന്.

അതിനൊരു ഉദാഹരണം പറയാം. പണ്ടത്തെ അമ്മമാരെ ഓർക്കുക. വീടും, വീട്ടുപണികളും, പാടത്തേയും പറമ്പിലേയും പണികളും, തൊഴുത്തും പശുവും ഒക്കെയായി എപ്പോഴും തിരക്കിലാവും. ആ അമ്മ എത്ര നിരക്ഷര ആകട്ടെ, പക്ഷേ മക്കൾ ഉന്നത ജോലികളിൽ വ്യാപരിക്കുന്നത് കാണാം. എന്താണ് കാരണം? ആ അമ്മക്ക് മകന്റെ ഭാവിയെക്കുറിച്ച് ആകുലതയില്ല.

എപ്പോഴും നന്നായി വരട്ടെ എന്ന പ്രാർത്ഥന മാത്രമേ കാണൂ. ഇന്ന് മാതാപിതാക്കൾക്ക് അവബോധം കൂടി. ഒപ്പം ഭയവും. ഭയം അവരുടെ ചിന്തകളിലെ പോസിറ്റിവിറ്റി ഇല്ലാതാക്കി. ഫലം ആകുലതകൾ വർദ്ധി

ച്ച കൗമാരവും യുവത്വവും. നമ്മുടെ ചിന്തകൾ മാത്രമാണ് നമ്മുടെ ജീവിതത്തിന്റെ ജയപരാജയങ്ങൾ നിശ്ചയിക്കുന്നത്. എങ്ങനെയാണ് പോസിറ്റീവ് ആയ ചിന്തകൾ മനസിൽ വളർത്തുക എന്നുകൂടി പരിശോധിക്കാം. നിത്യേന കുറച്ചു സമയം ഏറ്റവും പോസിറ്റീവ് മാത്രമായ കാര്യങ്ങൾ കാണുവാനും കേൾക്കുവാനും വായിക്കുവാനും സമയം കണ്ടെത്തുക. അത് ഉറങ്ങുന്നതിന് തൊട്ടുമുമ്പാണെങ്കിൽ കൂടുതൽ നന്ന്. ടിവി യിൽ നിന്ന് മാറി, ഇന്റർനെറ്റിന്റെ വല ഭേദിച്ച് അല്പസമയം മനസിനെ സ്വസ്ഥമാക്കുന്ന എന്തെങ്കിലും വായിക്കൂ. അതുപോലെ 24 മണിക്കൂറിൽ വീണു കിട്ടുന്ന നിമിഷങ്ങൾ നിങ്ങളുടെ കുടുംബത്തിലെ ഓരോരുത്തരുടേയും നന്മ മാത്രം ചിന്തിക്കൂ. ഓർക്കുക, നിങ്ങൾക്ക് അനുഗ്രഹിക്കാനും ശപിക്കാനുമുള്ള കഴിവുണ്ടെന്ന്. അനുഗ്രഹിക്കുക ഹൃദയം നിറഞ്ഞ്. ഒപ്പം കടന്നു വന്ന വഴികളിൽ ഇത്തിരി വെളിച്ചം കാട്ടിയ എല്ലാവർക്കും ഉള്ളുതുറന്ന് നന്ദി പറയു.

ഇത്രയും ചെയ്യാൻ നിമിഷങ്ങൾ മാത്രം മതി. ഇനി അവനവന്റെ സ്വസ്ഥതയുള്ള ജീവിതത്തെക്കുറിച്ചു മാത്രം ചിന്തിക്കൂ. അതിൽ ആനന്ദിക്കൂ. കുഞ്ഞുങ്ങളെക്കുറിച്ച്, പങ്കാളിയെക്കുറിച്ച് ഒക്കെ നല്ല ചിന്തകൾ ഉള്ളിൽ രൂപപ്പെടുത്തു. അവർക്കുണ്ടാകുന്ന മാറ്റം തിരിച്ചറിയൂ. അതിനിടയിൽ ഒരിക്കൽ പോലും താനൊരു വലിയ പ്രതിസന്ധിയിലാണെന്നു ചിന്തിക്കാനും മറ്റുള്ളവരോട് അത്തരത്തിൽ പങ്കുവെക്കാനും തുനിയാതിരിക്കുക. അത്തരമൊരു മാനസികനിലയെ തകർത്തു കളയാൻ ക്രമേണയാണെങ്കിലും സാധിച്ചാൽ, നിങ്ങളുടെ ചിന്തകൾക്ക് തെളിച്ചമുണ്ടായാൽ, ഭയത്തിന്റെ നിഴലിൽ നിന്നും രക്ഷപ്പെട്ട് ഉറച്ച തീരുമാനങ്ങളെടുക്കാൻ കഴിഞ്ഞാൽ സംശയിക്കേണ്ട, ഈ ലോകത്തിലെ ഏറ്റവും വലിയ വിജയി നിങ്ങളായിരിക്കും.

വീണു കിട്ടുന്ന നിമിഷങ്ങൾ നിങ്ങളുടെ കുടുംബത്തിലെ ഓരോരുത്തരുടേയും നന്മ മാത്രം ചിന്തിക്കൂ.

16
തർക്കം കൊണ്ട് എന്തു ഫലം?

തർക്കം ആരു തമ്മിലുമാകാം. വീട്ടുകാർ തമ്മിൽ, നാട്ടുകാർ തമ്മിൽ, രാജ്യങ്ങൾ തമ്മിൽ. ചില തർക്കങ്ങൾ ഒരു മുഖം വീർപ്പിക്കലിൽ അവ സാനിക്കുമെങ്കിൽ മറ്റു ചിലത് ജീവനെടുക്കുന്ന ഒന്നായിത്തീരാം. ഇനി യും ചിലത് ലോകയുദ്ധങ്ങളിലേക്കാവും എത്തിക്കുക.

ഇവിടെ കോപം പോലെ തന്നെ, തർക്കം കൊണ്ടുള്ള ദുരനുഭവ ങ്ങൾ നമുക്ക് ധാരാളമറിയാം. 'ഒന്ന് മിണ്ടാതിരിക്കൂ തർക്കം കൊണ്ടെ ന്ത് കാര്യം?' എന്ന് ചോദിച്ചിട്ടുമുണ്ടാകും. എന്നിട്ടും എന്തേ തർക്കം? തർക്കത്തിലേക്കു നയിക്കുന്നതിൽ പ്രധാനം അവനവൻ പറയുന്നതു മാത്രമാണ് സത്യം എന്ന മിഥ്യാബോധവും അഹംഭാവവുമാണ്.

ഞാൻ എന്ന ഭാവം തത്ക്കാലം മാറ്റി വെക്കാം. പക്ഷേ, ഞാൻ പറ യുന്നത് സത്യമല്ലേ? അപ്പോൾ അത് സ്ഥാപിക്കേണ്ടത് എന്റെ അവകാ ശമല്ലേ? അതിൽ എന്താണ് തെറ്റ് എന്നീ ചിന്തകൾ മുൻനിർത്തിയാണ് നമ്മൾ തർക്കിക്കാനിറങ്ങുക. പിന്നെ അവനത്ര ഞെളിയണ്ട എന്ന ചിന്തയും. എന്നാൽ എന്താവും തർക്കത്തിലേർപ്പെടുമ്പോൾ സംഭവി ക്കുന്നത്?

ആദ്യം സമചിത്തത നഷ്ടമാകും. രണ്ടാമതായി സ്വയം മുറിവേറ്റു എന്ന് ചിന്തിക്കും. അപ്പോൾ വളരെ സൗകര്യപൂർവ്വം കോപം എന്ന വികാരം കടന്നു വരും. ഇതാണ് അരങ്ങ്. ഇവിടെ മുറിവേറ്റവർ അവന ന്റെ ഭാഗം വാദിക്കും. അതിൽ കുത്തുവാക്കുകൾ, ചീത്ത വാക്കുകൾ പ്രാസമനുസരിച്ച് ചേർക്കും. ഇനി ഒന്നേ നോക്കേണ്ടു. ചോര പൊടി ഞ്ഞോ, ജീവനെടുത്തോ എന്ന് മാത്രം.

ഏതായാലും നമുക്ക് അറിയേണ്ടത് തർക്കത്തിന് പോകാതിരിക്കാൻ എന്താണ് വഴി എന്നതാണ്. അതിനു മുന്നേ ഒരു കാര്യം തിരിച്ചറിയ ണം, തർക്കത്തിലൂടെ ആരേയും ഒന്നും വിശ്വസിപ്പിക്കാനാവില്ല എന്ന വലിയ അറിവ്. പിന്നെ ചിലർ പരാജയപ്പെടുന്നതോ എന്നാണെങ്കിൽ അതൊരു തോന്നൽ മാത്രമാണ്. രണ്ട് പക്ഷത്തും തോറ്റവർ തക്കം പാർക്കും. ഒരവസരം കിട്ടിയാൽ ആഞ്ഞടിക്കും. അവർക്കേറ്റ മുറിവ് മുറിവായ് തന്നെ അവർ ജ്വലിപ്പിച്ചു നിർത്തും. ജയിച്ചവനെ സംബന്ധി

ച്ച് തോറ്റ പക്ഷം ആ ജയം അംഗീകരിക്കാത്തിടത്തോളം അത് പരാജയത്തിന് സമം തന്നെ. തർക്കം തന്നേക്കാൾ താണവരോടാകുമ്പോൾ ഓർക്കണ്ടേത് അവർ നിൽക്കുന്ന ചെളിക്കളത്തിലേക്ക് നിങ്ങളെ കൂടി വലിച്ചിടുകയാണെന്നാണ്. അപ്പോൾ ആർക്കാണു നഷ്ടം? യാതൊരു ഗുണവും ലഭിക്കാത്ത, സമയഷ്ടവും, സൗഹൃദ നഷ്ടവും സംഭവിക്കുന്ന തർക്കം കൊണ്ട് എന്ത് ഫലം?

ഇനി നാലു ചുവരുകൾക്കുള്ളിലെ തർക്കം സംബന്ധിച്ച് ഒന്നു നോക്കാം. കുടുംബത്തിനകത്തും സംഭവിക്കുമല്ലോ ഏതു സമയത്തും തർക്കം. ഭാര്യയും ഭർത്താവും തമ്മിൽ, മക്കളും മാതാപിതാക്കളും തമ്മിൽ, മക്കൾ തമ്മിൽ തമ്മിൽ, അതെങ്ങനെ ഇല്ലാതാക്കാം?

മക്കളുമായി തർക്കം വേണ്ടിവരുന്ന സന്ദർഭത്തിൽ, ക്ഷമ നല്ലതുപോലെ കരുതി വക്കുക. ആദ്യം അവർ പറയുന്നത് മുഴുവൻ കേൾക്കുക. അവനവന്റെ നിലപാടുകൾ പരിശോധിക്കുക. അതിന്റെ വരും വരായ്കകൾ പരിശോധിച്ച് കുട്ടിയുടെ നിലപാടുകൾ ഒത്തു നോക്കി സംസാരിക്കുക. നമുക്കനുകൂലമായ മറുപടിയിലേക്ക് അവരെ സമാധാനപൂർവ്വം എത്തിക്കുന്നതാണ് നമ്മുടെ കഴിവ്. അത് സാധിക്കാൻ ജനനം മുതൽ തന്നെ കുട്ടിയുമായുള്ള ആശയവിനിമയം വളരെ പ്രധാനമാണ്. അവനെ/അവളെ ചെറുതാക്കിക്കൊണ്ടാകരുത് നമ്മൾ കാര്യം നടത്തേണ്ടത്. മറിച്ച് അവന്റെ/അവളുടെ ചിന്തകൾ വലുതാക്കി കൊണ്ടാകണം.

ഇനി ഭാര്യ ഭർത്താക്കൻമാർക്കിടയിലാണ് തർക്കമെങ്കിൽ, ആദ്യം മറുഭാഗത്തെ ക്ഷമയോടെ കേൾക്കുക എന്നതു തന്നെയാണ് ആദ്യപടി. പരമാവധി വിട്ടു വീഴ്ചകൾക്ക് സന്നദ്ധരായി വേണം കേൾക്കാനിരിക്കേണ്ടതും. പ്രകോപനപരമയ പരാമർശങ്ങൾ കേൾക്കുമ്പോൾ ബധിരത നടിക്കാം. പിന്നീട് സ്വന്തം പക്ഷത്തുള്ള പരിമിതികൾ തുറന്നു പറയാം. എന്നിട്ടും തർക്കം തുടരുന്ന പക്ഷം അതിനൊരു വഴി കണ്ടെത്താൻ അവരെത്തന്നെ ഏൽപ്പിക്കുക. അതായത് ഭാരം ഒറ്റക്ക് ചുമക്കരുത് എന്നർത്ഥം. ചില സമയങ്ങളിൽ മൗനം നിധിയേക്കാൾ വിലപ്പെട്ടതാണ്. നല്ലത് പറയുവാനായി വാക്കുകൾ ധാരാളമുപയോഗിക്കാം. ഇത്തരത്തിൽ തർക്കങ്ങൾ ഒഴിവാക്കിത്തുടങ്ങിയാൽ ക്രമേണ സ്വന്തം വീട്ടിൽ തർക്കത്തിന്റെ ആവശ്യം ഉണ്ടാകില്ല.

തർക്കത്തിന്റെ ലാഞ്ചന കണ്ടുതുടങ്ങുമ്പോൾ അതിൽ നിന്നും ഒഴിവാകുന്നതാണ് ഏറ്റവും വലിയ വിജയതന്ത്രം. മറ്റൊരാളെ വേദനിപ്പിക്കാനായി പ്രയോഗിക്കുന്ന വാക്കുകൾ നമുക്കു സമ്മാനിക്കുന്നത് ഊർജ നഷ്ടമാണ്. വിജയിക്കുമ്പോൾ ലഭിക്കുന്ന ഊർജത്തേക്കാൾ ആയിരമിരട്ടിയാണത്. അപ്പോൾ പിന്നെ തർക്കങ്ങൾ കൊണ്ടെന്തു കാര്യം?. ഒരു കാര്യവുമില്ല. ഒഴിവാക്കേണ്ടതിനെ പൊന്നിനേക്കാൾ മൂല്യമുള്ളതാണെ

ങ്കിൽ കൂടി ഒഴിവാക്കുമ്പോഴാണ് നാം മനുഷ്യനാവുന്നത്. തർക്കത്തിന്റെ കാര്യവും അങ്ങനെ തന്നെ.

തർക്കങ്ങളിലേക്ക് നയിക്കുന്ന വസ്തുത, മറ്റൊരാളിന്മേൽ ആധിപത്യം സ്ഥാപിച്ച് വിജയമുറപ്പിക്കണമെന്ന അടിസ്ഥാന ചിന്തയിൽ നിന്നും ഉടലെടുക്കുന്നതാണ്. വിജയത്തെക്കുറിച്ച് നമുക്കുള്ള തെറ്റായ ധാരണകളാണ് ഇതിനു പിന്നിൽ. തോറ്റു കൊണ്ട് വിജയിക്കുന്ന തന്ത്രം ഇവിടെയാണ് ഏറ്റവും പ്രായോഗികമായി ഫലവത്താകുക. നിലനിൽക്കുമ്പോഴാണ് വിജയം ആസ്വദിക്കാനാവുക എന്ന പ്രാഥമിക ചിന്ത ഓർമ്മയിലുണ്ടാവണം. തർക്കിച്ച് ജയിക്കുമ്പോഴുള്ളത് വിജയമല്ല, മറിച്ച് അത് കീഴടക്കൽ മാത്രമാണ്. അത് ജ്ഞാനികൾക്കും വിവേകികൾക്കുമുള്ളതല്ല, മറിച്ച് ഭീരുക്കളുടെയും പാമരന്റെയും അസ്തിത്വമില്ലാത്ത കുടില തന്ത്രം മാത്രമാണ്. നിങ്ങൾ വിജയത്തിനായി ശ്രമിക്കുന്ന യോദ്ധാവാണെങ്കിൽ താഴ്ന്നു കൊടുത്തു കൊണ്ടു വേണം മുന്നിലേക്കു കുതിച്ചു കയറേണ്ടത്, പാറിപ്പറക്കുന്ന പട്ടത്തെ പോലെ.

തോറ്റു കൊണ്ട് വേണം വിജയിക്കുവാൻ.

ഓർക്കുക, നിലനിൽക്കുമ്പോഴാണ് വിജയം ആസ്വദിക്കാനാവുക

17

ഭയം എന്ന വികാരത്തെ എങ്ങനെ മറികടക്കാം?

ഭയം എന്ന വികാരത്തിന് അടിമയാണോ നിങ്ങൾ? എന്തിനെയൊക്കെയാണ് നിങ്ങൾക്കു ഭയം? ഇരുട്ടിനെ, ഭൂതപ്രേത പിശാചുക്കളെ, മോഷ്ടാക്കളെ, ഇഴജന്തുക്കളെ? എന്നാൽ അത്തരം ഭയത്തെക്കുറിച്ചല്ല, മറിച്ച് നമ്മളെ സ്വയം വഞ്ചിക്കുന്ന ചില ഭയങ്ങളെക്കുറിച്ചാണ് ഇവിടെ പ്രതിപാദിക്കുന്നത്. വിജയത്തിന് തടസമായി നിൽക്കുന്ന പ്രധാന പ്രതിസന്ധിയായ ഭയത്തെക്കുറിച്ച്.

വിജയിക്കാതിരിക്കുന്നതിനു പിന്നിലുള്ള ഏറ്റവും വലിയ പ്രശ്നം ഓരോരുത്തരുടെയും ഓരോ സമീപനങ്ങളോടുള്ള ഭയമാണ്. ഭാവിയെക്കുറിച്ചുള്ള ഭയം, ജോലി കിട്ടുമോ? റിസൾട്ട് എന്താകും? തുടങ്ങി എല്ലായിടത്തും അതിജീവിക്കാൻ കഴിയുമോ എന്ന ഭയം. നേരിടാൻ കഴിയാത്ത ഈ ഭയമാണ്, തോൽവിയുടെ പ്രിയപ്പെട്ട സുഹൃത്ത്.

കുട്ടികളുടെ കാര്യമെടുത്താൽ, അവർ പറയുന്ന ഒന്ന് പരീക്ഷാപ്പേടിയും, കൗമാരക്കാരുടേത് മികച്ച ജോലി കിട്ടുമോ എന്ന അശുഭചിന്തയുമാണ്. ശരി, ഭയം ഉണ്ട്. പക്ഷേ അതിനു പരിഹാരവും ഉണ്ടാവണമല്ലോ? പറയാം, പരീക്ഷാപ്പേടി രണ്ടു തരത്തിലാണ് ഉണ്ടാകാറ്. ഒന്ന് തീരെ പഠിക്കാതെ ഉഴപ്പിയ ശേഷം ഒടുവിൽ അന്തം വിട്ട് ഇനി എന്ത് ചെയ്യണം എന്ന ഭയം. മറ്റൊന്ന്, നന്നായി പഠിച്ചു ക്ലാസിൽ കൃത്യമായി പങ്കെടുത്തു. എന്നിട്ടും ഭയം. ജയിക്കുമോ എന്ന ആശങ്ക, ഇല്ലെങ്കിൽ എന്തു ചെയ്യും എന്ന പേടി. ഈ ഭീരുത്വത്തിൽ എന്ത് ചെയ്യാനാകും?

ഒന്നാമതായി, പരാജയപ്പെടുമോ എന്ന ആശങ്ക ഇനി ചിന്തിക്കില്ല എന്ന തീരുമാനം എടുക്കുക. ഒപ്പം നല്ല രീതിയിൽ വിജയിക്കും എന്ന് ആവർത്തിച്ച് പറഞ്ഞ് മനസിനെ പഠിപ്പിക്കുക. രണ്ട്, നമ്മളെ അനാവശ്യ ടെൻഷനിലേക്ക് വലിച്ചിടുന്ന ചിലരുണ്ട്. 'പാസാകുമോ?/ ജോലി കിട്ടുമോ?' എന്നൊക്കെ ചോദിച്ച് പിന്നാലെ കൂടുന്നവർ. അവരെ കഴിയുന്നതും ഒഴിവാക്കുക. അത്തരം ചോദ്യങ്ങളെ വളരെ നിസാരമായി കരുതുക. പിന്നെ മറുപടി പറയേണ്ടി വന്നാൽ തികച്ചും പോസിറ്റീവായ സ്റ്റേറ്റ്മെന്റ് മാത്രം മറുപടിയായി പറയുക. മൂന്ന്, അവനവനിൽ വിശ്വാസം വളർത്തുക. ഒപ്പം സ്വയം അച്ചടക്കം പാലിക്കുക.

വിജയം നിങ്ങളുടേതാണ്

പാട്ടു മത്സരത്തിന് തലേന്ന് എത്ര പ്രലോഭനമുണ്ടായാലും ഐസ്ക്രീം കഴിക്കാതിരിക്കുന്നതും ഒരു സ്വയം അച്ചടക്കത്തിന് മാതൃകയാണ്. ഇത് തന്നെയാണ് ജോലിക്കാര്യത്തിലും. ഉള്ളിൽ ഭയമാണ്, ആകാംക്ഷയാണ്. ജോലി കിട്ടുമോ? നഖം കടിച്ച്, ഹൃദയമിടിപ്പ് കൂട്ടി അലോസരപ്പെട്ടു നടന്നിട്ട് എന്ത് കാര്യം? എന്താണ് അയച്ച അപേക്ഷകൾക്ക് മറുപടി ലഭിക്കാത്തത്? ഇന്റർവ്യൂവിലെ പ്രകടനം നന്നാകുമോ? അവരുടെ മുന്നിൽ ഭയം കൊണ്ട് വിറക്കുമോ? എന്താവും ഇന്റർവ്യൂ കാർഡ് വൈകുന്നത്? എന്നിങ്ങനെ എത്ര തരത്തിലുള്ള ഭയം! ഇതെങ്ങനെ അതിജീവിക്കും?

ആദ്യമറിയേണ്ടത്, ഓരോന്നിനും ചില സമയക്രമങ്ങൾ ഉണ്ട് എന്നതാണ്. 'ഓരോന്നിനും അതിന്റേതായ സമയമുണ്ട് ദാസാ' എന്ന ആ വാചകം തന്നെ ഓർത്താൽ മതി. പക്ഷേ കാത്തിരിപ്പു സമയം മുഴുവൻ ഉള്ളിൽ പലവിധ ഭീതി കുത്തിനിറച്ച് ഇരുന്നാലോ? അത് മനസ് അസ്വസ്ഥമാക്കും, കാര്യങ്ങൾ പ്രതികൂലമാക്കും.

ഇതുപോലുള്ള സമയം കഴിയുന്നത്ര ആക്ടീവ് ആകുക. മനസ് സ്വസ്ഥമാകുവാനും സന്തോഷം നിറയ്ക്കുവാനും ശ്രദ്ധിക്കുക, കാണുന്ന സിനിമകളും, കേൾക്കുന്ന പാട്ടുകളും വരെ സൂക്ഷ്മതയോടെ തിരഞ്ഞെടുക്കണം. മനസിന്റെ ഇമോഷണൽ തലങ്ങളിൽ അതിവേഗം സ്വാധീനം ചെലുത്താൻ ഇവയ്ക്കാവും. ജീവിത വിജയം വരിക്കുന്ന പോസിറ്റീവ് ആയ ചലച്ചിത്രം അറിയാതെ തന്നെ നമ്മളിൽ പോസിറ്റീവ് മാറ്റം ഉണ്ടാക്കും. കഴിയുന്നത്ര ടെൻഷനിലേക്കും ഭയത്തിലേക്കും വീഴില്ല എന്ന് ഉറപ്പു വരുത്തണം. നോക്കൂ, അങ്ങനെ ഒരു മാനസികാവസ്ഥ നിശ്ചയമായും നിങ്ങൾക്ക് അനുകൂലമായ ഒരു അവസ്ഥ സംജാതമാക്കും. സംശയം വേണ്ട. ഭയങ്ങളിൽ ഏറ്റവും വലുതും പ്രശ്ന കാരണവും സ്വന്തം ജീവിതത്തെ പ്രതിയുള്ള ആശങ്കയാണ്. മെല്ലെ അത് ഒഴിവാക്കി അവിടെ പോസിറ്റീവ് ചിന്തകൾ മാത്രം നിറക്കൂ. ജീവിതമപ്പാടെ മാറുന്നത് അനുഭവിച്ചറിയൂ.

ഭയത്തെ മറികടക്കാൻ ചില പ്രയോഗങ്ങൾ ശീലിക്കാം. അകാരണമായ ഭയം എന്നാണു പറയുക, അതു തെറ്റാണ്. എല്ലാത്തിനും ഒരു കാരണമുണ്ടാകും. അതു തനിയെ കണ്ടെത്തുക. ഉദാഹരണത്തിന്, നന്നായി വാഹനമോടിക്കാൻ അറിയാമെങ്കിലും ഡ്രൈവിങ് ടെസ്റ്റിന് വണ്ടിയെടുക്കുമ്പോൾ ശരിയാകാതെ പോകുന്നത് കണ്ടിട്ടില്ലേ. ഇത് തന്റെ മാത്രം പ്രശ്നമല്ലെന്നും, എല്ലാവർക്കും ഇത്തരം സ്റ്റാർട്ടിങ് ട്രബിൾ ഉണ്ടെന്നും തിരിച്ചറിയണം. ഇക്കാര്യങ്ങളിലൊന്നും അമിതപ്രാധാന്യം നൽകാതിരിക്കുക. ഡ്രൈവിങ് ലൈസൻസ് കിട്ടിയില്ലെങ്കിൽ ജീവിതം നഷ്ടപ്പെടുമെന്നു വിചാരിക്കരുത്. തെറ്റു പറ്റുമ്പോൾ തിരുത്താൻ ശ്രമിക്കു

ക്കുക. വീണ്ടും തുടരുക. തെറ്റിൽ നിന്നും പാഠമുൾക്കൊള്ളുന്നതോടെ അതിൽ നിന്നുള്ള ആശങ്കയിൽ നിന്നും മോചിതനാകാൻ തയ്യാറെടുക്കണം. പരിശ്രമങ്ങൾ കൊണ്ട് അതിനു സാധ്യമാകും. ഭയമാണ് എന്നു കരുതി മൂടിപുതച്ചു വീട്ടിലിരുന്നാൽ ഒരിക്കലും നമുക്കൊന്നുമാകാൻ കഴിയില്ല. അവസരങ്ങൾ വരുമ്പോൾ കൃത്യമായി വിനിയോഗിക്കുക. ആദ്യവിജയം നൽകുന്ന ആത്മവിശ്വാസം വളരെ വലുതാണ്. അതു തുടർച്ചായ വിജയങ്ങളാക്കി മാറ്റാൻ കഴിയുന്നതോടെ, ഭയം സ്വാഭാവികമായി തന്നെ ഒഴിഞ്ഞുപോകും. തുടർവിജയങ്ങൾ കൊണ്ട് ജീവിതത്തെ ആഘോഷമാക്കാൻ ഭയരഹിതമായ മനസ്സിനു കഴിയും.

നിങ്ങൾ ജീവിതത്തിൽ ഇതുവരെ ഒന്നുമാകാതിരുന്നതിന്റെ പ്രശ്നം, എവിടെയോ ഒളിഞ്ഞിരിക്കുന്ന ഈ ഭയമാണെന്നു ബോധ്യപ്പെടണം. അതിനെ മറികടക്കാൻ ശ്രമിക്കണം. ധീരന്മാർ അതു കീഴടക്കുക തന്നെ ചെയ്യും. ഭയത്തെ വലിച്ചെറിഞ്ഞു ഉറച്ച ചുവടുകൾ ശീലിക്കൂ. ധൈര്യമായി മുന്നേറി ജീവിതം കീഴടക്കൂ!

അവസരങ്ങൾ വരുമ്പോൾ കൃത്യമായി വിനിയോഗിക്കുക.
ആദ്യവിജയം നൽകുന്ന ആത്മവിശ്വാസം വലുതാണ്.

18
ന്യായവാദങ്ങൾക്കു മുന്നേ

അതെ, എന്തിനുമേതിനും നമുക്കുണ്ടല്ലോ ഒരു തൊടുന്യായം.

'എന്താ വൈകിയത്?' എന്നേ ചോദിക്കേണ്ടു.

അപ്പോഴേക്കും ന്യായങ്ങൾ തരാതരം പോലെ പുറത്തുചാടും.

രാവിലെ എന്തൊരു ബ്ലോക്ക്!

എന്തൊരു മഴ!

ബസ്സൊന്നും ഇല്ലാന്നേ,

പെട്രോൾ തീർന്നു,

അവളു കാരണം,

അയാൾ കാരണം,

അങ്ങനെ ഒരു നൂറായിരം ന്യായങ്ങൾ.

പക്ഷേ എന്തുകൊണ്ട് എന്ന് ചോദിച്ചതിന്റെ യഥാർത്ഥ ഉത്തരം പുറത്താരോടും പറയാതെ നമ്മൾ ഉള്ളിൽ തന്നെ ഭദ്രമാക്കും. എന്താവും ആ യഥാർത്ഥ കാരണം? സമയത്തെക്കുറിച്ച്, അന്നേ ദിവസം എങ്ങനെ പ്ലാൻ ചെയ്തിരിക്കുന്നു എന്നതിനെക്കുറിച്ച് യാതൊരു ധാരണയുമില്ലാത്തതായിരുന്നു യഥാർത്ഥ പ്രശ്നം. അതിനെ മറികടക്കാൻ വേണ്ടി, തന്റെ പരാജയത്തെ ബോധപൂർവ്വം ഒളിപ്പിക്കാൻ വേണ്ടിയായിരുന്നു തൊടുന്യായങ്ങൾ പുറത്തേക്ക് വിട്ടത്. എന്നാൽ, അതു ഫലം ചെയ്തോ? ഒരാളുടെ വ്യക്തിത്വത്തെ സംരക്ഷിക്കാൻ ഇതു മതിയായ കാരണങ്ങളായിരുന്നുവോ? സത്യത്തിൽ ഈ അന്യായങ്ങൾ പരാജിതന്റെ സ്നേഹിതനാണ്. വിജയിക്കാതിരിക്കാനുള്ള ഏറ്റവും വലിയ കൂട്ട്.

ഇതിൽ നിന്ന് എങ്ങനെയാണ് ഒരാൾക്ക് രക്ഷപ്പെടാനാവുക? ബോധപൂർവ്വം മാറി നിൽക്കാനാകുക? ഒന്നാമതായി താൻ പലതും ചെയ്യുന്നില്ല എന്നുണ്ടെങ്കിൽ ആ സത്യം സ്വയം അംഗീകരിക്കുക. ഓരോന്നിലും ന്യായം കണ്ടെത്താൻ ശ്രമിക്കാതിരിക്കുക. നമ്മുടെ ജോലിയോ, വിദ്യാഭ്യാസമോ, ബിസിനസ്സോ എന്തുമാവട്ടെ, ഏത് കാര്യത്തിലും ഓരോ ദിവസവും എന്താണ് ചെയ്യേണ്ടത് എന്നതിനെക്കുറിച്ചു തലേന്ന് രാത്രി ഉറങ്ങും മുൻപ് തന്നെ അതുമല്ലെങ്കിൽ നിശ്ചയമായും പുലർച്ചെ കിടക്കയിലിരുന്നു തന്നെ മനസിൽ ഒരു ക്രമം നിശ്ചയിക്കുക.

വിജയം നിങ്ങളുടേതാണ്

അങ്ങനെ ഒരു ക്രമം നിശ്ചയിച്ചാൽ പിന്നെ ശരീരവും മനസിന്റെ ഈ തീരുമാനത്തിനൊത്ത് സഞ്ചരിക്കാൻ തയ്യാറാകും. അതായത്, പിന്നീടാകട്ടെ എന്ന അലസത വെയിലേറ്റ് മഞ്ഞുരുകും പോലെ. ഇനി വേണ്ടത് നിശ്ചയിച്ച കാര്യങ്ങൾ ക്രമമായി ചെയ്യുകയാണ്. ഇത്രയുമാ യാലും ചില അപ്രതീക്ഷിത സാഹചര്യങ്ങൾ വരും. ചിലപ്പോൾ വഴി യിൽ ഒരു അപകടം വിചാരിക്കാത്ത ഒരു വാഹനതടസം സൃഷ്ടിച്ചേ ക്കാം. അതുപോലെ തികച്ചും ആകസ്മികമായ ഒരു കാര്യമാണ് സംഭ വിച്ചതെങ്കിൽ നമ്മൾ മുൻഗണന നിശ്ചയിക്കണം ഉടൻ തന്നെ.

ഓഫീസിലേക്കാണ്, സാധാരണ ദിവസമാണ് എങ്കിൽ മേലധികാരി യെ വിവരം വിളിച്ചു പറഞ്ഞ് വഴിയിലെ കുരുക്കഴിയാൻ കാത്തിരിക്കാം. എന്നാൽ വളരെ പ്രധാനപ്പെട്ട ഇന്റർവ്യൂ, പരീക്ഷ, ഇവയൊക്കെ ആണെങ്കിൽ ആ പ്രത്യേക ചുറ്റുപാടിൽ അല്പം ബുദ്ധിമുട്ടി ആയാലും ബദൽ മാർഗ്ഗം കണ്ടെത്തുകയാണ് വേണ്ടത്. അവിടെ നിങ്ങളുടെ പോസിറ്റീവ് ചിന്തകൾ കാര്യങ്ങൾ നിങ്ങൾക്ക് അനുകൂലമാകും. ഇനി ആർക്കൊക്കെയാണ് ഇത്തരം കാര്യങ്ങൾ ബാധകമാണെന്നു പരിശോ ധിക്കാം. തൊട്ടതിനും പിടിച്ചതിനുമെല്ലാം ഒന്നും തന്റെ കുറ്റമല്ലെന്നു പറഞ്ഞൊഴിയുന്നവരെ കണ്ടിട്ടുണ്ടോ? അവർക്കാണ് ഇത്തരം മാനദ ണ്ഡങ്ങൾ ഏറെ ബാധകം. അവർ പരാജിതർ ആണെന്നു മാത്രമല്ല, വിജയിക്കണമെന്ന് ഒരു ഘട്ടത്തിൽ പോലും ചിന്തിക്കാത്തവരുമാണ്.

സത്യത്തിൽ പരാജിതർ തൊടുന്യായങ്ങൾ നിരത്തുന്നത് ഏത് സാഹചര്യത്തിലാണെന്നോ? പരീക്ഷയിൽ തോറ്റാൽ, ബിസിനസ് തകർന്നാൽ, മദ്യപിച്ച് ബോധം പോയാൽ, സിഗരറ്റ് വലി പോലുള്ള ദുഃശീലങ്ങൾ അലങ്കാരമായി കൊണ്ടു നടക്കുമ്പോൾ തുടങ്ങി കുടും ബ കലഹവും കടബാധ്യതയും വിവാഹമോചനവും വരെ അതു പ്രതി ഫലിക്കും. അതിലൊക്കെയും വലിയ അളവിൽ അവർ പ്രതിരോധം തീർക്കുന്നത് തൊടുന്യായങ്ങൾ കൊണ്ടാണ്.

ജീവിതത്തിൽ ഉറച്ച വിജയമാണോ നിങ്ങളുടെ ലക്ഷ്യം? (അതെന്തി ലുമാകട്ടെ) എങ്കിൽ ആദ്യം നിങ്ങളുടെ കൂടെയുള്ള ഇത്തിൾക്കണ്ണി പോലെയുള്ള ഈ കൂട്ടുകാരനെ ഉപേക്ഷിക്കണം, ഇപ്പോൾ തന്നെ. ഇന്നു മുതൽ ഒരു ന്യായവാദങ്ങളും സൃഷ്ടിക്കില്ലെന്നു ശപഥം ചെയ്യണം. ചെയ്യേണ്ട കാര്യങ്ങൾ കൃത്യമായി ചെയ്യാൻ തയ്യാറെടുത്തിരിക്കുകയാ ണെന്നും അതിനായി പദ്ധതികൾ തന്റെ മനസിലുണ്ടെന്നും അതിനനു സരിച്ചാണ് പ്രവർത്തനങ്ങളെന്നും നിശ്ചയിക്കണം. അതു നിങ്ങളുടെ ആത്മാഭിമാനം വളർത്തും. വിജയത്തിലേക്കുള്ള ചവിട്ടുപടിയിൽ ഇതു നിങ്ങൾക്കു കൂടുതൽ വ്യക്തിത്വമുണ്ടാക്കും. കൂടെയുള്ള മറ്റൊരാളേക്കാൾ അതു നിങ്ങളുടെ സാധ്യത പതിന്മടങ്ങ് വർദ്ധിപ്പിക്കും.

വിജയം നിങ്ങളുടേതാണ്

ഇനിയൊരിക്കൽ കൂടി ന്യായം കണ്ടെത്തുമ്പോൾ സ്വയം പറയാൻ പഠിക്കണം. ഞാൻ വഞ്ചിക്കുന്നത് എന്നെ തന്നെയാണെന്ന്. ഒരിക്കൽ ഈ ശീലം മറികടക്കാനായാൽ നിസ്സംശയം പറയാം വിജയം നിങ്ങൾക്കൊപ്പമാണെന്ന്. കാരണം ലോകത്തിലെ വിജയികളാരും ഒരിക്കലും തൊടുന്യായം പറഞ്ഞിട്ടില്ല. സ്വന്തം ഉത്തരവാദിത്വം കൃത്യമായി ചെയ്തു കൊണ്ടാണവർ എന്നും മുന്നേറുന്നത്. അതു കൊണ്ട് തന്നെ ഇപ്പോൾ നിങ്ങൾക്കും ഉറച്ച ഒരു തീരുമാനമെടുക്കാം.

തനിക്ക് ആരാകണം?

വിജയിയോ അതോ, തൊടുന്യായങ്ങളുടെ തമ്പുരാനോ?

ന്യായീകരിക്കാൻ ശ്രമിക്കുമ്പോൾ സ്വയമറിയുക,
വഞ്ചിക്കുന്നത് തന്നെ തന്നെയാണെന്ന്

19
പ്രതിസന്ധികളെ മറികടക്കാം

ജീവിതം അനിശ്ചിതമാണ്. അത് കടുത്ത പ്രതിസന്ധികൾ ഒന്നും വന്നു ചേരുന്നില്ലെങ്കിൽ സമതലത്തിലൂടെ ഒഴുകുന്ന പുഴ പോലെ വളരെ ശാന്തമായി ഒഴുകും. എന്നാൽ ആ നദിയിൽ പൊടുന്നനെ പ്രത്യക്ഷമാകുന്ന വലിയ വെള്ളച്ചാട്ടം ശ്രദ്ധിക്കൂ. ആ വെള്ളച്ചാട്ടത്തോട് ഉപമിക്കാം, ജീവിതത്തിലെ കടുത്ത പ്രതിസന്ധികളെ.

ഇനി ഒരിക്കലും മുകളിലേക്കൊരു കുതിപ്പില്ലെന്നും അഗാധതയിലെവിടെയോ തല്ലി ഉടഞ്ഞു തീരുമെന്നും നിശ്ചയിക്കുന്ന നിമിഷം. ആ നിമിഷത്തിൽ മരണം എന്നതും ജീവിതമെന്നതും വളരെ നേർത്തൊരു രേഖ കൊണ്ടാവും വേർതിരിച്ചിട്ടുണ്ടാവുക. ഇത്തരം ഒരു പ്രതിസന്ധിയെ നിങ്ങൾക്ക് നേരിടേണ്ടി വന്നിട്ടുണ്ടോ? അടുത്ത ബന്ധുക്കൾക്കോ സുഹൃത്തുക്കളോ വന്നിട്ടുണ്ടോ? അപ്പോൾ അവരൊക്കെയും എന്താണ് ചെയ്തിട്ടുണ്ടാവുക? മിക്കവരും ഈ സുനാമിത്തിര അതിജീവിക്കാൻ കഴിയാതെ വന്നിട്ടുണ്ടാവും.

ഇനി, ഇത്തരമൊരു അവസ്ഥ ആർക്കെങ്കിലും നേരിടേണ്ടി വരികയാണെങ്കിൽ പ്രയോഗിച്ചു നോക്കാം ഈ സാധ്യതകൾ. ഇത്തരമൊരു മാനസികാവസ്ഥയിൽ മനസിനെ കയറു പൊട്ടിയ പട്ടം പോലെ അലയാൻ വിടില്ല എന്ന് നിശ്ചയിക്കുക. അതത്ര എളുപ്പമല്ല എങ്കിൽക്കൂടി, അതാണ് ആദ്യം ചെയ്യേണ്ട കാര്യം.

ഗുരുതരമായ രോഗാവസ്ഥ,
കടുത്ത സാമ്പത്തിക പ്രതിസന്ധി,
ജോലി നഷ്ടപ്പെടുമെന്ന ഭീതിയോ നഷ്ടപ്പെടലോ,
പ്രിയപ്പെട്ടവരുടെ അകാലത്തിലെ വേർപിരിയൽ.

പരിഹാരമില്ലെന്ന് നിശ്ചയിക്കാവുന്ന കുടുംബ പ്രശ്നങ്ങൾ. ഇതിലേതെങ്കിലും ഒന്നാവും നമ്മുടെ പ്രശ്നം. തീർച്ചയല്ലേ? ഇതു നിങ്ങളുടെ മാത്രം പ്രശ്നമല്ലെന്നറിയുക. ലോകചരിത്രം മുതൽക്കേ മാനവവംശം ഇത്തരം ദുരവസ്ഥകൾക്ക് ഇരയായിട്ടുണ്ട്. ഇതിന്റെ സ്വഭാവത്തിലെ ചില്ലറ മാറ്റങ്ങൾ കൊണ്ടാണ് നമുക്കത് നമ്മുടെ മാത്രമായ വിഷയമായി തീരുന്നത് എന്നറിയുക. ആരോഗ്യപരമായ കാര്യങ്ങളിൽ ഏത്

തരത്തിലുള്ള പുരോഗതിക്കും അടിസ്ഥാനം പരിഭ്രമിക്കാതിരിക്കുന്ന ഒരു മനസ്സാണെന്ന് ആദ്യമേ തിരിച്ചറിയണം. ആ മനസിലെ ചിന്തകളെയാണ് ഒന്ന് മെരുക്കൂ എന്ന് ആദ്യത്തെ പോയിന്റിൽ തന്നെ ആവശ്യപ്പെടുന്നതും. നിരാശ ജനിപ്പിക്കുന്ന ഒന്നും ചിന്തിക്കില്ല എന്ന തീരുമാനമാണ് പ്രസ്തുത പ്രശ്നത്തിൽ നിന്നും നിങ്ങളെ പുറത്തു കടക്കുവാൻ സഹായിക്കുന്ന ഏകകാര്യം.

രണ്ടാമതായി അറിയേണ്ടത് എന്ത് ആരോട് സംസാരിക്കണം എന്നതാണ്. ഏത് വിഷമവും നമ്മുടെ വൈകാരിക തലത്തെ വല്ലാതെ പിടിച്ചുലച്ചിരിക്കും. അപ്പോൾ ആരെന്നും എന്തെന്നും ചിന്തിക്കാതെ കാര്യങ്ങൾ പങ്കുവച്ചു എന്നു വരാം. പ്രത്യേകിച്ചും വിഷമ സമയത്ത് പരിഹാരമെന്ന നിലയിൽ മദ്യപിക്കുന്നവരാവുമ്പോൾ. ആ സമയം തീർത്തും അവരുടെ നിയന്ത്രണത്തിനു പുറത്താവും കാര്യങ്ങൾ. ഇത്തരം സമയങ്ങളിൽ പങ്കുവക്കുന്ന വിവരങ്ങൾ തികച്ചും ആത്മഹത്യാപരമാകാറുണ്ട്. ഇനി അത്തരം സന്ദർഭത്തിൽ നമ്മുടെ വിഷയങ്ങൾ അത്ര തന്നെ വികാരത്തോടെ അവതരിപ്പിച്ചാൽ, കേൾക്കുന്ന ശ്രോതാക്കളിൽ ഓരോരുത്തർക്കും നമ്മളെക്കുറിച്ച് വിവിധ ചിത്രങ്ങളാവും ഉണ്ടായി വരിക. ഇത് ചൂഷണം ചെയ്യാനും ആളെത്തും. അതിനാൽ പ്രശ്നത്തിലകപ്പെട്ടാൽ അതുടനെ എല്ലാവരോടും വിളിച്ചു കൂവേണ്ടതില്ല എന്നു സ്വയം തീരുമാനിക്കണം.

മൂന്നാമതായി ശ്രദ്ധിക്കേണ്ടത് ഇതാണ്. ഒരു വ്യക്തി, അതാരുമാകട്ടെ ഭർത്താവ്/ഭാര്യ, മകൻ/മകൾ, സുഹൃത്ത്, ഇതിൽ ഒരാളെങ്കിലും നമ്മളെ പൂർണ്ണമായും അറിയുന്നതായി ഉണ്ടാകണം. പ്രശ്നം എന്ത് തന്നെയുമാകട്ടെ അയാളോട് തുറന്ന് പറയുക. വേണമെങ്കിൽ പൊട്ടിത്തെറിക്കുകയോ കരയുകയോ ഒക്കെ ആകാം. സ്ഥിരത നഷ്ടമായ മാനസികാവസ്ഥ തിരിച്ച് പിടിക്കുവാനുള്ള തന്ത്രമാണിത്. ഒന്ന് പൊട്ടിത്തെറിച്ച് കരഞ്ഞു ഉറങ്ങി ഉണർന്നാൽ മനസിലെ ഭാരം ഏറെക്കുറെ മാറിയിരിക്കും. പിന്നെ ആ കേട്ട വ്യക്തിക്ക് പ്രശ്നത്തിനെ എങ്ങനെ നേരിടാമെന്നു നിങ്ങളേക്കാൾ നന്നായി വിശകലനം ചെയ്യാനുമാകും. നിങ്ങൾ എന്താണെറിയുന്ന ഒരാൾ ജീവിതത്തിലുണ്ടെങ്കിൽ മറ്റെന്ത് ഇല്ലെങ്കിലും നിങ്ങൾ വിജയിക്കുക തന്നെ ചെയ്യും.

നാലാമതായി പ്രശ്നത്തെ അറിഞ്ഞ് ലഘൂകരിക്കുക എന്നതാണ്. ഓർക്കുക ഈ വാചകം, 'ഈ നിമിഷവും കടന്നു പോകും.' വളരെയേറെ പ്രാധാന്യമുണ്ട് ഇതിന്. ഒന്ന് ഓർത്തു നോക്കൂ. പഠിക്കുന്ന സമയം പരീക്ഷകൾ ആയിരുന്നു പ്രധാന പ്രശ്നം. പിന്നീടത് ജോലിയും, പിന്നെ കുടുംബവും, ജോലിയിലെ സർവ്വീസ് പ്രശ്നങ്ങളും സഹപ്രവർത്തകരുടെ ഉപദ്രവങ്ങളും ആയി അത് വഴിമാറുന്നു. ഇടയ്ക്ക് ഗുരു

തര സാമ്പത്തിക പ്രതിസന്ധികൾ സൃഷ്ടിച്ചും ആരോഗ്യ പ്രശ്നങ്ങൾ കൊണ്ടും നമ്മുടെ ജീവിതം ഉലഞ്ഞിട്ടുമുണ്ട്. അതിനെന്താ? ആ ഉലച്ചിലുകൾ നമ്മളെ ശക്തരാക്കുകയാണ് ചെയ്തത്. അതിനാൽ ഓർക്കുക. ഇതും കടന്നു പോകുമെന്ന്.

അഞ്ചാമതായി ഓർക്കാനുള്ളത്, നമ്മൾ ജീവിക്കുന്നത് പ്രധാനമായും അവനവനു വേണ്ടി തന്നെയാണ് എന്ന മഹത്തായ കാര്യമാണ്. ജോലിയും മറ്റ് പുറമേ നിന്നുള്ള പ്രശ്നങ്ങൾക്കും അതിനാൽ തന്നെ നിങ്ങളെ ഉലയ്ക്കാൻ സാധിക്കില്ല എന്ന ഉറച്ച നിലപാട് എടുക്കണം. പ്രതിസന്ധി ഘട്ടത്തിൽ ഒരു വഴി അടയുമ്പോൾ തുറക്കപ്പെടുന്ന മറ്റ് ഒമ്പത് വഴികളെ സ്വപ്നം കാണണം.

ആറാമത്തേത് ഇതാണ്, പ്രതിസന്ധികളിലൂടെ കടന്നുപോകാതെ ഇന്നുവരെ ആരും എവിടെയും എത്തിയിട്ടില്ല; ആരും ഒന്നും ആയിത്തീർന്നിട്ടുമില്ല. പ്രശ്നങ്ങളെ സമർത്ഥമായി എതിർത്ത് തോൽപ്പിക്കുക തന്നെ വേണം. ഏഴാമത്തേത്, സമചിത്തതയോടെ, ചെറുപുഞ്ചിരിയോടെ പ്രതിസന്ധികളെ നേരിടുക എന്നതാണ്. രാത്രി സുഖമായി കിടന്നുറങ്ങി നാളത്തെ നല്ലൊരു പുലരിയിലേക്ക് ഉണർന്നെഴുന്നേൽക്കൂ എന്നതാണ്.

ഒന്നു പുഞ്ചിരിക്കൂ, പ്രതിസന്ധി ഘട്ടത്തിൽ മനസു തുറന്നു ചിരിക്കാൻ കഴിഞ്ഞെന്നു വരില്ല സാധാരണക്കാർക്ക്. അപ്പോൾ മനസ്സിൽ പറയേണ്ട ഒരേയൊരു കാര്യമേയുള്ളൂ, ഞാൻ അസാധാരണക്കാരനാണ്. എനിക്കിതൊക്കെ മറികടക്കാൻ ഒരു ചെറു പുഞ്ചിരി മതി. കണ്ണാടിക്കു മുന്നിൽ പോയി നിന്നൊന്നു ചിരിച്ചു നോക്കൂ, എല്ലാ പ്രതിസന്ധിയും പമ്പ കടക്കും. പ്രശ്നങ്ങളെ വരുന്നിടത്തു വച്ചു കണ്ടാൽ മതി. അതിനു മുൻപ് അതൊരു വലിയ പ്രപഞ്ചമായി നിങ്ങൾ തന്നെ സൃഷ്ടിക്കേണ്ടതില്ലെന്നു സാരം!

പ്രതിസന്ധി ഘട്ടത്തിൽ ഒരു വഴി അടയുമ്പോൾ
തുറക്കപ്പെടുന്ന മറ്റ് ഒമ്പത് വഴികളെ സ്വപ്നം കാണണം.

20
ഒഴിവാക്കാം ആശങ്കകളെ

ഇന്നൊരു ബിസിനസ് ഡീൽ ഉണ്ട്. ലക്ഷങ്ങളുടെ ഡീൽ. എങ്ങനെയാണ് നമ്മുടെ മനസ് പ്രവർത്തിക്കുക എന്നറിയുമോ? ആദ്യം ആ ഡീൽ നടക്കാതിരുന്നാൽ ഉണ്ടാകാവുന്ന ദോഷങ്ങളെക്കുറിച്ചേർക്കും, പിന്നെ അതിന്റെ നടുക്കം എല്ലാ വിധത്തിലും ശരീരത്തിൽ ഫീൽ ചെയ്യും. എന്നിട്ട് അത് നടക്കുന്നതായി ചിന്തിക്കും. പക്ഷേ ആ ചിന്ത വളരെ ദുർബലമായ ഒന്നായിരിക്കും. മനസ് അത് കണ്ട ഭാവം വക്കില്ല. കൂടാതെ ആദ്യ ചിന്ത സൃഷ്ടിച്ച തളർച്ച ഒന്നുകൂടി ശക്തമാകുകയും, തൊണ്ട വരളുകയും, പറയേണ്ട പലതും അപൂർണ്ണമാവുകയോ മറക്കുകയോ ചെയ്യും. നിങ്ങളുടെ ശരീരഭാഷ ഒരു പരാജിതന്റേതായി മാറും. ഒരാവശ്യവുമില്ലാതെ ചുറ്റുപാടിനോടും ദേഷ്യം വരും. നിങ്ങളുടെ യാത്രയിൽ തടസം, ഒടുവിൽ നിരാശനായി മടക്കം. ഇതാണ് കടുത്ത ആശങ്ക സൃഷ്ടിക്കുന്ന പ്രശ്നം. ഇവിടെ ബിസിനസ് ഡീലിനു പകരം നിങ്ങൾ നേരിടുന്ന സമാനമായ മറ്റൊരു പ്രശ്നത്തെക്കുറിച്ച് ചിന്തിച്ചു നോക്കൂ. ജീവിതത്തിൽ, ഒരിക്കലെങ്കിലും ഇത്തരം അനുഭവത്തിൽ കൂടി നിങ്ങൾ കടന്നുപോയിട്ടുണ്ടാവും. ഇല്ലെങ്കിൽ, മുന്നിൽ അത്തരമൊരു അവസരം കാത്തിരിക്കുന്നുണ്ട്.

ശരി, പരിഹാരം എന്താണ് എന്നല്ലേ?

ആദ്യമായി വേണ്ടത് ആശങ്ക എന്ന മിത്രം യഥാർത്ഥത്തിൽ ശത്രുവാണ് എന്നു തിരിച്ചറിയുകയാണ്. ആ മിത്രത്തോട് വിളിച്ചാൽ മാത്രം വന്നാൽ മതി എന്നു പറഞ്ഞ് പടിക്ക് പുറത്തു നിർത്തുക.

അതിന് ശേഷം എന്താണോ കാത്തിരിക്കുന്നത്, അത് ഒരു ജോബ് ഇന്റർവ്യൂ ആകട്ടെ, ബിസിനസ് ഡീൽ ആകട്ടെ, എന്തിന് പെണ്ണുകാണൽ തന്നെ ആകട്ടെ, അതിന്റെ നല്ല വശങ്ങൾ മാത്രം ചിന്തിക്കുക. നല്ല വശങ്ങളെക്കുറിച്ച് വെറുതേ ആർക്കോ വേണ്ടി ചിന്തിച്ചിട്ട് കാര്യമില്ല കേട്ടോ. ശരിക്കും ആ കാര്യം നടന്നു എന്ന് തന്നെ വിശ്വസിച്ച് കൊണ്ട് ചിന്തിക്കുക. അപ്പോൾ ശരിക്കും രോമാഞ്ചമൊക്കെ അനുഭവപ്പെടണം. ഉള്ളിൽ സന്തോഷം നിറഞ്ഞു തുളുമ്പണം, ആത്മാഭിമാനം സ്ഫുരിക്കണം.

വിജയം നിങ്ങളുടേതാണ്

ഇനി അടുത്ത പടി, എന്താണോ നിങ്ങൾ ലക്ഷ്യമിട്ടിരിക്കുന്നത് കൃത്യമായി അത് മുന്നിൽ എത്തിക്കഴിഞ്ഞു. ഈ സമയം ശ്രദ്ധ മറ്റൊന്നിലേക്കും പാളി പോകരുത്. അതായത്, നന്നായി പാട്ട് പാടുന്ന ഒരു കുട്ടി ലളിതഗാന മത്സരത്തിൽ പങ്കെടുക്കാൻ തീരുമാനിച്ചു എന്ന് കരുതുക. തയ്യാറെടുപ്പുകൾ ഏതാണ്ട് പൂർണ്ണമായിക്കഴിഞ്ഞിരിക്കുന്നു. ഈ സമയത്ത് ഒരാൾ പറയുകയാണ് 'നല്ല ശബ്ദം, പദ്യപാരായണത്തിന് കൂടിയൊന്നു മത്സരിച്ചു കൂടേ?, രണ്ടു സമ്മാനം കിട്ടുമല്ലോ?'

ഈ പ്രലോഭനം അൽപ്പം അപകടം പിടിച്ച ഘട്ടമാണ്. ഒരു കാര്യത്തിലെ ഫുൾഫോക്കസ് പെട്ടെന്ന് രണ്ടെണ്ണത്തിലേക്ക് മാറ്റപ്പെടുകയാണ്. അത് പരാജയ സാധ്യത വർദ്ധിപ്പിക്കും. ഇത് തന്നെയാണ് ലക്ഷ്യത്തിലേക്കുള്ള ഫോക്കസ് കുറഞ്ഞാൽ നഷ്ടമാകുക. പണ്ടുള്ളവർ പറയാറില്ലേ, കക്ഷത്തിലുള്ളത് പോകാതെ ഉത്തരത്തിലുള്ളത് എടുക്കാനാവില്ലെന്ന്. അതായത്, ഒരേസമയം ഒരു കാര്യം ചെയ്യുമ്പോഴാണ് അതു വിജയത്തിലെത്തുക. രണ്ടെണ്ണത്തിലേക്ക് ശ്രദ്ധിച്ചാൽ രണ്ടും നഷ്ടമായെന്നു വരും. രണ്ടു വള്ളത്തിൽ ഒരേസമയം കാലു വെക്കാൻ ശ്രമിച്ചാൽ എന്താണോ സംഭവിക്കുക, അതു തന്നെ. ഇതോടൊപ്പം മറ്റൊരു കാര്യം കൂടി ചേർത്ത് വെക്കാം. ഒരു കാര്യത്തിൽ ശ്രദ്ധിച്ച് മുന്നേറുന്നതിനിടയിൽ വന്നു ചേരുന്ന അതിലും മികച്ച മറ്റ് അവസരങ്ങൾ. വളരെ ചിന്തിച്ച് വേണം ഈ വേളയിൽ തീരുമാനമെടുക്കാൻ.

രണ്ട് കാര്യങ്ങളിലും രണ്ട് തരം തയ്യാറെടുപ്പുകളാവും വേണ്ടിവരിക. ഒടുവിൽ രണ്ടും ഉദ്ദേശിച്ച തരത്തിലാകാതെ വേവലാതി പിടിച്ച്, പരാജയം വിളിച്ച് വരുത്തും. ഇവിടേയും വില്ലൻ വേവലാതി/ആശങ്ക തന്നെയാണ്.

അടുത്ത ഘട്ടമാണ് ഏറ്റവും പ്രധാനം. വിജയത്തെ സ്വീകരിക്കാൻ തയ്യാറാണോ എന്നതാണ് അത്. എന്താണ് വിജയത്തെ സ്വീകരിക്കുക എന്നാൽ?

വിജയിച്ചു കഴിഞ്ഞാൽ ആ വിജയം കൊണ്ട് ഉണ്ടാകുന്ന സൗഭാഗ്യങ്ങൾ സ്വീകരിക്കുവാൻ പാകമായിരിക്കണം മനസ് എന്നർത്ഥം. ബംപറടിച്ചു ബെൻസ് കാർ ലഭിച്ചു എന്നു കരുതുക. പക്ഷേ, വീട്ടുമുറ്റത്തേക്ക് സൈക്കിൾ വരാൻ പാകത്തിലാണ് വഴിയെങ്കിലോ? അപ്പോൾ ഒന്നുകിൽ മറ്റൊരിടത്തേക്ക് താമസം മാറ്റണം, അല്ലെങ്കിൽ വഴി വലുതാക്കണം. ഇത്തരത്തിൽ തന്നെയാണ് വിജയത്തിന്റെ കാര്യവും. വിജയിച്ചു കഴിയുമ്പോൾ അതിനെ സ്വീകരിക്കാൻ നാം തയ്യാറെടുത്തിരിക്കണം. ഈ മാറ്റം തന്നെയാണ് വളരെ പ്രധാനം. മനസു കൂടി വിജയത്തെ സ്വീകരിക്കാൻ പാകപ്പെട്ടിട്ടില്ലെങ്കിൽ വിജയം കൊണ്ടു വരുന്ന ഫലത്തിനെ സ്വീകരിക്കാനാവാതെ പരാജയപ്പെട്ടു പോകുമെന്നു സാരം.

വിജയം നിങ്ങളുടേതാണ്

അടുത്തത് വിജയിയുടെ ശരീരഭാഷ സ്വീകരിക്കുക എന്നതാണ്. അതെങ്ങനെ എന്നല്ലേ? നിങ്ങൾ വിജയിച്ചു കഴിഞ്ഞാൽ എങ്ങനെയാവും ജീവിക്കുക, അത് നിങ്ങളുടെ പെരുമാറ്റത്തിലും കൊണ്ട് വരിക. വില പിടിപ്പുള്ളത് വേണമെന്നില്ല. പക്ഷേ ഭംഗിയായി, മാന്യമായി വസ്ത്രധാരണം ചെയ്ത്, വളരെ സ്വീകാര്യനായി വേണം മറ്റുള്ളവരോട് എപ്പോഴും ഇടപഴകാൻ. ഒപ്പം ക്ഷിപ്രകോപത്തെ ഒഴിവാക്കണം. കോപം പരാജിതന്റെ ദുർബലതയാണ്. വിജയി ദുർബലനല്ലെന്ന് അറിയണം. ആശങ്കയുടെ ഫലമായുണ്ടായ നഷ്ടമാണ് കോപം സൃഷ്ടിക്കുന്നത്. അതിനെ മറികടക്കാൻ, നമുക്ക് താഴെയുള്ളവരോട് സഹാനുഭൂതിയോടെ പെരുമാറണം. മറ്റുള്ളവരോട് പെരുമാറുമ്പോൾ എപ്പോഴും അന്തസ് കാത്ത് സൂക്ഷിക്കണം. ഇതൊക്കെ വിജയികളുടെ പ്രത്യേകതയാണ്. അവിടെയും ആശങ്കകളെ അകറ്റി നിർത്താൻ ശ്രദ്ധിക്കണം.

ചുരുക്കിപ്പറഞ്ഞാൽ ആകുലത അഥവാ ആശങ്കയെ മനസിൽ നിന്നും തള്ളിപ്പുറത്താക്കിയാൽ മാത്രമാണ് വിജയത്തെ ആശ്ലേഷിക്കാനാവൂ എന്നു സാരം. അപ്പോൾ, ആശങ്കയെ വേരൊടെ പിഴുതെറിഞ്ഞു വിജയത്തെ സ്വപ്നം കണ്ട് അതിനു വേണ്ടി മനസ്സൊരുക്കൂ, അതീവ ജാഗ്രതയോടെ യത്നിക്കൂ. അതാവണം ഒരു വിജയിയുടെ ലക്ഷ്യം!

ആശങ്കയിൽ നിന്നുണ്ടായ നഷ്ടമാണ് കോപം സൃഷ്ടിക്കുന്നത്. ക്ഷിപ്രകോപത്തെ ഒഴിവാക്കണം. കോപം പരാജിതന്റെ ദുർബലതയാണ്. വിജയി ദുർബലനല്ലെന്ന് അറിയണം.

21

സമയത്തെ എങ്ങനെ വിനിയോഗിക്കണം?

ഇന്നത്തെ മനുഷ്യരുടെ ഏറ്റവും വലിയ പരാതി സമയത്തെക്കുറിച്ചാണ്.

'എന്തേ, അമ്മയെ വിളിക്കാത്തത്?'

'സമയം കിട്ടിയില്ല.'

'കുട്ടി ഹോം വർക്ക് മുഴുവൻ ചെയ്തോ?'

'ഇല്ല സർ, സമയം കിട്ടിയില്ല.'

'ആശുപത്രിയിൽ പോയിരുന്നോ? എന്തായി ഭേദമുണ്ടോ?'

'എന്ത് പറയാനാന്നേ, തീരെ സമയം കിട്ടിയില്ല'

ഇങ്ങനെ തുടങ്ങി വെറും ഇരുപത്തിനാല് മണിക്കൂറുകൾ കൊണ്ട് എന്ത് ആകാനാണ്? ഈ ദൈവത്തിന് ഇത്തിരി കൂടുതൽ സമയം തന്നുകൂടേ? എന്ന് വരെ നാം ചോദിക്കും.

അതെ, തെറ്റ് ദൈവത്തിന്റെ തന്നെയാണ്. സമയം എന്ന നിധി എങ്ങനെ ഉപയോഗിക്കണം എന്നറിയാത്ത മനുഷ്യരെ സൃഷ്ടിച്ചത് തെറ്റാണല്ലോ. ശരി ദൈവത്തിന് പറ്റിയ തെറ്റ് നമുക്കൊന്ന് തിരുത്തിയാലോ? ഓ മെഡിറ്റേഷൻ, യോഗ, ധ്യാനം ഇതൊക്കെയല്ലേ പറയുവാൻ തുടങ്ങുന്നത് എന്നല്ലേ?

എന്നാൽ അല്ല, സമയത്തെ എങ്ങനെ കൃത്യമായി വിനിയോഗിക്കണമെന്നതിനെക്കുറിച്ചാണ് പറയാൻ ശ്രമിക്കുന്നത്. നോക്കൂ, ഈ ഭൂമിയിലെ സർവ്വ ചരാചരങ്ങൾക്കും സമയം ഒന്നുപോലെ തന്നെയാണ്. 24 മണിക്കൂർ. പക്ഷേ ചിലർ ആ 24 മണിക്കൂർ പൊന്നായി കണ്ട് സ്വന്തം ജീവിതത്തെ ചിട്ടപ്പെടുത്തുന്നു. ചിലരോ തികഞ്ഞില്ല എന്ന് പരിദേവനം പറഞ്ഞ് കരയുന്നു. ഇനിയും ചിലർക്കോ എന്തിന് സമയം എന്നൊരു മട്ടാണ്.

സമയത്തെ നമുക്ക് വേണ്ട മട്ടിൽ ഒന്ന് മയപ്പെടുത്താൻ എന്താണ് ചെയ്യാനാകുക എന്ന് നോക്കാം. ഒന്നാമതായി ഓരോ ദിവസവും എന്തൊക്കെ ചെയ്തു തീർക്കുവാനുണ്ട് എന്നൊന്ന് ഓർത്തെടുക്കണം. വീട്ടുകാര്യം, ജോലിക്കാര്യം. ഇത് രണ്ടുമായി നമുക്ക് പ്രവർത്തികളെ തരം തിരിക്കാം.

വിജയം നിങ്ങളുടേതാണ്

വീട്ടുകാര്യങ്ങളിൽ ഓരോ ദിവസവും എന്താണ് ചെയ്യേണ്ടത് എന്ന് മുൻകൂട്ടി ധാരണ വേണം. അതിന് എത്ര സമയം വേണ്ടിവരും എന്നും കണക്കുകൂട്ടണം. ഭക്ഷണം ഉണ്ടാക്കൽ മാത്രമല്ല, ജോലിക്ക് പോകാനുള്ള തയ്യാറെടുപ്പുകൾ ഉൾപ്പെടെയുള്ള ചെറിയ കാര്യങ്ങൾ വരെ മനസിലുണ്ടാകണം. ചിലർക്ക് ഓഫീസ് കാര്യങ്ങൾ എന്നു പറഞ്ഞാൽ ഒരിക്കലും തീരാത്ത പണികളുടെ ലോകമാണ്. പതിനാല് മണിക്കൂർ കുത്തിയിരുന്നാലും അവരുടെ ജോലി തീരില്ല. പ്രധാന കാരണം ജോലി ചെയ്യേണ്ട വിധത്തിലല്ല അവർ ചെയ്യുന്നത് എന്നത് തന്നെ. ചെയ്യേണ്ട ജോലികൾ സമയക്രമം പാലിച്ച് ചെയ്താൽ പതിനാല് മണിക്കൂർ കൊണ്ട് ചെയ്യുന്നത് അതിന്റെ പകുതി സമയം കൊണ്ട് ചെയ്ത് തീർക്കാം. സത്യത്തിൽ പലരും ഓർക്കാത്ത ഒരു കാര്യമുണ്ട്, ജീവിക്കുവാനായി വേണം ജോലി ചെയ്യേണ്ടത്. അല്ലാതെ ജോലിക്കായി ജീവിക്കുകയല്ല എന്നത്. ഒപ്പം നമ്മൾ എന്നത് നമ്മുടെ ജോലി മാത്രമല്ല എന്ന സത്യവും.

അതാത് ദിവസങ്ങളിലെ കാര്യങ്ങൾ മുൻകൂട്ടി പ്ലാൻ ചെയ്ത് അത് അനുസരിച്ച് മുന്നോട്ട് പോയാൽ സമയം കിട്ടിയില്ല എന്ന പരാതി ഉണ്ടാകില്ല. സമയം കിട്ടാത്തതിന്റെ മറ്റൊരു പ്രധാന കാരണം ഇല്ല എന്നോ വേണ്ട എന്നോ പറയേണ്ടിടത്ത് അതിന് സാധ്യമാകാത്തതാണ്. എല്ലാ ഉത്തരവാദിത്തങ്ങളും ഏറ്റെടുക്കുക, സാധ്യമാകില്ല എന്ന് പൂർണ്ണമായും ഉറപ്പുള്ളതു പോലും മറ്റുള്ളവരോടു നോ എന്നു പറയാൻ കഴിയാത്തതു കൊണ്ടു മാത്രം ഏറ്റെടുക്കും. ഇങ്ങനെ വരുമ്പോൾ ഒരു കാര്യവും ഭംഗിയായി ചെയ്യാനാകാത്ത അവസ്ഥ വന്നു ചേരും. ഇതാണ് സമയനഷ്ടത്തിന്റെ പ്രധാന പ്രശ്നം. അപ്പോൾ സമയത്തെ വിനിയോഗിക്കുന്നതിലല്ല, സമയത്തെ ആവശ്യമില്ലാത്ത കാര്യങ്ങൾക്ക് വേണ്ടി ക്രയവിക്രയം ചെയ്യുന്നതിലെ പാളിച്ചയാണ് പ്രശ്നമെന്ന് ഇപ്പോൾ പിടികിട്ടിയില്ലേ. ഓരോ വ്യക്തിയും തന്റെ സമയം എങ്ങനെയാണ് അകാരണമായി നഷ്ടപ്പെട്ടു കൊണ്ടിരിക്കുന്നത് എന്നു കണ്ടെത്തണം. അതിനു പരിഹാരം കാണണം.

ആദ്യമായി മനസ്സിലാക്കേണ്ടത് നമുക്ക് ശേഷം പ്രളയമല്ല എന്ന സത്യമാണ്. കാരണം നമ്മളില്ലെങ്കിലും ഈ ലോകം ഇതിനേക്കാൾ ഭംഗിയായി മുന്നോട്ട് പോകും. അപ്പോൾ ധൈര്യമാർജിച്ച് നോ പറയേണ്ടിടത്ത് നോ എന്ന് തന്നെ പറയൂ.

മൂന്നാമതായി ശ്രദ്ധിക്കേണ്ടത് ചെയ്ത് തീർക്കേണ്ട കാര്യങ്ങളുടെ മുൻഗണന നിശ്ചയിക്കുക എന്നതാണ്. ഒരു ദിവസം ചെയ്യുന്ന കാര്യങ്ങളിൽ എല്ലാക്കാര്യവും ഒന്നുപോലെ പ്രാധാന്യം ഉള്ളതാകണമെന്നില്ല. ചിലത് മാറ്റി വയ്ക്കാവുന്നവയാകും, മറ്റ് ചിലത് വളരെ ശ്രദ്ധയോ

ടെ സമയമെടുത്ത് ചെയ്യേണ്ടതാവും. ഇനി ചിലത് അടിയന്തിരമായി ചെയ്യേണ്ടതാകും. ഉദാഹരണത്തിന്, കറന്റ് ചാർജ് അതിന്റെ അവസാന അവധിയിലും അടക്കുന്നില്ലെങ്കിൽ കെഎസ്ഇബി ഫ്യൂസ് ഊരാൻ മറക്കില്ല. ഇത്തരം കാര്യങ്ങൾക്കു മുൻഗണന നൽകിയേ മതിയാവൂ.

സമയം കിട്ടുന്നില്ല എന്ന പരാതി ഉയരുന്നത് മറ്റൊരു പ്രധാന കാരണത്താലാണ്. സമയം സ്വയം പാഴാക്കുന്നുണ്ട് നാം. ഉദാഹരണത്തിന്, അടുക്കളപ്പണിക്കിടയിൽ ടിവി കണ്ടിരിക്കുക, പഠിച്ച് തീർക്കേണ്ട കാര്യങ്ങൾ ഉള്ളപ്പോൾ സോഷ്യൽ മീഡിയയിൽ മുഴുകി പോവുക, അതുമല്ലെങ്കിൽ ആരുടെയെങ്കിലും കാര്യങ്ങൾ പറഞ്ഞ് ഫോണിൽ മുഴുകുക. ഇതൊക്കെ നമ്മുടെ ജീവിതത്തിന്റെ മൂല്യം തന്നെ ഇല്ലാതാക്കും. സമയം ഏറ്റവും വില പിടിപ്പുള്ള ഒന്നാണ്, ഒരു നിമിഷം പോലും അനാവശ്യമായി കളയില്ല എന്ന് തീരുമാനിക്കൂ. സമയത്തെ കൃത്യമായി വിനിയോഗിക്കുന്നവനാണ് യഥാർത്ഥ വിജയി എന്നു മനസ്സിലാക്കണം. ധനവാനും ദരിദ്രനും 24 മണിക്കൂർ മാത്രമാണ് ഒരു ദിവസത്തിലുള്ളത്. പണ്ഡിതനും പാമരനും അങ്ങനെ തന്നെ. നേട്ടങ്ങളുണ്ടാക്കുന്നവർ സമയത്തിന്റെ പ്രാധാന്യത്തെ തിരിച്ചറിഞ്ഞവരാണം. പരാജിതനോ സമയത്തെക്കുറിച്ച് ഓർക്കുന്നു കൂടിയുണ്ടാവില്ല.

ഇനി ഏറ്റവും ഒടുവിലായാണ് പറയുന്നതെങ്കിലും ഏറ്റവും പ്രധാനമായ കാര്യം ഇതാണ്. നമ്മുടെ ജീവിതം നമ്മുടേത് മാത്രമാണെന്ന തിരിച്ചറിവ് ഓരോ വ്യക്തിക്കും ഉണ്ടാവണം. സുന്ദരമായ ഒരു പൂവ് വിടരുന്ന ലാഘവത്തോടെ വേണം ജീവിതത്തെ സമീപിക്കാൻ. ഓടി ഓടി തളർന്ന് വീഴേണ്ട ഒന്നല്ല ജീവിതം. മറിച്ച് ഓരോ ദിവസവും പുതുതായി വിടരുന്ന പൂക്കൾ പോലെയാകണം. കുടുംബം, അവനവന്റെ ഇഷ്ടങ്ങൾ, യാത്രകൾ, സൗഹൃദങ്ങൾ, ഇതൊക്കെ ചേരുമ്പോഴാണ് ജീവിതമാകുന്നത്. അങ്ങനെ ജീവിക്കാൻ തുടങ്ങുമ്പോൾ സമയമില്ലാപ്പാട്ട് തനിയെ അപ്രത്യക്ഷമാകും. അതു കൊണ്ട് ഇപ്പോൾ തന്നെ സമയത്തിനൊപ്പം ജീവിച്ചു പഠിക്കുക, സമയത്തിനാണ് മൂല്യം കൈയിലുള്ള പണത്തിനല്ലെന്നും ബോധ്യപ്പെടുക!

സമയത്തെ കൃത്യമായി വിനിയോഗിക്കുന്നവനാണ് യഥാർത്ഥ വിജയി എന്നു മനസ്സിലാക്കണം. ധനവാനും ദരിദ്രനും 24 മണിക്കൂർ മാത്രമാണ് ഒരു ദിവസത്തിലുള്ളത്.

22

പ്രതീക്ഷിച്ചിരുന്നാൽ, വിജയം തനിയെ വരുമോ?

എല്ലാവരും ഇടയ്ക്കിടക്ക് പ്രയോഗിക്കുന്ന ഒരു വാക്കാണ് പ്രതീക്ഷ. എന്നാൽ, യഥാർത്ഥ ജീവിതത്തിൽ ഈ പ്രതീക്ഷ നമ്മുടെ പ്രതീക്ഷക്ക് ഒപ്പം എത്താറുണ്ടോ? എന്റെ മകന് എംബിബിഎസ് തന്നെ കിട്ടുമെന്നായിരുന്നു പ്രതീക്ഷ, പക്ഷേ... അവൾ അവനെത്തന്നെ വിവാഹം കഴിക്കുമെന്നായിരുന്നു ഞങ്ങൾ പ്രതീക്ഷിച്ചത്, പക്ഷേ... ആ വീട് എന്തായാലും വാങ്ങാനാകുമെന്നാണ് പ്രതീക്ഷിച്ചത്, പക്ഷേ...

ഉദാഹരണങ്ങൾ ഇത്രയും പോരെ? നോക്കൂ എന്തു പറ്റി നമ്മുടെ പ്രതീക്ഷകൾക്ക്? പ്രതീക്ഷകളെ നമുക്ക് വിചാരിക്കുന്നിടത്ത് എത്തിക്കാൻ എന്താണ് മാർഗം? ഒന്നാമതായി നമ്മുടെ ഒട്ടുമിക്ക പ്രതീക്ഷകളും നമ്മുടെ ചില ദിവാസ്വപ്നങ്ങൾ മാത്രമാണ് എന്ന സത്യം ആദ്യം തിരിച്ചറിയണം. വെറും പ്രതീക്ഷ എന്ന് പറയുന്നത് ഒരു തരം കബളിപ്പിക്കലാണ്. ചിലപ്പോൾ മറ്റുള്ളവരെ, ഭൂരിസമയത്തും അവനവനെ തന്നെ. അങ്ങനെയെങ്കിൽ പിന്നെ എങ്ങനെയാണ് നാം പ്രതീക്ഷിക്കേണ്ടത്?

കൃത്യമായ ലക്ഷ്യബോധം ഉണ്ടാവുക എന്നതാണ് ഏറ്റവും പ്രധാനം. അത് ജീവിതത്തിലെ ഏത് കാര്യവും ആകട്ടെ, പക്ഷേ അതിനൊരു ലക്ഷ്യവും ആ ലക്ഷ്യത്തിന് വേണ്ടി ഒരു തയ്യാറെടുപ്പും വേണം. ലക്ഷ്യം എന്നത് തീരെ അസാധ്യമായ ഒന്നാവരുത് എന്ന് മറന്നു പോകരുത്. ഇനി അതിന്റെ തയ്യാറെടുപ്പുകളെക്കുറിച്ച് ചിന്തിക്കുക. അതിൽ ചില കാര്യങ്ങൾ നമുക്ക് താരതമ്യേന എളുപ്പമുള്ളതും ചില ഭാഗങ്ങൾ കഠിനവും ആകാം. ഉദാഹരണത്തിന് വീട് നിർമ്മാണത്തിനായി ബാങ്ക് ലോൺ എടുക്കാൻ ഉദ്ദേശിച്ചാൽ, തയ്യാറാക്കേണ്ട രേഖകളുടെ ഒരു ലിസ്റ്റ് തയ്യാറാക്കി ക്രമപ്രകാരം അടുക്കി, ആവശ്യമുള്ളതും ഇല്ലാത്തതുമായി തരം തിരിച്ച് ബാങ്ക് ആവശ്യപ്പെടുന്ന രീതിയിൽ സമർപ്പിക്കുന്നതാണ് ഒന്നാം ഘട്ടം. അതിൽ ചില രേഖകൾ വലിയ അധ്വാനം കൂടാതെയും, മറ്റു ചിലതു ദിവസങ്ങൾ കൊണ്ടുമാകും ശരിപ്പെടുത്താനാകുക. ഇനി ബാങ്ക് വായ്പ കിട്ടുമെന്നു കരുതി വീടിനു അഡ്വാൻസ് കൊടുത്തു. വായ്പ ഉറപ്പായും കിട്ടുമെന്നാണു പ്രതീക്ഷ. ബാങ്കിൽ

ചെല്ലുമ്പോഴാണ് അറിയുന്നത്, വായ്പ ലഭിക്കാനുള്ള അടിസ്ഥാന യോഗ്യത അപേക്ഷകനില്ലെന്നത്. ഇനി യോഗ്യത ഉണ്ടെന്നു തന്നെ വച്ചോളൂ. ആവശ്യമുള്ള രേഖകളൊക്കെയും നൽകി വീട്ടിൽ കിടന്നുറങ്ങിയാൽ കാര്യം നടക്കുമോ? ബാങ്കിനെ കൃത്യസയമത്തു സമീപിച്ച് എന്താണ് അതിന്റെ അവസ്ഥകൾ എന്ന് അറിഞ്ഞ്, പോരായ്മകൾ ഉണ്ടെങ്കിൽ പരിഹരിച്ച് കാര്യങ്ങൾ നടത്തിയെടുക്കണം. അപ്പോഴാണ് നമ്മുടെ ലക്ഷ്യത്തിൽ നാം വിജയക്കൊടി പാറിക്കുന്നത്. ഇങ്ങനെയാവണം ഏതൊരു കാര്യവും. ഒരു ലക്ഷ്യത്തിലേക്ക് നടന്നടുക്കുന്നത് ഏതാണ്ട് ഇതേവിധത്തിൽ തന്നെയാണ്. ജീവിതത്തിൽ ഒരു തവണ പരാജയപ്പെട്ടാൽ പിന്നെ വിധിയെ പഴിച്ചിരിക്കാതെ അടുത്ത വഴി തേടണം. സംഭവിച്ചതിനെ കൃത്യമായി വിശകലനം ചെയ്യണം. ആദ്യം വരുത്തിയ പിഴവുകൾ മാറ്റണം. ഇത് തന്നെയാണ് ഏത് കാര്യത്തിലും വേണ്ടത്. വെറുതേ പ്രതീക്ഷിച്ചിരുന്നാൽ ആരുമൊന്നും വീട്ടിൽ കൊണ്ടു തരില്ലെന്ന പഴമൊഴി ഓർക്കണം.

ഇനി ചിലരുണ്ട്, അവർക്കു കൃത്യമായ ലക്ഷ്യവും കാണും. പക്ഷേ, എന്തിലും കുറുക്കുവഴി അന്വേഷിക്കുന്നവരാണവർ. വലിയ പ്രതീക്ഷയോടെ ഭാവിയെ ഉറ്റുനോക്കുന്നവരാകും. കുറേ ധനം. അത് മാത്രമാണ് ലക്ഷ്യം. പക്ഷേ ഏറ്റവും രസകരമായ വസ്തുത അവർക്ക് ശരിക്കും എത്ര ധനം ആവശ്യമുണ്ട് എന്ന് ചോദിച്ചാൽ ഉത്തരമുണ്ടാവില്ല. 'കുറേ' എന്നേ പറയുവാനറിയൂ.. അതായത് സ്വന്തം ആവശ്യങ്ങളെക്കുറിച്ചു പോലും യാതൊരു ധാരണയും ഇല്ല എന്നർത്ഥം. ഇത്തരക്കാർ ദൈവത്തോടും ഇങ്ങനെ തന്നെ പ്രാർത്ഥിക്കും. 'ദൈവമേ കുറേ പണം തരണേ' പാവം ദൈവം! ഭക്തന്റെ കുറേയും ദൈവത്തിന്റെ കുറേയും പലപ്പോഴും ഒന്നാകില്ല. ഫലം ദൈവത്തിന് പേരുദോഷം.

ഒന്നറിയണം നമ്മൾ. ജീവിതവിജയത്തിന് കുറുക്കുവഴികൾ ഇല്ല എന്ന യാഥാർത്ഥ്യം. സ്വന്തം മനഃസാക്ഷിയെ വഞ്ചിച്ച് ഒരാൾക്കും ഏറെക്കാലം നിലനിൽക്കാനാകില്ല. അതിനാൽ പ്രതീക്ഷ പുലർത്തേണ്ടത് നേരായ മാർഗത്തിലൂടെയുള്ള നേട്ടങ്ങളിലാണ്. അതായത് പ്രതീക്ഷ എന്നതിനെ ഇപ്രകാരം നിർവ്വചിക്കാം. ശുഭാപ്തി വിശ്വാസവും സ്ഥിരോത്സാഹവും കൊണ്ട് നേടുന്നതാണ് പ്രതീക്ഷയുടെ തുരുത്ത്. പ്രതീക്ഷകളെ എങ്ങനെ സാധിച്ചെടുക്കാനാവും എന്നു കൂടി നോക്കാം. പ്രതീക്ഷകളെ സാധ്യതകളുമായി കൂട്ടിച്ചേർക്കുകയാണ് ഇതിൽ ആദ്യത്തേത്. സാധ്യമായതും അസാധ്യമായതും വേർതിരിക്കുന്നതോടെ പ്രതീക്ഷിക്കുന്ന ലക്ഷ്യത്തിലും മൂർച്ച വരും. സാധ്യമായ പ്രതീക്ഷകൾ നടപ്പാക്കുന്നതാണ് വളരെയെളുപ്പം. യാഥാർത്ഥ്യത്തോടെ ചേർന്നു നിൽക്കുന്നതാവും അത്. അല്ലാത്തവയെ ദിവാസ്വപ്നങ്ങൾ

എന്ന നിലയ്ക്കു തള്ളിക്കളയാൻ സാധിക്കണം. അല്ലാതെ, അതിനെ എന്നെ കൊണ്ടു സാധിക്കാത്ത കാര്യങ്ങൾ എന്ന നിലയിൽ കാണരുത്. എല്ലാവർക്കും എല്ലാത്തിലും വിജയിക്കാനായി എന്നു വരില്ല. ചന്ദ്രനിൽ പോയവർക്ക് ഭൂമിയിലെ ഏറ്റവും ഉയരമേറിയ എവറസ്റ്റ് കൊടുമുടി കീഴടക്കാൻ കഴിഞ്ഞിട്ടില്ലല്ലോ. അപ്പോൾ, ഓരോരുത്തരും കൃത്യമായി മുന്നോട്ടു വെക്കുന്ന ലക്ഷ്യത്തിലാണ് കാര്യം. അതിലേക്ക് എത്തിപ്പെടുന്നവനാണ് വിജയത്തിന്റെ രാജകുമാരനും.

മനുഷ്യമനസിന്റെ ഏറ്റവും പ്രധാനപ്പെട്ട ദുരവസ്ഥ എന്ന് പറയുന്നത് നെഗറ്റീവ് ചിന്തകളിലേക്കുള്ള ചായ്‌വ് ആണ്. അതെപ്പോഴും നമ്മുടെ ശുഭാപ്തി വിശ്വാസത്തെ ദുർബലമാക്കിക്കൊണ്ടിരിക്കും. അതുകൊണ്ടു തന്നെ വെറും പ്രതീക്ഷകളല്ല നമുക്ക് അഭികാമ്യം, മറിച്ച് ഫലപ്രാപ്തിയുള്ള പ്രതീക്ഷകളാണ്. അത്തരം കഠിനാധ്വാനമുള്ള പൂന്തോട്ടങ്ങളിലെ വിജയത്തിന്റെ പൂവ് വിടരുകയുള്ളു എന്നോർമ്മിക്കുക.

കൃത്യമായി മുന്നോട്ടു വെക്കുന്ന ലക്ഷ്യത്തിൽ
എത്തിപ്പെടുന്നവനാണ് വിജയത്തിന്റെ രാജകുമാരൻ.

23

നാം എന്താണ് മാറാത്തത്?

ജീവിതത്തിൽ മാറാൻ തയ്യാറാവുന്നവരാണ് വിജയികൾ. എന്നാൽ ചെറു കാര്യത്തിൽ പോലും മാറാൻ പലർക്കും കഴിയുന്നില്ല. അവർ മാറ്റത്തെ ഭയപ്പെടുന്നു. ഒരു സ്കൂളു മാറാൻ, ഒരു ക്ലാസ് മാറാൻ, ഒരു വീട് മാറാൻ, എന്തിന് പുതിയ ഓരോ വ്യതിയാനങ്ങളേയും നമ്മൾ ഭയത്തോടെയാണ് കാണുക. എന്നും ഒരേ സമയത്ത് ഉണർന്ന് ഒരേ ദിനചര്യകളിലൂടെ കടന്നുപോകുന്ന, ഒരേ വിരസ താള ജീവിതം. കിട്ടുന്ന പണം എല്ലാമാസവും ഒരേ തരത്തിൽ വിനിയോഗിച്ച്, ഒരേ കടൽത്തീരം, അതേ തീയറ്റർ, അതേ റെസ്റ്ററന്റ്, അതേ ഇരിപ്പിടങ്ങൾ എന്നിവയായാൽ നിങ്ങൾക്ക് ആഹ്ലാദിക്കാനാകുമോ? വിരസത വളരെ വേഗം കടന്നുകൂടും. അങ്ങനെയെങ്കിൽ ജീവിതത്തിലും ഇതേ വിരസതയല്ലേ പ്രശ്നക്കാരൻ?

ആദ്യമായി മനസിലാക്കേണ്ടത് നമ്മുടെ ഓരോ ദിവസവും എന്തിന് ഒരോ നിമിഷവും വ്യത്യസ്തമാണ് എന്നതാണ്. അത്രയേറെ വ്യത്യസ്തത ഉള്ള നമ്മുടെ ജീവിതത്തിലെ മാറ്റങ്ങളോട് നമ്മൾ എന്തിനാണ് മുഖം തിരിക്കുന്നത്? അടുത്ത നിമിഷം എന്തെന്ന് പറയുവാനാകാത്ത അനിശ്ചിതത്വം തന്നെയാണ് ജീവിതത്തിന്റെ ഏറ്റവും വലിയ സൗന്ദര്യവും. അതേ അനിശ്ചിതത്വമാണ് വിജയത്തിന്റെ അടിത്തറയും എന്നറിയുക.

അതെങ്ങനെ എന്നല്ലേ? യാതൊരുവിധ സമ്മർദ്ദങ്ങളും നേരിടാതെ എല്ലാ കാര്യങ്ങളിലും മാതാപിതാക്കളുടെ ചിറകിനടിയിൽ ഒതുങ്ങിയിരുന്നു ജീവിക്കുന്ന ചിലരെ കണ്ടിട്ടില്ലേ? തികച്ചും മരണതുല്യമായ ജീവിതം. എല്ലാം കൃത്യസമയത്ത് നടക്കും. പക്ഷേ, ആ ജീവിതത്തിന് ജീവിതത്തിന്റേതായ ഒരു നിറവും ഉണ്ടാകില്ലെന്നു മാത്രം. പഴയകാലത്തെ ബ്ലാക്ക് ആൻഡ് വൈറ്റ് ചിത്രങ്ങൾ പോലെ നിറം മങ്ങിയവ ആയിരിക്കുമവരുടെ ജീവിതം. എന്നാൽ ജീവിതത്തിൽ വിജയം ആഗ്രഹിക്കുന്നവർ അപ്രകാരമല്ല. അവർ ചിറകുകൾക്കിടയിലെ ഇത്തിരി സുരക്ഷിതത്വത്തിനിടയിൽ ഒതുങ്ങി ജീവിക്കില്ല. ജീവിതം ബുദ്ധി ഉപയോഗിച്ചും അതിൽ വേണ്ട മാറ്റങ്ങൾ വരുത്തിയും അധ്വാനിച്ചും മുന്നോട്ട് നീക്കേണ്ട ഒന്നാണ് എന്ന് അവർ തിരിച്ചറിയും. ആ നീക്കത്തിനിടയിലെ

പതർച്ചകളും കാലിടറലുകളും അവർക്ക് വിജയത്തിന് മുന്നോടിയായുള്ള ചില പാഠങ്ങൾ മാത്രമാണ്. അവർ ഒരിക്കലും മുന്നേ പോയവർ തെളിച്ചിട്ട അതേ വഴികളിലൂടെ മാത്രം സഞ്ചരിക്കില്ല. അവർ കണ്ണും കാതും തുറന്ന് ലോകത്തെ കാണും. അതിതീവ്ര വേഗതയിൽ പായുന്ന ആധുനിക യുഗത്തിലെ മാറ്റങ്ങളെ അംഗീകരിക്കുകയും അതിനൊത്ത് നിലപാടുകളിൽ മാറ്റം വരുത്തുകയും ചെയ്യും. ഒപ്പം ഒരു വഴി അടഞ്ഞു എന്ന് വന്നാൽ തുറന്നിരിക്കുന്ന ആ ഒമ്പതു വഴികളെക്കുറിച്ച് ചിന്തിക്കുകയും ആ വഴികൾ പ്രയോജനപ്പെടുത്തുകയും ചെയ്യും.

മാറ്റം എന്നത് വിജയത്തിന്റെ സ്വന്തം കൂട്ടുകാരനാണ്. വിജയം എന്ന് വച്ചാൽ അത് ബിസിനസ് വിജയമോ വിദ്യാഭ്യാസത്തിലെ വിജയമോ മാത്രമല്ല. ഒരു വ്യക്തി അവനവനിലെ ഉന്നമനത്തിനായി, അവന്റെ സ്വഭാവത്തിൽ ബോധപൂർവ്വം കൊണ്ടുവരുന്ന മാറ്റങ്ങൾ പോലും വിജയമാണ്. ആ മാറ്റങ്ങൾ അവനെ ശക്തനാക്കും. നേരിട്ടല്ലെങ്കിൽ പോലും ഭൗതിക നേട്ടങ്ങളിൽ അത് കൂടുതൽ ഊർജ്ജമേകും.

ഓർക്കേണ്ട ഒരു കാര്യം, വിജയി ഒരിക്കലും കൂട്ടത്തിൽ നിൽക്കുന്നവനല്ല എന്നതാണ്. മറിച്ച് കൂട്ടത്തെ ആകർഷിക്കുന്നവനാണ് എന്നതാണ്. അങ്ങനെ സംഭവിക്കാൻ മാറ്റത്തെ സന്തോഷത്തോടെ സ്വീകരിക്കാം, അംഗീകരിക്കാം. അതിനാൽ നമുക്ക് മുൻപേ ഗമിക്കുന്ന ഗോവിന്റെ പിൻപേ അണി തെറ്റാതെ നടക്കുന്ന മറ്റൊരു ഗോവല്ല ആകേണ്ടത്. മറിച്ച്, വ്യത്യസ്തമായ ഒരു നല്ല ഒന്നാന്തരം ഗോവായി പുതിയ മേച്ചിൽപ്പുറങ്ങൾ കണ്ടെത്തി വിജയഭേരി മുഴക്കാം.

ഒരു വ്യക്തി അവനവനിലെ ഉന്നമനത്തിനായി, അവന്റെ സ്വഭാവത്തിൽ ബോധപൂർവ്വം കൊണ്ടുവരുന്ന മാറ്റങ്ങൾ പോലും വിജയമാണ്.

24

പ്രോത്സാഹന പൂച്ചെണ്ടിലെ കാണാക്കുരുക്കുകൾ

അംഗീകാരവും പ്രോത്സാഹനവും ആർക്കാണ് ഇഷ്ടമല്ലാത്തത്. അത് ഭക്ഷണം, പാർപ്പിടം എന്നത് പോലെ തന്നെ ഗുണപരമായ മാനസിക നിലയ്ക്ക് ആവശ്യവുമാണ്. ഏതൊരാളുടെ ജീവിതയാത്രയിലും അവശ്യം വേണ്ട ഒന്ന്. ചിന്തിച്ചു നോക്കുക, നമ്മൾ എല്ലാ കാര്യങ്ങളും ഭംഗിയായി ചെയ്തു. ഓഫീസ് ജോലിയോ വീട്ടുകാര്യമോ അങ്ങനെ എന്തുമാകട്ടെ. അത് മറ്റൊരാൾ കാണുകയും അതിന് ഒരു അഭിനന്ദനവും നൽകിയാൽ? ഉറപ്പായും നമ്മുടെ മുഖത്ത് ഒരു പൂവ് വിടരും പോലൊരു പുഞ്ചിരി വിടരും. സത്യമല്ലേ? വീണ്ടും അത്തരത്തിൽ നല്ലതുപോലെ കാര്യങ്ങൾ ചെയ്യുവാനുള്ള പ്രചോദനവുമാകും അത്.

ഇത് നമ്മുടെ കാര്യം. എന്നാൽ നാം ചുറ്റുമുള്ളവരോട് ഇങ്ങനെ ചെയ്യാറുണ്ടോ? അതും ചിന്തിക്കേണ്ടതല്ലേ? ഒരാൾ ചെയ്യുന്ന എത്ര ചെറിയ കാര്യവും ആകട്ടെ. അതൊന്ന് അഭിനന്ദിച്ചാലോ? കേൾക്കുന്ന ആളിനും പറഞ്ഞ നമുക്കും ഒന്നുപോലെ സന്തോഷം. നാം എന്താണോ നൽകുന്നത് അതാകും നമുക്ക് തിരികെ ലഭിക്കുന്നത്. അപ്പോൾ നാം സ്നേഹത്തിന്റെ, ആനന്ദത്തിന്റെ തിരിയാണ് തെളിക്കുന്നതെങ്കിൽ അത് തന്നെയാവും തിരികെ ലഭിക്കുന്നതും.

എന്നിരുന്നാലും ചില അഭിനന്ദനങ്ങൾ തീർത്തും ഋജുവായ, സ്നേഹവും ആനന്ദവും മാത്രം പങ്കുവയ്ക്കുന്ന ഒന്നാകണമെന്നില്ല. ഒരുവൻ നീട്ടുന്ന പൂച്ചെണ്ടിനുള്ളിൽ ഭദ്രമായി ഒളിപ്പിച്ചു വച്ച ഒരു വിഷപ്പാമ്പുണ്ടെങ്കിലോ? അങ്ങനെ ചിന്തിച്ചിട്ടുണ്ടോ? നിങ്ങളൊരു ജോലിക്കാരനാണ് എന്നു കരുതുക. എല്ലാ ദിവസവും നിങ്ങളുടെ ജോലിയെ മേലധികാരി കൃത്യമായി അഭിനന്ദിക്കുന്നുണ്ട്. അതിനനുസരിച്ച് ജോലിഭാരം കൂടുകയാണ്. നന്നായി ചെയ്യുന്നവന് മുന്നിലേക്ക് ജോലികളുടെ കൂമ്പാരമെത്തുമ്പോൾ എന്താവും സംഭവിക്കുക? നമ്മുടെ ആത്മവിശ്വാസം നഷ്ടപ്പെടുന്നു. ഇവിടെ പ്രോത്സാഹനം ശരിക്കും നമുക്കു ഗുണകരമായോ? ഇവിടെ അഭിനന്ദനം എന്നത്, പ്രോത്സാഹനം എന്നത്, ഒരു കെണിയാണ് മധുരക്കെണി. എങ്ങനെയാണ് അത്തരം വ്യാജ അഭിനന്ദനങ്ങളെ പ്രതിരോധിക്കുക?

വിജയം നിങ്ങളുടേതാണ്

ആദ്യമായി സ്വന്തം പ്രവർത്തിയെക്കുറിച്ച് വ്യക്തമായ ധാരണ ഉണ്ടായിരിക്കണം. ഒരാൾ അഭിനന്ദിക്കുമ്പോൾ, പ്രത്യേകിച്ചും അതൊരു ആവർത്തനമെന്ന വിധത്തിലാകുമ്പോൾ സ്വയം വിലയിരുത്തുക. ഇത് യഥാർത്ഥ്യമോ അതോ മറ്റെന്തെങ്കിലും ലക്ഷ്യം ലാക്കാക്കിയുള്ള പ്രകടനമാണോ എന്ന്. അഭിനന്ദിച്ച് അടുപ്പം കൂടി അവരുടെ കാര്യസാധ്യത്തിന് ഉപയോഗിക്കുക എന്നത് മാത്രമല്ല ഇതിന്റെ ദൂഷ്യം, മറിച്ച് നമ്മുടെ വളർച്ച തന്നെ മുരടിപ്പിക്കുവാൻ ഇത്തരം കപട അഭിനന്ദനങ്ങൾക്ക് കഴിയും.

നമ്മുടെ നാട്ടിൽ സ്കൂൾ കുട്ടികൾക്കിടയിൽ പരീക്ഷാ സമയത്ത് പഠന കാര്യങ്ങളിൽ വല്ലാത്ത മത്സരം ഉണ്ടാകാറുണ്ട്. ചില രക്ഷകർത്താക്കൾ സ്വന്തം കുട്ടി പഠനത്തിൽ പിന്തള്ളപ്പെടുമോ രണ്ടാമനാകുമോ എന്നൊക്കെയുള്ള ഭയം വന്നാൽ പ്രയോഗിക്കുന്ന ഒരു തന്ത്രമുണ്ട്. സ്വന്തം കുട്ടിയുടെ എതിരാളിയെ വല്ലാതങ്ങ് പുകഴ്ത്തും. 'നീ പഠിച്ചില്ലെങ്കിലും കുഴപ്പമില്ല, നല്ല ബുദ്ധിശക്തിയല്ലേ, നീ തന്നെയാവും പരീക്ഷയിലും ഒന്നാമൻ. വെൽഡൺ!' ഈ പുകഴ്ത്തൽ ആ കുട്ടിയെ അമിത ആത്മവിശ്വാസത്തിലേക്ക് നയിക്കും. ഫലം അവൻ പഠിക്കാതെ ഉഴപ്പും. പിന്നെ പറയേണ്ടതില്ലല്ലോ. ഇതുപോലുള്ള തന്ത്രങ്ങൾ ജീവിതത്തിന്റെ പല ഘട്ടങ്ങളിലും പല രൂപത്തിലും നമുക്ക് കണ്ടെത്താം.

ഏറ്റവും പ്രധാനം നമ്മുടെ ഈഗോ തന്നെയാണ്. വിമർശനമേറ്റാൽ പൊട്ടിത്തകരുന്ന ആളുകൾ വ്യാജ അഭിനന്ദനങ്ങളിൽ പെട്ടെന്ന് കാലിടറി വീഴും. ചിലരോ അഭിനന്ദനങ്ങൾ ഏറ്റുവാങ്ങാൻ എന്ത് സാഹസവും കാട്ടുന്നവരാണ്. പക്ഷേ അവർ എന്നും സമൂഹത്തിന് മുന്നിൽ അപഹാസ്യരാവുകയേ ഉള്ളൂ. അതിനാൽ അഭിനന്ദനങ്ങളും പ്രോത്സാഹനങ്ങളും നമ്മുടെ ക്രിയാത്മകതയെ ഉത്തേജിപ്പിക്കുമ്പോൾ തന്നെ നാം ശ്രദ്ധാലുവാകുകയും ചെയ്യണം. ആ ശ്രദ്ധയും നമ്മുടെ വിജയത്തിലെ നാഴികക്കല്ലാണ്. അതു കൊണ്ട് തന്നെ പ്രോത്സാഹനവും അഭിനന്ദനവും ജീവിതത്തിൽ സ്വീകരിക്കുന്നതിനൊപ്പം തന്നെ അവയിൽ ഒളിഞ്ഞിരിക്കുന്ന വിഷത്തെ എടുത്തു കളയാനും നാം ശ്രദ്ധിക്കേണ്ടിയിരിക്കുന്നു.

അഭിനന്ദനങ്ങളും പ്രോത്സാഹനങ്ങളും ക്രിയാത്മകതയെ ഉത്തേജിപ്പിക്കുമ്പോൾ ശ്രദ്ധിക്കണം. ആ ശ്രദ്ധയും നമ്മുടെ വിജയത്തിലെ നാഴികക്കല്ലാണ്.

25

എന്താണ് യഥാർത്ഥ സമ്പത്ത് ?

ധനം, കൂട്ടുകാർ, ജോലി, ആരോഗ്യം, വിദ്യാഭ്യാസം, അറിവ് എന്നിങ്ങനെ വിവിധ രൂപങ്ങളിൽ ഏതിനെയെങ്കിലും ഒന്നിനെ ചൂണ്ടിക്കാട്ടിയാകും ഈ തലക്കെട്ടിന് പലരും ഉത്തരം പറയുന്നത്. ചിലർ ഇതിനെയെല്ലാം ചേർത്തും പറയും. വാസ്തവത്തിൽ ഇവയെല്ലാമാണോ യഥാർത്ഥ സമ്പത്ത്. യഥാർത്ഥ സമ്പത്തിലേക്ക് എത്തുമ്പോഴാണ് ഒരു വ്യക്തി വിജയിയെന്നു പറയുന്നത്. അങ്ങനെയെങ്കിൽ ഈ ഘടകങ്ങളെ ഒന്നു പരിശോധിച്ചു നോക്കാം.

ഏതായാലും ഒരു ഉത്തരമെന്ന നിലയിൽ ഏറ്റവും കുറവ് പേർ പറയുവാൻ ഇടയുള്ളത് ആദ്യത്തെ ഉത്തരമായ ധനം എന്നതായിരിക്കും. ഏറ്റവും കൂടുതൽ പേർ തെരഞ്ഞെടുക്കുന്നത് വിദ്യാഭ്യാസവും ആകും. എന്നാൽ എന്താണ് ഈ ചോദ്യത്തിന്റെ ശരിക്കും ഉത്തരം? നമ്മൾ കുട്ടികളെ പഠിപ്പിക്കുന്നത് എന്തിനാണ്? മിടുക്കരായി പഠിച്ച് വലുതായി നല്ല ജോലി വാങ്ങി ഒരു പാട് സമ്പാദിച്ച് നല്ല വിധത്തിൽ ജീവിക്കുക. അതെ നമ്മൾ അങ്ങനെയാണ് ആ വാക്കിൽ എത്തുക. ഒരു പാട് സമ്പാദിച്ച്, അതിനർത്ഥം ധാരാളം ധനം ഉണ്ടാവുന്ന അവസ്ഥ എന്നത് തന്നെ.

എന്നാൽ ധനമാണോ യഥാർത്ഥ സമ്പത്ത്?

അതല്ല. പണം പലപ്പോഴും നിഷ്ഫലമാണ്. ആരോഗ്യമില്ലെങ്കിൽ, നല്ല കുടുംബ ജീവിതമില്ലെങ്കിൽ നല്ല മക്കളില്ലെങ്കിൽ, നല്ല കൂട്ടുകാർ ഇല്ലെങ്കിൽ, അതായത് മാനുഷികമൂല്യങ്ങൾ എടുത്തു നോക്കുമ്പോൾ പണം എന്നത് അവയിലേക്ക് നയിക്കുന്ന ഒരു ഘടകം മാത്രമാണ് എന്നറിയുവാൻ സാധിക്കും.

അങ്ങനെയെങ്കിൽ കൂട്ടുകാർ എന്നതോ?

നിശ്ചയമായും നല്ല സുഹൃത്തുക്കൾ ഒരു അവശ്യ ഘടകമാണ്. എന്നാൽ അതുകൊണ്ട് മാത്രം ഒരാളുടെ സാമ്പത്തിക, സാമൂഹിക, മാനസിക അവസ്ഥ വലുതായി മാറുന്നില്ല.

ഇനി ആരോഗ്യം, ശരിയാണ് നല്ല ആരോഗ്യം ഒരു വലിയ കാര്യം തന്നെയാണ്. എന്നാൽ ആരോഗ്യമുള്ളവരെല്ലാം സന്തുഷ്ടരാണോ?

വിജയം നിങ്ങളുടേതാണ്

ജീവിതവിജയം വരിച്ചവരാണോ? അല്ല.

അപ്പോൾ വിദ്യാഭ്യാസം എന്നതു തന്നെ എന്നല്ലേ? 'വിദ്യാധനം സർവ്വധനാൽ പ്രധാനം' എന്ന് തന്നെ. പക്ഷേ നമുക്കിന്ന് വിദ്യാഭ്യാസം എന്നത് സർവ്വകലാശാലകൾ നൽകുന്ന ഡിഗ്രികൾ ആണ്. അപ്പോൾ അത്തരം വിദ്യാഭ്യാസം നാം ഉദ്ദേശിക്കുന്ന ഗുണം ചെയ്യുമോ? ഇപ്പോൾ ഉപരിപഠനം കഴിഞ്ഞാലും പിന്നിട് ഒരു ജോലിക്കു വേണ്ടി വീണ്ടും പരിശീലനം നൽകേണ്ട ഗതികേടിലാണ്.

അങ്ങനെയെങ്കിൽ യഥാർത്ഥ സമ്പത്ത് എന്താണ്?

സംശയം എന്തിനാണ്? അറിവ് എന്നത് തന്നെ.

ഏതൊന്നിനെക്കുറിച്ചും പ്രായോഗികതലത്തിൽ ഉള്ള അറിവ്, അതിന്റെ വരികൾക്കിടയിൽപ്പോലും വായിച്ചു മനസിലാക്കി പ്രവർത്തിക്കുവാനുള്ള കഴിവ്, ഏത് സാഹചര്യത്തിലും അറിവ് പ്രയോജനപ്പെടുത്താനുള്ള അറിവ്.

അറിവുണ്ടെങ്കിൽ സമ്പത്തും വിദ്യാഭ്യാസവും ആരോഗ്യവും ജോലിയും സുഹൃത്തുക്കളുമൊക്കെ നമുക്കു ലഭ്യമാക്കും. ഓരോന്നിലും നമുക്കു ലഭിക്കുന്ന അറിവിനെ കൃത്യമായി തിരിച്ചറിയാനും അതു ഫലപ്രദമായി ഉപയോഗിക്കാനും അറിഞ്ഞാൽ എല്ലായിടത്തും വിജയിക്കാനാകും. പരാജിതന്റെ ഏറ്റവും വലിയ പ്രശ്നം, ഈ അറിവില്ലായ്മയാണ്. വിജയത്തിലേക്കു കുതിക്കുന്നവർ ശ്രദ്ധിക്കുന്നതും അറിവുകൾ നേടാനാണ്. വിദ്യയിലും, ആരോഗ്യത്തിലും, ജോലിയിലും എന്നു വേണ്ട സമ്പത്തിൽ പോലുമുള്ള അറിവ് അവനെ വിജയത്തിലേക്ക് നയിക്കും.

ആ അറിവ് എല്ലാവർക്കും അത്ര എളുപ്പം കിട്ടില്ലെന്നതാണ് യാഥാർത്ഥ്യം. അത് കിട്ടാൻ ഒരു നിശ്ചയദാർഢ്യം ആവശ്യമുണ്ട്. അതുപോലെ ബന്ധങ്ങൾ കൊഴിഞ്ഞു പോകാതെ കൊണ്ടു പോകേണ്ടത് ആവശ്യമാണ്. പരക്കെയുള്ള വായനയും അന്വേഷണവും അത്യാവശ്യമാണ്. ഏതൊരു കാര്യത്തിലാണോ പ്രവർത്തിക്കുന്നത്, അതിലേക്ക് മറ്റ് നാനാ ഘടകങ്ങളെ കണ്ടെത്തി ആവശ്യമായ രീതിയിൽ കൂട്ടിയിണക്കുവാനുള്ള അറിവ് നിങ്ങളെ ആ മേഖലയിലെ ഒന്നാമനാക്കും. നിങ്ങളുടെ അറിവിന് ആർക്കും നികുതി നിർണ്ണയിക്കുവാനാവില്ല. ആർക്കും കവർന്നെടുക്കുവാനുമാകില്ല. അറിവു കൊണ്ടൊരു കോട്ട കെട്ടിയാൽ നിങ്ങളതിൽ എക്കാലവും സ്വസ്ഥനായിരിക്കും എന്ന് സാരം. അത്തരത്തിലെ ഗഹനമായ അറിവ് നിങ്ങൾക്ക് സുഹൃത്തുക്കളെ നേടിത്തരും, സമ്പത്ത് നേടിത്തരും. ഒപ്പം സ്വസ്ഥമായ മനസിലൂടെ ആരോഗ്യത്തേയും സമ്പാദിച്ചു നൽകും. അതു മാത്രമല്ല, ഒരിക്കലും നഷ്ടപ്പെടാത്തതും നശിക്കാത്തതും അതു തന്നെയാണ്. ബാക്കിയൊന്നിനെയും പിടിച്ചു നിർത്താനുള്ള ശക്തി നമുക്കില്ല. ബന്ധങ്ങൾ, ധനം, കീർത്തി

യൊക്കെയും നഷ്ടപ്പെട്ടാം, എന്നാൽ ജ്ഞാനം മാത്രം നിലനിൽക്കും.

അപ്പോൾ ഇനി മുതൽ ഇതാകട്ടെ വിജയികളുടെ ആപ്തവാക്യം. അറിവാണ് യഥാർത്ഥ സമ്പത്ത്, അറിവുകൾ വർദ്ധിപ്പിച്ചു കൊണ്ടേയിരിക്കുക. അറിയും തോറും അറിയാനുള്ള ത്വര കൂടികൊണ്ടേയിരിക്കും. അതു ജീവിതത്തെ കൂടുതൽ പ്രകാശിപ്പിക്കും, കൂടുതൽ മഹത്തരമാക്കും. വിജയമാണ് നിങ്ങളുടെ ലക്ഷ്യമെങ്കിൽ മനസ്സിൽ ഇതു കുറിച്ചു വെച്ചു കൊള്ളു.

അറിയും തോറും അറിയാനുള്ള ത്വര കൂടികൊണ്ടേയിരിക്കും. അതു ജീവിതത്തെ കൂടുതൽ പ്രകാശിപ്പിക്കും

26
വിജയിക്കാൻ എന്തു ചെയ്യണം?

എന്തുകൊണ്ടാവും എല്ലാവരും വിജയികൾ ആകാത്തത്? എപ്പോഴും നാം കേൾക്കുന്ന വിജയഗാഥകൾ ഉണ്ട്. അവയിൽ ബഹുഭൂരിപക്ഷവും പലവിധ ശ്രമങ്ങൾ നടത്തി പരാജയപ്പെട്ട് പിന്നീട് ലോകം കീഴടക്കിയ വരുടേതാണ്. പക്ഷേ ഒരു സാധാരണക്കാരന്റെ ജീവിതം ഈ വിജയക ഥകളുമായി എങ്ങനെ ബന്ധിക്കാം? എല്ലാവരും മനുഷ്യരാണ്. എല്ലാ വർക്കും കൃത്യമായ സമയം അനുവദിച്ചിരിക്കുന്നു. എന്നിട്ടും എല്ലാ വർക്കും വിജയികളാകാത്തതിനു പിന്നിൽ ചില ഘടകങ്ങളുണ്ട്. അതിൽ ചിലതു നാം മുൻപു ചർച്ച ചെയ്തു. ഇതിനെ പൊതുവേ ബലഹീനത എന്നു വിളിക്കാം. ചിലർക്കു കായികമായി, മറ്റു ചിലർക്കു ബൗദ്ധികമാ യി, ഇനിയുള്ളവർക്കു സാമ്പത്തികമായി, ജാതീയമായി, വർഗീയമായി, ലിംഗപരമായി തുടങ്ങിയെത്രയെത്ര വേണമെങ്കിലും കണ്ടെത്താം. പൊതുവായി പറഞ്ഞാൽ, ബലക്കുറവ് എന്നു തന്നെ അടിവരയിടാം. എന്നാൽ എല്ലായിടത്തും എല്ലാവരും വിജയിക്കുന്നില്ല. ഒരിടത്ത് വിജ യിച്ചവർ മറ്റൊരിടത്ത് അമ്പേ പരാജയപ്പെട്ടവരാകാം. പക്ഷേ, ഒരിടത്തും വിജയിക്കാത്തവരുടെ കാര്യമോ?

നമ്മുടെ മുന്നിൽ എത്രയെത്ര കഥകളാണുള്ളത്, ഒരിക്കൽ പരാജയ പ്പെട്ടു വീണ്ടും പരാജയപ്പെട്ടു പിന്നേയും പിന്നേയും പിന്നേയും, അവ സാനം വിജയദേവത അനുഗ്രഹിക്കുന്നു. സമ്പന്നരുടെയും വിദ്യാഭ്യാസ വിചക്ഷണരുടെയും ശാസ്ത്രജ്ഞരുടെയുമൊക്കെ ജീവിതകഥ ഇങ്ങ നെയാണ്. ചരിത്രം പഠിപ്പിച്ച കഥകളിലൂടെ സഞ്ചരിക്കുമ്പോൾ ഒരു കാര്യം മനസ്സിലാകും. വിജയി ഒരു ലക്ഷ്യത്തേയാണ് ഭേദിക്കാനായി നിശ്ചയിക്കുന്നത്. വിജയിക്കാത്തവരുടെ ആത്യന്തികമായ പ്രശ്നവും ഇതു തന്നെ. ഭേദിക്കാൻ നമുക്കു ലക്ഷ്യങ്ങളില്ല.

ഇനി മറ്റൊന്നു കൂടിയുണ്ട്, ഒരു പരാജയം പോലും നമ്മളിൽ പലർക്കും ഉൾക്കൊള്ളാനാകുന്നില്ല. ഒരു വട്ടം പരാജയപ്പെടുമ്പോഴേ ക്കും നമ്മൾ ഊർജ്ജം നഷ്ടപ്പെട്ടവരാകുന്നു. അതോടെ, പൊതു സമൂ ഹത്തിൽ നിന്ന് ഉൾവലിയുന്നു. മൗനത്തിലാണ്ടിരുന്നാലും തേടിയെ ത്തുന്ന പരിഹാസശരങ്ങളെ സ്വപ്നത്തിൽ കണ്ട് ഞെട്ടി ഉണരുന്നു.

ഒടുവിൽ, ഇനി മതിയാക്കാം എന്ന് പ്രഖ്യാപിച്ച്, സ്വയം പരാജിതൻ എന്ന് ഏറ്റ് പറഞ്ഞ് തല കുനിച്ച് ജീവിക്കും. അക്കൂട്ടത്തിൽ ചിലർ മതി ഈ മടുപ്പ് എന്ന് പറഞ്ഞ് ജീവൻ വെടിയും.

എന്തു കൊണ്ടിങ്ങനെ? എന്താണിതിന് പരിഹാരം?

പൊതുവേ നമുക്ക് ചുറ്റുപാടു നിന്നും ഒരു സഹതാപം കിട്ടുന്നത് വളരെ താത്പര്യമുള്ള കാര്യമാണ്.

1. അയാളൊരു പാവം ശുദ്ധനാണ്. അതാണ് അയാളെ മറ്റുള്ളവർ പറ്റിക്കുന്നത്

2. അവളൊരു മണ്ടി. അതാണവൻ അവളെ പറ്റിച്ചത്.

3. കഷ്ടം! എത്ര ശുദ്ധഗതിക്കാരൻ, അയാൾക്കിതൊന്നും താങ്ങാൻ കഴിയില്ലെന്നേ...

ഇതൊക്കെ നമ്മുടെ നിത്യജീവിതത്തിൽ നാം കേൾക്കുന്ന അല്ലെങ്കിൽ പറയുന്ന ചില വാചകങ്ങളാണ്. ഒന്നു മുതൽ മൂന്ന് വരെ ഉള്ളവ ഒരു പരാജിതനെയാണ് നമുക്ക് കാട്ടിത്തരുന്നത്. സമൂഹത്തിൽ സഹതാപമർഹിക്കുന്നവൻ, കഴിവില്ലാത്തവൻ, ശേഷിയില്ലാത്തവൻ, ബലഹീനൻ തുടങ്ങിയ വാക്കുകളിലൂടെ അറിയപ്പെടുന്നവർ തങ്ങളുടെ ശ്രദ്ധ പിടിച്ചു പറ്റുന്നതിങ്ങനെയൊക്കെയാണ്. പരാജിതൻ എന്നത് വലിയൊരു ചിഹ്നമായി കൊണ്ടുനടക്കാൻ അവർ വ്യഗ്രത കാണിക്കുന്നു. നാം അംഗീകരിക്കുന്നത് ആ പരാജിതനെയാണ്. കേൾക്കാൻ ആഗ്രഹിക്കുന്നതും ശുദ്ധൻ, പാവം, നല്ലവൻ, പറ്റിക്കപ്പെട്ടവൻ തുടങ്ങിയ ഭാവങ്ങളെയാണ്. ഇതാണ് നമ്മുടെ പ്രാഥമിക പ്രശ്നം.

പരാജിതർ ആദ്യം തിരിച്ചറിയേണ്ടത് ഈ അപകടകരമായ അവനവന്റെ തന്നെ മനോനിലയേയാണ്. നമ്മൾ ചെയ്യേണ്ട കാര്യങ്ങൾ യഥാവിധി കൃത്യമായി ചെയ്യാതെ ഒരു നിഷ്കളങ്കനായി പരാജയപ്പെട്ട് വെറുതെ ജീവിച്ചിട്ട് എന്താണ് കാര്യം? ആർക്കെന്തു പ്രയോജനം? മാനവകുലത്തിനു പോലും പരാജിതരെ ആവശ്യമില്ലായിരുന്നുവെന്നാണ് ചരിത്രം പഠിപ്പിക്കുന്നത്. അങ്ങനെയുള്ളവരെ കൊന്നുതള്ളിയിരുന്ന ഗോത്രസമൂഹങ്ങളുണ്ടായിരുന്നു. കുടുംബത്തിൽ, സമൂഹത്തിൽ ഒക്കെ ഒന്നിനും കൊള്ളാത്തവൻ എന്ന നിലയിലേക്ക് ഒതുക്കി നിർത്തുമ്പോഴും ഉള്ളിലൊരു കനലെരിയണം. വിജയത്തിന്റെ തീക്ഷണജ്വാലകൾ ഉള്ളിൽ ജ്വലിക്കണം. വിജയിക്കാനായി കൊതിച്ച, ചാരം മൂടിയ കനലായിരുന്നു താനെന്നു മറ്റുള്ളവർക്കു മുന്നിൽ തെളിയിക്കണം. അതാണ് മനുഷ്യൻ! പുലി പതുങ്ങിയത് ഒളിക്കുവാനല്ല, കുതിക്കുവാനായിരുന്നുവെന്നു പറയുന്നത് കേട്ടിട്ടില്ലേ. പിന്നിട്ടിറങ്ങുന്ന തിരമാലയ്ക്കാണ് കൂടുതൽ കരുത്തോടെ കരയിലേക്ക് ആഞ്ഞടിക്കാനുള്ള കരുത്തുണ്ടാവുന്നത്. അതുപോലെയാവണം ഓരോ പരാജിതനും.

വിജയം നിങ്ങളുടേതാണ്

ഏതൊരു കാര്യത്തിലേക്ക് ഇറങ്ങുമ്പോഴും പ്രത്യേകിച്ചും പുതിയ ഒരു സംരംഭത്തിലേക്ക് ഇറങ്ങുമ്പോൾ അതേക്കുറിച്ച് നന്നായി മനസിലാക്കി, വാക്കുകൾ കടുപ്പിക്കേണ്ടപ്പോൾ കടുപ്പിച്ച്, വളരെ അളന്ന് കുറിച്ച് ഉത്തമ ബോധ്യത്തോടെ ആരംഭിക്കൂ. നമ്മുടെ ശ്രദ്ധ, പൂർണ്ണമായും അതിൽ മാത്രം അർപ്പിക്കുക. ഒരു കാര്യത്തിലേക്ക് നാം ഇറങ്ങിത്തിരിക്കുമ്പോൾ ഓർക്കുക, മറ്റുള്ളവരുടെ നല്ലവൻ എന്ന സർട്ടിഫിക്കറ്റല്ല നമ്മുടെ ജീവിതത്തിനാധാരം. തടസ്സങ്ങൾ പല വേഷത്തിൽ പിന്നാലെയുണ്ടാവും. സ്വയം ഒരു പോരാളിയാണെന്ന് ചിന്തിക്കുക. എന്നിട്ട് ഓരോ എതിരാളിയേയും വാളുകൊണ്ട് നേരിട്ട് അവസാനിപ്പിക്കുന്ന ഒരു ചിത്രവും സ്വയം നിർമ്മിക്കൂ. നമ്മുടെ എതിരാളി നമ്മുടെ തടസമാണ്. അതോരോന്നോരോന്നായി മറികടക്കുക. സദാ ജാഗരൂകരായി നിലകൊള്ളുക, ഏത് തരം മാറ്റവും അപ്പോൾ മുൻകൂട്ടി കാണുവാൻ സാധിക്കും.

നമുക്ക് എല്ലാവർക്കും തന്നെ കാര്യങ്ങൾ മുൻകൂട്ടിക്കാണുവാനുള്ള കഴിവുണ്ട്. പക്ഷേ അത് പ്രായോഗികതലത്തിലേക്ക് കൊണ്ട് വരാൻ അല്പം ബുദ്ധിമുട്ടുണ്ട് എന്നു മാത്രം. ആ ഒരല്പം പരിശീലനം ജീവിതം മാറ്റിമറിക്കും. അത് ഒരു ദിവസം കൊണ്ടു സാധിക്കുന്നതല്ല. തീർച്ചയായും ചവിട്ടുപടികൾ കയറുക തന്നെ വേണം. ഓരോ ഘട്ടത്തിലെയും പ്രതിസന്ധികളെ അതിജീവിച്ചു കൊണ്ടു, കൃത്യമായി അധ്വാനിച്ചു കൊണ്ടു വേണം മുന്നോട്ടു കയറുവാൻ. മുകളിലെത്തി വെന്നിക്കൊടി പാറിക്കാൻ അങ്ങനെയേ കഴിയൂ. അവിടം കൊണ്ടും തീരുന്നില്ല. വിജയം എന്നത് അത്ര അനായാസമല്ല തന്നെ. എല്ലാവരും ചെയ്യുന്നത് അതേ പോലെ അനുകരിക്കുന്ന ഒരാൾക്ക് നേടാനാകുന്ന വിജയം വളരെ പരിമിതമായ ഒന്നാണ്.

അതായത് ഒരു അപരിചിതമായ സ്ഥലത്തിലൂടെ നിങ്ങൾ സഞ്ചരിക്കുകയാണ് എന്ന് ചിന്തിക്കുക. പലരും നടന്നു തെളിഞ്ഞ വഴിയിലൂടെ മുന്നോട്ട് നീങ്ങുന്ന ഒരാൾക്ക് പുതുമയുള്ള കാഴ്ചകൾ ഏറെ ഒന്നും ബാക്കിയുണ്ടാവില്ല. മുന്നേ പോയവർ കുത്തിവരച്ച് നാശമാക്കിയ ഭിത്തികളും, നശിപ്പിക്കപ്പെട്ട പൂന്തോപ്പും ആകും നിങ്ങൾക്കായി അവശേഷിക്കുക. എന്നാൽ ഒരാൾ സ്വയം കണ്ടെത്തുന്ന പാതയിലൂടെയാണ് സഞ്ചരിക്കുന്നതെങ്കിലോ? അറിയപ്പെടാത്ത നിധികൾ അയാൾക്കായി കാത്തിരിപ്പുണ്ടാവും. നിശ്ചയമായും അവിടെ പ്രശ്നങ്ങളും പ്രതിസന്ധികളും കൂടുതലായിരിക്കും. ആ പ്രതിസന്ധി എത്രത്തോളമുണ്ടാവും എന്നു ചോദിച്ചാൽ, രാവിലെ പുറത്തിറങ്ങി നടന്നാൽ സംഭവിച്ചേക്കാവുന്ന ഒരു റോഡ് അപകടത്തോളം എന്നേ പറയുവാനുള്ളു. ഓരോന്നിനെക്കുറിച്ചും മുൻധാരണ സൃഷ്ടിച്ചു മുന്നേറാനാവില്ലല്ലോ?

വിജയം നിങ്ങളുടേതാണ്

ഒരു സാധാരണക്കാരൻ ഒരിക്കലും നിരവധി പരാജയങ്ങൾ ഏറ്റുവാങ്ങാൻ സന്നദ്ധനാകില്ല. അവൻ പൊരുതാൻ ഒരുമ്പെടില്ല. തന്റെ നിസ്സഹായത തുറന്ന് പിടിച്ച് സഹായത്തിനായി കേഴുകയോ അതുമല്ലെങ്കിൽ ഭയന്ന് ജീവിതം ഒടുക്കുകയോ ആവും ചെയ്യുക. വിഷമഘട്ടങ്ങളിലൂടെ കടന്നുപോകുന്ന ഒരാൾ ആ വഴിയുടെ സങ്കീർണ്ണതകളിൽ പെട്ട് ആടി ഉലയുമ്പോഴും ആന്തരികമായി ശക്തി പ്രാപിക്കുകയാണ്. ആ ആന്തരിക ശക്തിയാണ് അയാളുടെ ജീവിതത്തിന്റെ വിജയം നിർണ്ണയിക്കുന്ന അടിസ്ഥാനഘടകം. ആ ശക്തിയാണ് നിങ്ങളെ നിങ്ങളാക്കി മാറ്റുന്നത്. ഒരു സാധാരണക്കാരനിൽ നിന്നും അസാധാരണക്കാരനായി മാറ്റുന്നത്. വിജയത്തെ കൂടെനിർത്തുന്നത്.

ഇനി ആദ്യം പറഞ്ഞ ഒരു വാകൃത്തിലേക്ക് വരാം.

ചിലർ പരാജയങ്ങൾ ഏറ്റുവാങ്ങി ലോകം കീഴടക്കുന്ന വിജയികൾ ആയി മാറുന്നു. 'ഹേയ്, എനിക്ക് ലോകമൊന്നും കീഴടക്കണ്ട. പക്ഷേ ഏറ്റെടുത്ത പദ്ധതി ഒന്ന് ഭംഗിയായി തീർക്കുവാൻ സാധിച്ചാൽ മതിയായിരുന്നു', എന്നാണോ? നോക്കൂ, ലോകം എന്നത് നിർവ്വചിക്കുന്നത് നമ്മളാണ്. നിങ്ങൾ ഏറ്റെടുത്ത ആ ഒരു കാര്യം ലോകത്തിലെ വലിയ വാർത്തയൊന്നുമല്ലെങ്കിലും അത് നിങ്ങളിൽ സൃഷ്ടിക്കുന്ന വലിപ്പം ഈ ലോകത്തേക്കാളും വലുതാണ്. അതായത് ഒരു വിജയവും ചെറുതല്ല എന്ന് സാരം.

ഇനിയൊരു കാര്യം കൂടി, ആവർത്തിച്ചുള്ള പരാജയങ്ങൾ വിജയത്തിലേക്ക് നയിക്കുന്നു എന്നു പറഞ്ഞാണല്ലോ നാം തുടങ്ങിയത്. അങ്ങനെയെങ്കിൽ ആദ്യം തന്നെ വിജയിച്ചാൽ പ്രശ്നമാണോ എന്നു ചിന്തിച്ചോ? അതിനുള്ള മറുപടി ഇതാണ്. ജീവിതം ഒരു തുടർച്ചയാണ്. ഒരു വട്ടം വിജയിച്ചാൽ അവിടെ തീരുന്നില്ല. അതിലും സംഭവിച്ച പഴുതുകൾ അടച്ച് കൂടുതൽ ശക്തരായി മുന്നേറാം. അവിടെ കടന്നു വരുന്ന തടസ്സങ്ങൾ മാറ്റി കരുത്തുറ്റവരാകാം. അതായത് നമ്മുടെ മനോഭാവമാണ് വിജയത്തെ സൃഷ്ടിക്കുന്നത്. പരാജയമാകട്ടെ, വിജയമാകട്ടെ അതു മറ്റൊരു വിജയത്തിന്റെ മാത്രം മുന്നോടിയായി കണക്കാക്കുക.

ജീവിതം ഒരു തുടർച്ചയാണ്. ഒരു വട്ടം വിജയിച്ചാൽ അവിടെ തീരുന്നില്ല. സംഭവിച്ച പഴുതുകൾ അടച്ച് കൂടുതൽ ശക്തരായി മുന്നേറാം.

27

വിജയിയുടെ സ്വഭാവ സവിശേഷതകൾ

എപ്പോഴെങ്കിലും നിങ്ങൾക്ക് തോന്നിയിട്ടുണ്ടോ നിങ്ങളുടെ ഒരു പ്രത്യേക സ്വഭാവമാണ് ജീവിതത്തിന്റെ ഉയർച്ചക്ക് തടസം എന്ന്? വിജയിക്കാനായി നിങ്ങൾ കാര്യമായി ഉത്സാഹിക്കുന്നുണ്ട്, പക്ഷേ നിങ്ങളുടെ സ്വഭാവത്തിന്റെ ചില പ്രത്യേക സവിശേഷതകളാണ് വില്ലനായി നിലകൊള്ളുന്നതെന്ന്. അങ്ങനെ അനുഭവപ്പെട്ടിട്ടുണ്ടെങ്കിൽ, ഇതൊന്നു വായിക്കൂ.

ഓരോ മനുഷ്യനും വിഭിന്നനാണ്. ഒന്നുപോലെ എന്ന് നാം കരുതുന്ന സ്വഭാവ വിശേഷങ്ങൾ പോലും വളരെ അധികം ഏറ്റക്കുറച്ചിലോടെയാണ് ഓരോരുത്തരിലും പ്രത്യക്ഷമാവുക. ഇനി ചോദ്യത്തിലേക്ക് വരാം. നമ്മുടെ സ്വഭാവമാണോ നമ്മുടെ പരാജയ കാരണം? അതെ എന്നാണ് ഉത്തരം. നമ്മുടെ സ്വഭാവം എന്നതു യഥാർത്ഥത്തിൽ കാലങ്ങളായുള്ള നമ്മുടെ മനോനിലയുടെ പ്രതിഫലനമാണ്. അപ്പോൾ ഒരു വിജയിയുടെ സ്വഭാവത്തിലെ പ്രത്യേകതകൾ എന്താണ്?

വിജയിക്കണം എന്ന് നിശ്ചയിച്ച ഒരാളുടെ മുന്നിൽ അയാളുടെ ലക്ഷ്യം മാത്രമായിരിക്കും അവശേഷിക്കുന്നത്. അതിനാൽ തന്നെ, തന്റെ പ്രവർത്തിയെ മറ്റുള്ളവർ എങ്ങനെ വിലയിരുത്തും എന്ന ചിന്ത അയാളിൽ അസ്വസ്ഥത സൃഷ്ടിക്കില്ല.

വിജയിയായ ഒരാൾ അതിന് തയ്യാറാകുമ്പോൾ മുതൽ അറിഞ്ഞോ അറിയാതെയോ ഒരു പ്രത്യേക സ്വഭാവരീതി സ്വയം അവലംബിക്കും. അയാളുടെ ശ്രദ്ധ പരിപൂർണ്ണമായി ലക്ഷ്യത്തിലേക്ക് മാറ്റുകയും തന്നെ മാനസികമായി തളർത്തിയേക്കാവുന്ന ഏതൊന്നിൽ നിന്നും ഒഴിഞ്ഞു മാറുകയും ചെയ്യും. വിജയിക്കണം എന്ന് നിശ്ചയിച്ച ഒരാൾ മറ്റാരുടേയും കുറ്റങ്ങളും കുറവുകളും കാണില്ല. കാരണം ഒരാളുടെ കുറ്റവും കുറവും കണ്ട് പിടിക്കുന്ന വില കുറഞ്ഞ പ്രവർത്തിക്കിടയിൽ നഷ്ടമാകുന്നത് സ്വയം മുന്നേറുവാനുള്ള ഊർജ്ജമാണ് എന്ന് അയാൾ തിരിച്ചറിഞ്ഞിരിക്കും. അതിനാൽ തന്നെ പരദൂഷണം, കുറ്റാരോപണം പോലെയുള്ള മേഖലകളിൽ ഒരു വിജയാന്വേഷിയെ നിങ്ങൾക്കു കണികാണാൻ പോലും കിട്ടിയെന്നു വരില്ല.

വിജയം നിങ്ങളുടേതാണ്

ഇനി അവനവനെ ഒളിയമ്പിനാൽ എതിരിടാൻ വരുന്നവരെ എങ്ങനെയാവും ഒരു വിജയി നേരിടുക? പ്രധാനമായൊരു ലക്ഷ്യം ഒരാളിൽ രൂപപ്പെട്ടു തുടങ്ങിയാൽ പിന്നെ, മറ്റ് അസ്വസ്ഥതകളെ അയാൾ അവഗണിക്കും. എത്ര പ്രകോപനം ഉണ്ടാകുമ്പോഴും അയാൾ മറ്റൊരു യുദ്ധം കൂടി ഏറ്റെടുക്കാൻ തയ്യാറാവില്ല. പ്രതികരിക്കാത്ത അയാളെ നിർഗുണൻ എന്നു പോലും മറ്റുള്ളവർ നിരീക്ഷിച്ചേക്കാം. പക്ഷേ അതയാളെ അല്പം പോലും അസ്വസ്ഥനാക്കില്ല. അയാളെ സംബന്ധിച്ച് സ്വന്തം ഭാവത്തേക്കാൾ പ്രധാനമാണ് അയാൾ നിശ്ചയിച്ചിരിക്കുന്ന ലക്ഷ്യം.

എതിരിടാൻ വരുന്നവർക്ക് അറിയാത്തൊരു കാര്യം വിജയിയിൽ ഒളിഞ്ഞിരിപ്പുണ്ട്. അതു ക്ഷിപ്രകോപം എന്ന വികാരമാണ്. വിജയിയുടെ ലക്ഷണമല്ല കോപവും വിദ്വേഷവുമൊന്നും. കോപം നഷ്ടമാക്കുന്ന ഊർജ്ജ നഷ്ടവും സമയനഷ്ടവും അയാൾക്ക് വ്യക്തമായി തിരിച്ചറിയുവാനാകും. അതുപോലെ തന്നെ വിഷാദവും തളർച്ചയും വിജയിയുടെ നിഘണ്ടുവിൽ ഒരിക്കൽ പോലും സ്ഥാനം പിടിക്കാത്ത വാക്കുകളാണ്. വിഷാദം സൃഷ്ടിക്കുന്ന തളർച്ച തന്റെ മുന്നേറ്റത്തിനെതിരായ ഏറ്റവും വലിയ വിഘാതമാണ് എന്ന് അയാളെ മറ്റാരും പറഞ്ഞു പഠിപ്പിക്കേണ്ടതില്ല.

വിജയിയുടെ വഴിയിൽ പട്ടുമെത്ത വിരിച്ചിട്ടില്ല എന്ന ബോധം അയാൾ ആദ്യം തന്നെ അംഗീകരിക്കുന്നുണ്ട്. അതിനാൽ തന്നെ, വിജയി എപ്പോഴും തന്റെ മുന്നിൽ വന്നു ചേരുന്ന ഏത് പ്രതിബന്ധങ്ങളിലും ഒരു ചെറിയ അനുകൂലമായ ഇടം കണ്ടെത്തുകയും അതിലൂടെ മുന്നേറുകയും ചെയ്യും. വിജയിയുടെ പ്രധാന സവിശേഷത അയാൾ അചഞ്ചലനായി തുടരുന്നു എന്നതാണ്. ഏത് ഘട്ടത്തിലും അക്ഷോഭ്യനായി, ഒരു പുഞ്ചിരിയോടെ പ്രശ്നങ്ങളെ നേരിടുമ്പോൾ പ്രശ്നങ്ങളുടെ ആഘാതം കുറയ്ക്കുവാനാകും.

മനസിലിട്ട് പെരുപ്പിക്കുന്ന ആശങ്കകളാണ് പിന്നീട് പ്രശ്നരൂപത്തിൽ മുന്നിൽ വന്ന് വെല്ലുവിളിക്കുക. അതു കൊണ്ടു തന്നെ വിജയി ഒരിക്കലും തന്റെ വഴിയിൽ തലപൊക്കി ഒരു പ്രതിസന്ധി ഉണ്ടാകുമോ എന്ന ആശങ്ക വച്ചു പുലർത്തുകയില്ല. വിജയി എപ്പോഴും താൻ വളരെ ടെൻഷനിലാണ് എന്നു പറഞ്ഞു കൊണ്ടിരിക്കില്ല. ചെയ്യുന്ന കാര്യങ്ങൾ സന്തോഷകരമായി നിറവേറ്റുന്നതിനാൽ, പ്രവർത്തിക്കുന്ന സമയം അയാൾ യഥാർത്ഥത്തിൽ ആനന്ദത്തിൽ തന്നെ ആയിരിക്കുമെന്നതാണ് യാഥാർത്ഥ്യം. വിജയിയുടെ സമവാക്യത്തിൽ കുടുംബം ഒരു വലിയ ഘടകമാണ്. അച്ചടക്കം എന്നത് ആരും അടിച്ചേൽപ്പിക്കുന്ന ഒന്നല്ല, മറിച്ച് അത് അയാൾ സ്വയം ആർജ്ജിച്ച് പിന്തുടരുന്ന ആശയമാണ്. ഇതിലൊന്നും അയാൾക്ക് യാതൊരു വൈതരണികളുമില്ല.

അതിനാൽ കുടുംബാംഗങ്ങളെ വിശ്വാസത്തിലെടുത്ത് അവരെക്കൂടി ഉൾക്കൊണ്ടു കൊണ്ടാവും വിജയി പ്രവർത്തിക്കുക. സമയത്തിന്റെ വില അയാൾക്കു വളരെ നന്നായി അറിയാം. പ്രവൃത്തികളെ സമയവുമായി ബന്ധിപ്പിച്ച് അയാൾ കാര്യങ്ങൾ കൃത്യമായി വിധത്തിൽ പ്രവർത്തി പഥത്തിലെത്തിക്കുന്നു. ആശയങ്ങളുടെ കാര്യത്തിൽ പോലും അയാൾ ദരിദ്രനല്ല. കൃത്യമായി നടപ്പാക്കാൻ കഴിയുന്ന പദ്ധതികളാവും അയാളുടെ മുന്നിലുണ്ടാവുക. അതു സംബന്ധിച്ചു അയാൾ വിശാലമായ പഠനങ്ങൾ നടത്തിയിട്ടുണ്ടാകും. വിവിധങ്ങളായ പ്ലാനുകൾ തന്നെ ഒരു പ്രൊജക്ടിനു വേണ്ടി അദ്ദേഹത്തിനുണ്ടാവും. ഒന്നു ശരിയായ വിധത്തിൽ നടന്നില്ലെങ്കിൽ മറ്റൊന്നിലേക്ക് അതിവേഗം പോകാൻ ഇതു സഹായിക്കും. സാധാരണക്കാർക്ക് സംഭവിക്കുന്ന പാളിച്ചകൾ ഇവിടെയാണ്. ആദ്യത്തേതു പരാജയപ്പെടുമ്പോൾ പതറിപോകുന്നു. അവിടെ നിന്നും അടുത്തതിലേക്ക് ആലോചിച്ചെത്തുമ്പോഴേയ്ക്കും പദ്ധതി തന്നെ കാലാഹരണപ്പെട്ടു പോകും. പരാജിതൻ മുക്കുംകുത്തി വീഴുകയും വിധിയെ പഴിക്കുകയും ചെയ്യും. ഇവിടെ വിജയി ദേഷ്യപ്പെടാതിരിക്കുകയോ വികാരങ്ങൾക്ക് അടിപ്പെടാതിരിക്കുകയോ ചെയ്യുന്നതിന്റെ കാരണം പിടികിട്ടിയില്ലേ. പ്ലാൻ 'എ' പിഴച്ചാലും പ്ലാൻ 'ബി' പിഴച്ചാലും അയാളുടെ കൈയിൽ പ്ലാൻ 'സി' കാണും. അതാണ് ഒരു വിജയിയുടെ മാസ്റ്റർ പ്ലാൻ. വിജയിക്കുന്നവരുടെ കൈയിലുള്ള ഈ സൂത്രവാക്യത്തെക്കുറിച്ച് അറിയുമ്പോഴാണ് നമുക്കൊരു പ്ലാൻ പോലും ഉണ്ടായിരുന്നില്ലെന്ന് പരാജിതൻ തിരിച്ചറിയുന്നത്.

ഇനി വിജയി എന്നും സമ്പത്തായി കണക്കാക്കുന്ന 'സമയം' കൂടി പരിശോധിക്കാം. രണ്ടു പേർ കുടയുടെ ബിസിനസ്സിലേക്ക് ഇറങ്ങുന്നുവെന്നു ചിന്തിക്കുക. ആദ്യത്തേയാൾ കാർമേഘം മാനത്തു കണ്ടപ്പോൾ കുടയുടെ സാധ്യതയെക്കുറിച്ച് ചിന്തിച്ചു. ചുറ്റും നോക്കി, കുടയില്ലാതെ ഒട്ടനവധി പേർ മഴ നനയുന്നു. അയാൾ ചിന്തിച്ചു, ഇപ്പോൾ കുട നിർമ്മിച്ചാൽ ഇവർക്കൊക്കെയും കുടയുടെ ആവശ്യം വരും. കുട നന്നായി ചെലവഴിക്കാം, അങ്ങനെ സമ്പന്നനാവാം. അയാൾ തന്റെ ആശയത്തെക്കുറിച്ച് ആരോടും ചർച്ച ചെയ്യാൻ തയ്യാറായില്ല. അയാൾ കൈയിലുണ്ടായിരുന്ന പണവും പലരോടും വായ്പയും ബാങ്ക് ലോണെടുത്തും കുട വ്യവസായം ആരംഭിച്ചു. കുട പുറത്തിറങ്ങിയപ്പോഴേയ്ക്കും മഴക്കാലം കഴിഞ്ഞിരുന്നു. അനവസരത്തിലെ കുട വിവിധ കടകളിൽ കെട്ടിക്കിടന്നു. മിക്കയിടത്തു നിന്നും കുടയുടെ പണം തിരിച്ചു കിട്ടിയില്ല. വായ്പകൾ മുടങ്ങി. കിടപ്പാടം നഷ്ടപ്പെട്ടു. കുട ബിസിനസ്സിനിറങ്ങിയവൻ കടക്കെണിയിലായി. പിടിച്ചു നിൽക്കാനാവാതെ വൈകാതെ അയാൾ ആത്മഹത്യ ചെയ്തു. ഇനി രണ്ടാമത്തെയാൾ ചെയ്തത്.

അയാളും കുട ബിസിനസ്സിലേക്ക് തന്നെ കടന്നു. വിപണിയെക്കുറിച്ച് നന്നായി പഠിച്ചു. കുടകൾ വിറ്റു പോകാൻ കൂടുതൽ കമ്മീഷനുകൾ റീട്ടെയ്ൽ കടക്കാർക്ക് വാഗ്ദാനം നൽകി, ആകർഷകമായ രീതിയിൽ കുടകൾ കൂടുതൽ മേന്മയോടെ അവതരിപ്പിച്ചു. അയാൾ കുടകൾ വിപണിയിലെത്തിച്ചത് അടുത്ത മഴക്കാലത്തായിരുന്നു. അയാളും ബാങ്ക് ലോൺ എടുത്തിരുന്നു. മഴ വന്നതോടെ കുടയ്ക്ക് ആവശ്യക്കാരേറെയായി. റീട്ടെയിൽ വിപണിയിൽ നല്ല കമ്മീഷൻ വാഗ്ദാനം ചെയ്തിരുന്നതു കൊണ്ടു കൂടുതൽ കുടകൾ വിറ്റുപോയി. വായ്പകൾ കാലാവധിക്കു മുന്നേ തിരിച്ചടച്ചു. കുടകൾ വിറ്റു പോയിരുന്നില്ലെങ്കിൽ സ്പോൺസർമാരെ കണ്ടെത്തി സ്കൂളിലെ കുട്ടികൾക്കു സൗജന്യമായി കുടകൾ നൽകാമെന്ന മറ്റൊരു പ്ലാൻ 'ബി' യും അയാൾക്ക് ഉണ്ടായിരുന്നു. പക്ഷേ, അതു വേണ്ടി വന്നില്ല. ഇന്ന് അയാൾ ആ നാട്ടിലെ വലിയ ധനികനാണ്. രണ്ടു പേരും ചെയ്തത് ഒരേ ബിസിനസ്സ്. എവിടെയാണ് ആദ്യത്തേയാൾക്ക് പിഴച്ചത്, എവിടെയാണ് രണ്ടാമത്തെയാൾക്ക് നേട്ടമുണ്ടാക്കിയത്.

വിജയിയെ സംബന്ധിച്ച് സമയം = സമ്പത്ത് ആണ്. സമയം കടന്നു പോകട്ടെ എന്നയാൾ ചിന്തിക്കില്ല. എന്തായിരിക്കണം വിജയിയുടെ സ്വഭാവമെന്ന് ഇപ്പോൾ മനസിലായല്ലോ? സ്വയം നിങ്ങളുടെ സ്വഭാവത്തെ വിശകലനം ചെയ്യൂ. വിജയവഴിയിൽ ഇതുവലിയൊരു ഉദാഹരണമാണ്. ഇനി കണ്ടു പിടിക്കൂ ഇതിൽ ഏതാണ് നിങ്ങൾക്കില്ലാത്ത സ്വഭാവം? അതു മാറ്റിയെടുക്കണം. അതിനായി എന്തൊക്കെ ചെയ്യാമോ അതൊക്കെയും ചെയ്യൂ. വിജയം തനിയെ വരുന്ന ഭാഗ്യമല്ല. അതു കണ്ടെത്തി ചേർത്തുനിർത്തുക തന്നെ വേണം.

വിജയിക്കുന്നവരുടെ കൈയിലുള്ള സൂത്രവാക്യത്തെക്കുറിച്ച് അറിയുമ്പോഴാണ് നമുക്കൊരു പദ്ധതി പോലും ഉണ്ടായിരുന്നില്ലെന്ന് പരാജിതൻ തിരിച്ചറിയുന്നത്.

28

നാളെകളെ ആർക്കാണ് ഭയം?

നാളെകളെ അല്ലെങ്കിൽ ഭാവിയെ ആർക്കാണ് ഭയം? നാം പലപ്പോഴും പറയാറുണ്ട്, സമ്പത്ത് കാലത്തു തൈ പത്തു വച്ചാൽ ആപത്തു കാലത്ത് കായ് പത്തു തിന്നാമെന്ന്. അതായത്, നാളെകളെക്കുറിച്ചുള്ള കരുതലിനെയാണ് ഇതു സൂചിപ്പിക്കുന്നത്. ശമ്പളം കുറവാണെങ്കിലും എന്തു കൊണ്ടു ഭൂരിഭാഗം ജനങ്ങളും സർക്കാർ ഉദ്യോഗത്തിലേക്കു തിരിയുന്നു എന്നു ചിന്തിച്ചിട്ടുണ്ടോ? നാളെകളിൽ അവിടെ കിട്ടുന്ന സുരക്ഷിതത്വമാണ് പ്രധാനം. അതെ, എല്ലാവരും നാളെകളെക്കുറിച്ചു ചിന്തിക്കുന്നു. എന്നാൽ ഈ നാളകളെ സന്തോഷഭരിതമാക്കാൻ, വർണാഭമാക്കാൻ എന്തു ചെയ്യണം എന്നതിനെക്കുറിച്ചു പലർക്കും ധാരണയില്ല. ഒന്നും നാളേയ്ക്കു മാറ്റിവെക്കാതിരിക്കുക എന്നതു മാത്രമാണ് ഇതിലെ അടിസ്ഥാനം. എല്ലാം ഇന്നു തന്നെ ചെയ്യുക. ചെയ്യാനുള്ള കാര്യങ്ങൾ നാളെകളിലേക്ക് മാറ്റാതിരുന്നാൽ, നാളെകൾ നമുക്ക് സന്തോഷത്തിന്റെ ദിനങ്ങളാണ് സമ്മാനിക്കുക എന്നു ചുരുക്കം. ഇങ്ങനെയുള്ള നാളെകളെ യാഥാർത്ഥ്യമാക്കുന്നവരാണ് ജീവിതവിജയം നേടുന്നവർ.

നാളെ, അതല്ലെങ്കിൽ ഭാവിയിൽ ചെയ്യാം എന്നു പറഞ്ഞ് നമ്മൾ മാറ്റി വെക്കുന്ന ചിലതുണ്ട്. വിദ്യാർത്ഥികളെ സംബന്ധിച്ചാണെങ്കിൽ പഠിക്കാനുള്ളത് നാളെ, അതല്ലെങ്കിൽ പരീക്ഷ അടുക്കട്ടെ അതു വരെ കാത്തിരിക്കാമല്ലോ എന്ന ചിന്ത. ഇങ്ങനെയാവുമ്പോൾ ഏറ്റവും ഊർജ്ജസ്വലമായ സമയമാകും കടന്നു പോവുക. ഇന്ന് പഠിക്കുവാൻ വെറും രണ്ട് പേജുകൾ മാത്രമാണുള്ളതെങ്കിൽ നാളെ അത് ഇരട്ടിയാവും. ഇന്ന് നൽകേണ്ടതിലും അധികം ശ്രദ്ധയും സമയവും നാളെ വേണ്ടി വരും.

ഇന്നിന്റെ വില ഏറ്റവും നന്നായറിയുന്നത് ബിസിനസ് രംഗത്തുള്ളവരാണ്. അവിടെ കടന്നുപോകുന്ന ഓരോ നിമിഷവും സമ്പത്തിന്റെ വലിയ സാധ്യതകളിലാണ് കുറവ് വരുത്തുക. നാളെ എന്നൊരു വാക്ക് ചിന്തിക്കുമ്പോൾ അവസാനിക്കുന്നത് ഒരു ബിസിനസ്സിന്റെ പുരോഗതി കൂടെയാണ്. ഒരു നല്ല ബിസിനസ്സുകാരനെ പോലെയാവണം ഒരു

വിദ്യാർത്ഥി. സമയത്തെ ധ്യാനിച്ച്, ക്രമമനുസരിച്ച് കാര്യങ്ങൾ ചെയ്യാനായാൽ വിജയം കൂടെ തന്നെ നിൽക്കും. കുട്ടികളെക്കുറിച്ചാണെങ്കിൽ, പഠനത്തിലെ ഏറ്റവും വിലപ്പെട്ട മന്ത്രം 'ഈ നിമിഷം ഇനി കടന്നു വരില്ല' എന്നത് തന്നെയാണ്.

അടുത്ത മാസം പരീക്ഷയാണ് എന്ന് കരുതുക. ഇനി 30 ദിവസങ്ങൾ എന്നും തീരുമാനമായി. ഇന്ന് പഠിക്കാനിരിക്കുമ്പോൾ മനസിൽ വരുന്നത് ഇതാണ്. 30 ദിവസം ഉണ്ട്. ഏതാണ്ടൊക്കെ ഞാൻ പഠിച്ചിട്ടുണ്ട്. ഒരു ദിവസം പഠിച്ചില്ലെങ്കിലും പ്രശ്നമില്ല. നാളെ കൂടുതൽ പഠിക്കാം. കൂടുതൽ നേരമിരിക്കാം. ഇങ്ങനെ ചിന്തിച്ച് ഒരു ദിവസം കടന്നു പോയി എന്നും വയ്ക്കുക. ഇനി സംഭവിക്കാനിരിക്കുന്നത് അടുത്ത 30 ദിവസങ്ങളും ഈ ദിവസത്തിന്റെ ആവർത്തനം തന്നെ ആകും എന്നതാണ്. ആദ്യത്തെ പത്ത് ദിവസം, നാളെ നാളെ എന്ന ചിന്തയിൽ മുന്നോട്ട് നീങ്ങും. അടുത്ത പത്ത് ദിവസം പഠനം നടക്കുമെങ്കിലും കഴിഞ്ഞു പോയ പത്ത് ദിവസങ്ങളുടെ വിടവ് വലിയ വിടവായി തുടരും. ആ ഭീതി അവസാന പത്ത് ദിവസങ്ങളെ കീഴടക്കും. ഫലമോ, പറയണ്ടേതുണ്ടോ?

പ്രവർത്തിക്കണം എന്ന ഉത്തമ ബോധ്യമുണ്ട്. പക്ഷേ അതിന്റെ വേദന ഏറ്റെടുക്കാൻ തയ്യാറാകാതിരിക്കുന്നതാണ് പൊതുവായി എല്ലാം നാളെ നാളെ എന്ന് ചിന്തിക്കുന്നവരിൽ കാണുന്നത്. അവർ ഇന്നിന്റെ ആശ്വാസ മെത്തയിൽ കമഴ്ന്ന് കിടന്നുറങ്ങുമ്പോൾ നാളെകളിലെ മുൾമെത്തയെക്കുറിച്ച് ഓർക്കുകയേ ഇല്ല.

തിരിച്ചറിയേണ്ടതായ ഒന്നുണ്ട്, കടന്നു പോകുന്ന കാലം ഒരിക്കലും തിരിച്ചു വരില്ല. ഓരോ ദിവസവും കഴിയും തോറും നമുക്ക് കാര്യങ്ങൾ ഗ്രഹിക്കുവാനുള്ള കഴിവ് കുറയുകയാണ്. മറിച്ച്, കൂടുകയല്ല. ഓർത്തു വയ്ക്കുവാനും, അത് തരം പോലെ പ്രയോഗിക്കുവാനും പ്രായം ഒരു ഘടകമാണ്. വിദ്യാഭ്യാസ കാലഘട്ടം എന്നത് ഓരോ മനുഷ്യന്റെയും ജീവിതത്തിലെ നിർണ്ണായകഘട്ടമാകുന്നത് ഇങ്ങനെയാണ്. ഒരാൾ വ്യക്തിയായി മാറുന്നത് അയാളുടെ വിദ്യാഭ്യാസ കാലഘട്ടത്തിലെ ജീവിത പരിക്രമണത്തെ ആശ്രയിച്ചാണ്. ആ കാലഘട്ടത്തിലെ ജയപരാജയങ്ങൾ വ്യക്തിയുടെ നാളെയെ മാത്രമല്ല വ്യക്തിത്വം കൂടിയാണ് നിർമ്മിക്കുന്നത്.

എന്നാൽ ഈ കാലഘട്ടത്തിലാണ് മിക്കവരും വല്ലാത്തൊരു മടുപ്പിലേക്കും പഠിപ്പിനേക്കാൾ സുഖകരമായ മറ്റ് പ്രവർത്തനങ്ങളിലേക്കും ശ്രദ്ധ തിരിക്കുന്നത്. ഇത് അപകടകരമായ സംഗതിയാണ്. ജീവിതത്തിലെ വിജയത്തിൽ നിന്നും നമ്മെ എന്നേയ്ക്കുമായി അകറ്റി നിർത്തുന്നത് ഇതാണ്. പലരും പറയും പഠിച്ചിട്ടെന്താ? പഠിപ്പാണോ ഒരാളെ ധനി

കനാക്കുന്നത് എന്ന്. എന്നാൽ നമ്മൾ അറിയേണ്ടത് ധനവാൻ ആകാനുള്ള കുറുക്കുവഴികൾ അല്ല വിദ്യാഭ്യാസം എന്നതാണ്. വിഷമകരമായ ജ്യോമെട്രിയും സൈനും കോസും ഒക്കെ എന്ത് കാര്യമാണ് നമ്മുടെ ജീവിതത്തിൽ ചെയ്യുക എന്ന് ചിന്തിക്കുന്നവരോട്, വിദ്യാർത്ഥികളുടെ ബുദ്ധിവികാസത്തെ സ്വാധീനിക്കുവാൻ ഈ പഠനം സഹായിക്കുന്നു എന്നതു മാത്രമാണ് ഉത്തരം.

വിഷമകരമായ ഒരു കണക്ക് ചെയ്ത് അതിന്റെ ഉത്തരം സ്വയം കണ്ടെത്തുമ്പോൾ നമ്മൾ അറിയാതെ ചിലത് ഉള്ളിൽ സംഭവിക്കുന്നുണ്ട്. ഒന്നാമതായി ഒരു വിഷമഘട്ടത്തെ പടിപടിയായി ലഘൂകരിച്ച് ഉത്തരത്തിൽ അഥവാ ലക്ഷ്യത്തിൽ എങ്ങനെ എത്താം എന്ന് നമ്മൾ അറിയാതെ തന്നെ സ്വയം ബോധ്യപ്പെടുത്തുന്നു. രണ്ടാമതായി ഒരു കുഴഞ്ഞ പ്രശ്നം പരിഹരിക്കുമ്പോൾ ഉള്ളിൽ ബലപ്പെടുന്ന ആത്മവിശ്വാസം. രണ്ടും പിൽക്കാല ജീവിതത്തിൽ, വിജയരഥത്തിലേറാൻ, മുന്നോട്ട് പോകുവാൻ നമ്മെ സഹായിക്കും.

വിദ്യാഭ്യാസ കാലഘട്ടം, അത് എത്രമേൽ സങ്കീർണ്ണമാകട്ടെ അവയെ ഒരു നിമിഷം പാഴാക്കാതെ നേരിടുക. നഷ്ടമാകുന്ന നിമിഷങ്ങൾക്ക് വിലയിടുവാൻ ആവില്ല തന്നെ. വിദ്യാഭ്യാസം പോലെ തന്നെയാണ് ഓരോരുത്തരും ഇത് ഓർമ്മയിൽ സൂക്ഷിക്കുക. ഇന്നു ചെയ്യാനുള്ളത് ഇന്നു ചെയ്യുക, നാളേയ്ക്കു മാറ്റിയാൽ അത് വിജയത്തിൽ നിന്നും രണ്ടടി പിന്നിലേക്കാവും നിങ്ങളെ തള്ളിയിടുക.

ധനവാൻ ആകാനുള്ള കുറുക്കുവഴികൾ അല്ല വിദ്യാഭ്യാസം. പഠനത്തിലെ ഏറ്റവും വിലപ്പെട്ട മന്ത്രം 'ഈ നിമിഷം ഇനി കടന്നു വരില്ല' എന്നതാണ്.

29
ബന്ധങ്ങളുടെ വിജയം

വിജയത്തിൽ ബന്ധങ്ങൾക്കുള്ള സ്ഥാനം വലുതാണ്. അതു പിടിച്ചു കയറുവാൻ നിങ്ങളെ പരിധിയില്ലാതെ സഹായിക്കുന്നു. നിബന്ധനകളില്ലാത്ത സ്നേഹം നമ്മുടെ ലക്ഷ്യത്തിലേക്കുള്ള പ്രയാണത്തിന്റെ വ്യാപ്തി വർദ്ധിപ്പിക്കുന്നു. പരസ്പരം സ്നേഹിക്കുമ്പോൾ വിജയിക്കുന്നത് ജീവിതത്തിലാണ്. ജീവിതത്തെ നേരിടേണ്ടി വരുമ്പോൾ കാലിടറാതിരിക്കാൻ ഈ സ്നേഹം ചേർത്തു നിർത്തിയേ തീരൂ. എന്തിനാണ് സ്നേഹിക്കുന്നത് എന്നും എന്തിന് സ്നേഹിക്കപ്പെടണം എന്നുമുള്ള ആധുനിക ലോകത്തിന്റെ ചിന്തയ്ക്കുള്ള ഉത്തരമാണ് ഈ കുറിപ്പ്.

സ്നേഹം വ്യത്യസ്തമായ തരത്തിലായിരുന്നു പഴയ തലമുറയിൽ. പങ്കാളിയോടു പോലും പ്രകടിപ്പിക്കാൻ ഭയക്കുന്ന സ്നേഹം. അപ്രകാരം തന്നെ മക്കളോടും. പ്രകടിപ്പിക്കാൻ പാടില്ലാത്ത ഒന്നാണ് സ്നേഹമെന്ന് ആ തലമുറ പിൻതലമുറയെ പഠിപ്പിച്ചു. ഗൗരവത്തോടെ മാത്രം മുന്നിൽ പ്രത്യക്ഷരാകുന്ന അച്ഛനമ്മാവന്മാർ. ഉറക്കെ ചിരിച്ചാൽ ഉടനെ കരയേണ്ടി വരുമെന്ന് ശാസിക്കുന്ന അമ്മയും ചേച്ചിമാരും.

ആണുങ്ങൾ കരയരുത്, പെണ്ണുങ്ങൾ ഉറക്കെ ചിരിക്കരുത്. അങ്ങനെ അരുതുകൾ മാത്രം നിറഞ്ഞ ലോകത്ത് സ്നേഹം പ്രകടിപ്പിക്കാൻ കഴിയാത്ത ഒരു വികാരമായി മാറി നിന്നു. എന്നാൽ ഇന്ന് ഇത്തരം സ്ഥിതി വിശേഷത്തിന് ഒരുപാടു മാറ്റം വന്നിരിക്കുന്നു. നമുക്ക് നേരിടേണ്ടതിനെക്കുറിച്ച് ധാരണയുണ്ടായിരിക്കുന്നതു പോലെ സ്നേഹം പ്രകടിപ്പിക്കാനും പ്രദർശിപ്പിക്കാനും ഇന്നു കുറച്ചു കൂടി ധൈര്യം കാണിക്കാൻ പുതിയ തലമുറ തയ്യാറായിരിക്കുന്നു.

പക്ഷേ, പലപ്പോഴും സ്നേഹം ഒരു അപകടത്തിലേക്ക് നയിക്കുന്നുണ്ട്. സ്നേഹമെന്നാൽ കൊടുക്കൽ വാങ്ങലാണ് എന്ന രീതിയിലേക്ക് വിന്യസിക്കുന്നിടത്തു നിന്നു തുടങ്ങുന്ന അപകടം സ്നേഹം സമം പണം, സുഖസൗകര്യങ്ങൾ, ആഢംബരങ്ങൾ എന്ന മട്ടിൽ ഒരു സൂത്രവാക്യം സൃഷ്ടിച്ചെടുക്കുകയാണ്. അതിനുള്ള ഒരു ഉപാധിയാണ് ഇന്ന് പലർക്കും സ്നേഹം. നോക്കൂ, തനിക്കും ഭാര്യയ്ക്കുമിടയിൽ അഗാധ

മായ സ്നേഹം ഉണ്ട് എന്ന് അവകാശപ്പെടുന്ന ഭർത്താവ്, ഒരു ദിവസം തന്റെ സുഹൃത്തിനോട് ഈ മട്ടിൽ ഒരു വാചകം പറയുന്നു എന്ന് കരുതുക. അതായത്, 'അവൾക്ക് ഞാൻ എല്ലാ സുഖസൗകര്യവും നൽകിയിട്ടുണ്ട്, സ്വർണം, സ്വത്ത്, വസ്ത്രങ്ങൾ, ഇഷ്ടമുള്ള ഭക്ഷണം, യാത്രകൾ, സിനിമകൾ അങ്ങനെ എല്ലാം. പക്ഷേ അവൾക്ക് എപ്പോഴും ഞാൻ അവഗണിക്കുന്നു എന്നാണ് പരാതി. എന്ത് ചെയ്യും? എന്റെ തിരക്ക് എന്തുകൊണ്ടവൾ മനസിലാക്കുന്നില്ല?'

ഇവിടെ ഭർത്താവ്, സ്നേഹം എന്നത് കൊണ്ട് ഉദ്ദേശിക്കുന്നത് ജീവിത സൗകര്യങ്ങൾ ആണ് എന്ന് മനസിലാക്കാം. എന്നാൽ യഥാർത്ഥത്തിൽ സ്നേഹം എന്നാൽ വെറും ജീവിത സൗകര്യങ്ങൾ മാത്രമാണോ? അല്ല, എന്നാണ് ഉത്തരം. അത് ഉള്ളിൽ വിരിയുന്ന ഒരു സുഗന്ധ പുഷ്പമാണ്. ചുറ്റും നറുമണം പരത്തുന്ന പുഷ്പം. അവൾക്ക് വേണ്ടത് പതിനായിരം രൂപയുടെ സാരിയേക്കാൾ ഭർത്താവ് പുറത്തേക്കിറങ്ങുമ്പോൾ ചേർത്ത് നിർത്തി നെറ്റിയിലൊരു ചുംബനം നൽകുന്നതാവും.

സത്യത്തിൽ നിത്യജീവിതത്തിൽ സ്നേഹത്തിന്റെ ഇത്തരം കൊടുക്കൽ വാങ്ങലുകൾക്ക് വളരെയേറെ പ്രത്യേകതകൾ ഉണ്ട്. ചിലപ്പോൾ തോന്നും പ്രായം ഇത്രയായി, മക്കൾ വലുതായി ഇനി സ്നേഹം പ്രകടിപ്പിക്കേണ്ടതുണ്ടോ എന്ന്. നിശ്ചയമായും വേണം എന്നാണ് ഉത്തരം. ഭാര്യ ഭർത്താക്കന്മാരോടായി പറയാനുള്ളത്, മധുവിധു കാലത്തെ അപക്വമതികളായ ദമ്പതികൾ അല്ല നിങ്ങൾ. മറിച്ച്, ജീവിതത്തിന്റെ ഏഴു നിറങ്ങളും ഒപ്പം യാഥാർത്ഥ്യത്തിന്റെ കറുപ്പു നിറവും കണ്ടു കഴിഞ്ഞവരാണ്. മറ്റാരുമില്ലാതെ അടുത്ത് ചേർന്നിരിക്കുമ്പോൾ ഉള്ളിൽ തോന്നിയിട്ടില്ലേ നിങ്ങളുടെ പങ്കാളിയാണ് നിങ്ങളുടെ ഏറ്റവും വലിയ ബന്ധുവെന്നും സുഹൃത്തെന്നും?

അങ്ങനെയെങ്കിൽ, നിങ്ങളുടെ പങ്കാളിയുടെ എല്ലാ കുറവുകളും നിങ്ങൾ അംഗീകരിച്ചു കഴിഞ്ഞിരിക്കുന്നുവെന്നാണ്. അവരുടെ എല്ലാ കഴിവുകളും തിരിച്ചറിഞ്ഞു കഴിഞ്ഞു എന്നുമാണ്. ഇത്തരം മനസിലാക്കൽ സംഭവിച്ചാൽ ജീവിതം വളരെ രസകരമായി ആനന്ദത്തോടെ മുന്നോട്ട് ഒഴുകും. കാരണം, നിങ്ങൾക്ക് പരാതികൾ ഉണ്ടാകില്ല. ജീവിതത്തിന്റെ ഉദ്ദേശ്യം എന്നത് യുദ്ധം ചെയ്യുക എന്നതല്ല മറിച്ച് എങ്ങനെ ആനന്ദകരമായി ജീവിക്കാം എന്നതാണ് എന്നു തിരിച്ചറിയും. അവിടെ കുടുംബം എന്നത് വളരെ പ്രധാനപ്പെട്ട കാര്യമാണ്. ഓരോരുത്തരേയും നാം അറിയുകയും പരിഗണിക്കുകയും വേണം.

അറിയുമോ ഈ ലോകത്തിൽ ഓരോ ദിവസവും, തികച്ചും ഒറ്റപ്പെടുകയാണ് താൻ എന്ന് ചിന്തിക്കുന്നവരുടെ എണ്ണം കൂടുകയാണ് എന്ന്? ഉണ്ട്, അവർക്കും കുടുംബം ഉണ്ട്. എന്നിട്ടും എന്തേ അവർ ഒറ്റപ്പെട്ടു

എന്ന് ചിന്തിക്കുന്നു. എവിടെയോ അവർക്ക് ഒരു കുറവ് സംഭവിക്കുന്നു. അതുകൊണ്ടാണ് ആ ഒറ്റപ്പെടൽ സംഭവിക്കുന്നത്. നമ്മുടെ കുടുംബാംഗങ്ങളുടെ മൗനവും ഉൾവലിവും നമുക്ക് കണ്ടെത്താനാകാത്തതെന്താണ്? അവരുടെ അസ്വസ്ഥതകൾ തിരിച്ചറിയപ്പെടാതെ പോകുന്നതെന്തുകൊണ്ട്?

ഉത്തരമിതാണ്. നമ്മൾ വളരെ അധികം തിരക്കിലാണ്. അതിനേക്കാൾ സമയം നമ്മൾ സമൂഹമാധ്യമങ്ങളിലാണ്. അതിൽ വരുന്ന ഓരോ അനീതികളോടും നമ്മുടെ ഉള്ള് പൊരുതുന്നുണ്ട്. എന്നാൽ തൊട്ടടുത്ത മുറിയിൽ നിങ്ങളുടെ മകൻ അവന്റേതായ ലോകത്ത്, അവനു മാത്രം മനസിലാകുന്നത് എന്ന് അവൻ ധരിച്ചിരിക്കുന്ന ഒരു വിഷയവുമായി പോരാടുകയാണ്. ഈ സമയം വളരെ നിർണ്ണായകമാണ്. അവൻ സൃഷ്ടിച്ച അദൃശ്യവേലി തകർത്തു വേണം നമുക്ക് അവനു സമീപം എത്തേണ്ടത്. എന്നാൽ മാത്രമേ എന്താണ് അവന്റെ പ്രശ്നം എന്ന് നമുക്ക് തിരിച്ചറിയുവാനാകൂ. സത്യത്തിൽ അവിടെ നമുക്ക് അവന്റെ പ്രശ്നം പൂർണ്ണമായും മനസിലാകണം എന്നൊന്നുമില്ല. എത്ര വലിയ കുട്ടിയുമാകട്ടെ, പ്രസവിച്ച് നിങ്ങളുടെ കൈകളിലേക്ക് തന്ന തുണിക്കെട്ടിൽ പൊതിഞ്ഞ അവന്റെ രൂപം നിങ്ങൾക്ക് ഓർമ്മ കാണുമല്ലോ. ആ കുഞ്ഞ് എത്രമേൽ നിസ്സഹായനായിരുന്നു. അങ്ങനെയൊരു രൂപത്തിൽ അവനെ കണ്ട് ഒന്ന് ചേർത്ത് പിടിക്കുക. എന്തിനും കൂടെ ഉണ്ട് എന്ന് പറയുക. തത്കാലം മറ്റെല്ലാം മറക്കാം. കാരണം അവർ നിലനിൽക്കുന്നതിലാണ് നമ്മുടെ സന്തോഷം. നമ്മുടെ ഉത്തരവാദിത്തമാണ് അവനെ തിരിച്ചെടുക്കൽ. ഇത്രയുമേ വേണ്ടി വരൂ. ഒരു കരച്ചിലോടെ അവൻ പറയുന്നതിന് നമുക്ക് ശാന്തരായി ചെവി കൊടുക്കാം. മെല്ലെ അവൻ സനാഥനാണ് എന്ന് അവൻ തിരിച്ചറിഞ്ഞുകൊള്ളും.

മാസം തികയാതെ പ്രസവിക്കുന്ന കുട്ടികളുടെ വളർച്ച ത്വരിതപ്പെടുത്താൻ അമ്മയുടെ സ്പർശനത്തിന് സാധിക്കും എന്നത് തെളിയിക്കപ്പെട്ടു കഴിഞ്ഞിട്ട് കാലങ്ങളായി. അപ്പോൾ നിങ്ങളുടെ ഇരുപത് വയസുകാരി മകളെ അവൾ പഠിച്ചു ക്ഷീണിച്ചിരിക്കുമ്പോൾ ഒന്ന് പുണർന്ന് അവളുടെ പുറം തലോടി കവിളിലോ നെറ്റിയിലോ ഒരു മുത്തം കൊടുത്താൽ, അവളുടെ കണ്ണു നനയും. അവളൊന്ന് മടിയിൽ തലവച്ചു കിടന്നാൽ അവളുടെ ആശങ്കകൾ നിങ്ങൾ ചോദിക്കാതെ തന്നെ പങ്കുവക്കും. അങ്ങനെ പങ്കു വയ്ക്കപ്പെടുമ്പോൾ അവരുടെ ഉള്ളിൽ അവർക്ക് അപകടകരമായിത്തീരാവുന്ന ഏതെങ്കിലും തീരുമാനങ്ങൾ ഉണ്ടെങ്കിൽ അത് കണ്ടെത്തി പരിഹരിക്കുവാനുമാകും.

നമ്മുടെ മക്കളുടെ ഏറ്റവും വലിയ അഭ്യുദയാകാംക്ഷികൾ മാതാപിതാക്കളാണ്. കാരണം മക്കൾ ഉന്നതിയിലെത്തുന്ന കാലം സ്വപ്നം

കണ്ടാണ് ഓരോ അച്ഛനമ്മമാരും ജീവിതം മുന്നോട്ട് കൊണ്ട് പോകുന്നത്. മകനാകട്ടെ, മകളാകട്ടെ, ഭാര്യയോ ഭർത്താവോ ആകട്ടെ, ഇന്നലെകളിൽ അവർ നിങ്ങളോട് അനീതി കാണിച്ചു എന്ന സങ്കടം ഇന്നും നിങ്ങൾ സൂക്ഷിക്കുക പോലും ചെയ്യുന്നുണ്ടാവും. എന്നാലും പറയുകയാണ്. ക്ഷമിക്കുക അവയൊക്കെ, എന്നിട്ട് ഉപാധികളില്ലാതെ അവരെ ചേർത്ത് പിടിക്കു. അവരുടെ കണ്ണിൽ നിന്നൊരിറ്റ് കണ്ണീർ നിങ്ങളുടെ ചുമലിൽ വീണുടയട്ടെ.

മെല്ലെ, പുഞ്ചിരിയുടെ ചെറുപുഷ്പം വിടരട്ടെ.

സ്നേഹം കൊടുക്കുക. വിതരണം ചെയ്യും തോറും വീര്യം വർദ്ധിക്കുന്ന പ്രപഞ്ചത്തിലെ ഏക വികാരം എന്നും സ്നേഹമാണല്ലോ. അപ്പോൾ പിന്നെയെന്തിനു ലുബ്ധിക്കണം.

ഓർക്കുക, കുടുംബത്തിലും ജീവിതത്തിലും എല്ലാവർക്കും എന്നും വേണ്ടത് പരിഗണനയാണ്. എല്ലാവർക്കും വേണ്ടത് സ്നേഹത്തിന്റെ മൃദുസ്പർശനമാണ്. കുറ്റപ്പെടുത്തലുകൾ ഒഴിവാക്കി അല്പം അനുകമ്പയോടെ പരസ്പരം ഇടപെടൂ, നിങ്ങൾ തിരിച്ചറിയും ബന്ധങ്ങളുടെ ദൃഢതയും വ്യാപ്തിയും. സ്നേഹത്തിന്റെ പുത്തൻ തിരിച്ചറിയലുകൾ. അതു കൊണ്ട് ഇന്നു മുതൽ പുറത്തേക്കിറങ്ങുമ്പോൾ അവർക്ക് ഒരു മുത്തം കൊടുക്കാൻ മറക്കണ്ട. ഓർക്കൂ, അവർ കാത്തിരിക്കുന്ന സമ്മാനം അത് തന്നെയാണ്. ജീവിതത്തിലെ ഏറ്റവും വിലപ്പെട്ട ഈ സ്നേഹചുംബനത്തിനു പകരം വെക്കാൻ ഒരു കനകച്ചിലങ്കയ്ക്കുമാവില്ല. അതാണ് ജീവിതത്തിന്റെ വിജയം.

വിതരണം ചെയ്യും തോറും വീര്യം വർദ്ധിക്കുന്ന പ്രപഞ്ചത്തിലെ ഏക വികാരം സ്നേഹമാണ്. പിന്നെയെന്തിനു ലുബ്ധിക്കണം?

30

ഐശ്വര്യത്തെ എങ്ങനെ പിടിച്ചു നിർത്താം

ഐശ്വര്യം എന്നാൽ എന്താണ്? സന്തോഷം, സമാധാനം, മനഃസുഖം തുടങ്ങിയ സുഖകരമായ അവസ്ഥ. ഇതിൽ രമിക്കാൻ, ആരാണ് ഇഷ്ടപ്പെടാത്തത്. ഈ ഐശ്വര്യത്തെ എന്നും നിലനിർത്താൻ നമുക്കു കഴിയുമോ? എപ്പോൾ വേണമെങ്കിലും ആർക്കും സംഭവിക്കാവുന്ന രോഗം, പട്ടിണി, കടം തുടങ്ങി യാതൊന്നും സംഭവിക്കാതെ മനുഷ്യന് നിലനിൽക്കാനാവുമോ? ദുഃഖമേതുമില്ലാത്ത അവസ്ഥ എക്കാലവും നിലനിർത്തി കഴിയുന്നവരെയാണോ വിജയികൾ എന്നു വിളിക്കുന്നത്? അങ്ങനെയെങ്കിൽ സമ്പത്ത് ഉള്ളവരാണ് അത്തരക്കാർ എന്നു നാം കരുതാറുണ്ട്. പക്ഷേ, അവരിൽ അസുഖക്കാരില്ലേ, മനഃസുഖം നഷ്ടപ്പെട്ടവരില്ലേ? അവരുടെ വീട്ടിൽ ഐശ്വര്യം എക്കാലവും നിറഞ്ഞു തുളുമ്പുന്നു എന്നു പറയാനാകുമോ?

മുൻപു തന്നെ ഇക്കാര്യത്തെക്കുറിച്ച് പഴഞ്ചൊല്ലു പോലെ പറയാറുണ്ട്. മനുഷ്യനാണോ, ഐശ്വര്യം കൂടെ എക്കാലവും നിലനിൽക്കില്ല എന്ന്. ഒന്നും സ്ഥായിയല്ലെന്നത് പ്രപഞ്ച സത്യമാണ്. ഒരു കയറ്റത്തിനു ഒരു ഇറക്കുണ്ടെന്നു പറയുന്നതു പോലെ മനുഷ്യാവസ്ഥകൾ മാറിമറിഞ്ഞു കൊണ്ടേയിരിക്കും. അതു ലോകനീതിയാണ്. മനുഷ്യചരിത്രം മുഴുവൻ അതു സാക്ഷ്യപ്പെടുത്തുന്നു. അപ്പോൾ ഐശ്വര്യത്തിലധിഷ്ഠിതമായ വിജയം ശാശ്വതമല്ലെന്നാണോ? അതു മാറിക്കൊണ്ടേയിരിക്കുമെന്നാണോ? ആണെങ്കിൽ. എന്താണ് അതിനു കാരണം?

ഒരു ചെറിയ ഉദാഹരണത്തോടെ ആരംഭിക്കാം. ഒരാൾ ദൂരെ ഒരു സ്ഥലത്തു ജോലി കിട്ടി യാത്രയാവുകയാണ്. അവിടെ അയാൾക്ക് ഒരു അകന്ന ബന്ധു ഉള്ളതായി അറിയാം. ആ ബന്ധുവിന്റെ മേൽവിലാസം ഒരുവിധം തേടിപിടിച്ച് അയാൾ ആ നഗരത്തിൽ ചെന്നിറങ്ങി. അയാളുടെ ആദ്യത്തെ ആവശ്യം ബന്ധുവിനെ കണ്ടെത്തുകയും അവിടെ താമസം ശരിയാക്കുകയുമായിരുന്നു. അയാൾ ബന്ധുവിനെ കണ്ടെത്തുകയും, ആ ബന്ധു അത്യധികം ആഹ്ലാദത്തോടെ അയാളെ സ്വീകരിക്കുകയും തന്റെ വീടിന്റെ ഒരു ഭാഗത്ത് അയാൾക്കാവശ്യമായ സൗകര്യങ്ങൾ നൽകി കൂടെ താമസിപ്പിക്കുകയും ചെയ്തു.

വിജയം നിങ്ങളുടേതാണ്

കഥ വളരെ ശുഭപര്യവസായി ആണ് ഈ സമയം വരെ. അതിഥിയും ആതിഥേയനും ഒന്നുപോലെ സന്തുഷ്ടർ. പക്ഷേ 'ഐശ്വര്യം' സ്ഥിരമല്ലെന്നാണല്ലോ പറച്ചിൽ. അങ്ങനെയിരിക്കേ ഒരു ദിവസം അതിഥിയുടെ അമ്മ ഫോണിൽ സംസാരിക്കവേ ഇങ്ങനെ മകനോട് പറഞ്ഞു

'നീ എന്തൊക്കെ പറഞ്ഞാലും അവർക്ക് നിന്നോട് ഉള്ളിൽ താത്പര്യക്കുറവ് ഉണ്ടാകും. നീ കൂടി അവിടെ താമസിക്കുന്നത് അവർക്ക് അസൗകര്യമുണ്ടാക്കും'

ഈ വാചകങ്ങൾ അയാളുടെ മനസിലെ ഐശ്വര്യത്തെ അസ്ഥിരമാക്കുവാൻ പോകുന്ന ഒരു വാക്യമായിരുന്നു. അയാൾ അതേക്കുറിച്ച് വിശാലമായി തന്നെ കൂടുതൽ ചിന്തിച്ചു തുടങ്ങി. അസ്വസ്ഥതയുടെ മുൾച്ചെടികൾ അയാളിൽ വളർന്നുതുടങ്ങി. അയാളുടെ പെരുമാറ്റത്തിലെ മാറ്റങ്ങൾ കൃത്യമായും ആതിഥേയനിലും മാറ്റങ്ങൾ സൃഷ്ടിച്ചു. ക്രമേണ ആ വീട്ടിൽ നിന്നും ഐശ്വര്യം പടിയിറങ്ങി എന്നു പറഞ്ഞാൽ മതിയല്ലോ?

കഥ അവിടെ നിൽക്കട്ടെ. കാര്യത്തിലേക്ക് മടങ്ങാം. എന്താണ് ഐശ്വര്യത്തെ അസ്ഥിരമാക്കുന്ന കാരണങ്ങൾ?

നമ്മുടെ അനവസരത്തിലെ ആശങ്കകളാണ് ഇതിനുള്ള ആദ്യ കാരണം എന്നു പറയേണ്ടി വരും. മേൽപ്പറഞ്ഞ കഥയിൽ നോക്കുക, ആതിഥേയൻ അവിടെ എത്ര സന്തുഷ്ടിയോടെയാണ് താമസിച്ചുകൊണ്ടിരുന്നത്. അയാളിലേക്ക് ഒരു ആശങ്ക എത്തിനോക്കുന്നതോടെ തൊടുന്നതും പിടിക്കുന്നതുമെല്ലാം പ്രശ്നമായി അയാൾക്കു തോന്നുകയും പിന്നീടത് മറ്റൊരാളിലേക്കും പടരുകയാണ്. അതോടെ, ഐശ്വര്യത്തിന്റെ സ്ഥാനത്തേക്ക് എല്ലാവിധ സുഖസൗകര്യങ്ങളുണ്ടായിട്ടും സുഖമില്ലായ്മ കടന്നു വരുന്നു. ഐശ്വര്യം കൂടെയുണ്ടെങ്കിലും നാം ചിന്തിച്ച് അതിനെ പടിക്കു പുറത്താക്കും എന്നത് ഇപ്പോൾ വ്യക്തമായില്ലേ. നിങ്ങളുടെ ചെറുകാര്യങ്ങൾ ഒക്കെ ഒന്ന് അടുക്കും ചിട്ടയോടും കൂടി ആലോചിച്ചു നോക്കിയാൽ ഇതു തന്നെയായിരുന്നു നമ്മുടെ പ്രശ്നമെന്നു പറയേണ്ടി വരും.

നല്ല കാര്യം ജീവിതത്തിൽ സംഭവിച്ചാൽ വലിയ അങ്കലാപ്പാണ് നമുക്ക്. സന്തോഷം വന്നാൽ കൂടുതൽ സന്തോഷിക്കാൻ നമുക്കു ബുദ്ധിമുട്ടാണ്, കാരണം ചിലപ്പോൾ ദുഃഖിക്കേണ്ടി വന്നാലോ എന്ന ആശങ്കയാണ്. കൂടുതൽ ചിരിച്ചാൽ, അപ്പോൾ കൂടെയിരിക്കുന്നവർ പറയും- അധികം ചിരിക്കേണ്ട, കരയേണ്ടി വരും എന്ന്. എന്നാൽ അതു യാഥാർത്ഥ്യമാണോ? ആർക്കോ ഒരാൾക്കോ ജീവിതത്തിൽ എന്നൊരിക്കലോ സംഭവിച്ചതിനേ നാം സ്വയം പിടിച്ചെടുത്ത് നമ്മുടെ ജീവിതത്തിലും പ്രതിഷ്ഠിക്കുകയാണ്. അതോടെ ചിരി നിർത്തുന്നു. എന്തിനാണ് കാലാകാലങ്ങളിലായി നമ്മൾ പേറി നടക്കുന്ന ഈ ആശങ്ക

നമ്മളിൽ നിന്നു നമ്മുടെ കുഞ്ഞുങ്ങളിലേക്കും വരുന്ന തലമുറകളിലേക്കും പകർന്നു നൽകി അവരെക്കൂടി അസ്വസ്ഥരാക്കുന്നത്? ഏതൊരു നല്ല കാര്യത്തിലൂടെ സഞ്ചരിക്കുമ്പോഴും അതിൽ കറുത്ത ചിത്രങ്ങൾ വരച്ചു ചേർക്കുന്നത് എന്തിനാണ്? എവിടേയും അപകടം പതിയിരിക്കുന്നു എന്ന് ചിന്തിക്കുന്നത് എന്തിനാണ്? അതല്ലേ, ഐശ്വര്യം കൂടെയുണ്ടെങ്കിലും നമുക്ക് സ്വീകരിക്കാൻ കഴിയാതെയിരിക്കുന്നത്.

ഇനി രണ്ടാമത്തെ കാര്യത്തിലേക്കു കടക്കാം. ജീവിതത്തിലെ നന്മകളെ യഥോചിതം സ്വീകരിക്കുക എന്നാണ് ഐശ്വര്യം കൂടെ നിൽക്കാനുള്ള മറ്റൊരു വഴി. വിജയിച്ചവരെ ശ്രദ്ധിക്കുക, യഥാർത്ഥത്തിൻ അവരൊക്കെയും നന്മകളെ വീരോചിതം ആനയിച്ചവരാണ്. അവരതിനെ വണങ്ങുകയല്ല, കൂടെ ചേർത്തു നിർത്തുകയാണ് ചെയ്യുന്നത്. അതൊരു ഉത്തമ സുഹൃത്തിനെ പോലെ എന്നും കൂടെ ഉണ്ടാകുമെന്നു മനസിൽ ഉറപ്പിക്കുകയാണ്. അവരോട് ഇതിനെക്കുറിച്ചു ചോദിച്ചാൽ പറയും, എന്തിനാണ് നിങ്ങൾ വിപരീതമായി കാടു കയറി ചിന്തിച്ച് അസ്വസ്ഥരാവുന്നത്? അതു കൊണ്ട് എന്ത് ഫലം? വരാനുള്ളത് വഴിയിൽ തങ്ങില്ലെന്നു കേട്ടിട്ടില്ലേ. അതു സംഭവിക്കട്ടെ, അതു വരും വരേയ്ക്കും നമുക്ക് മറ്റു ശുഭമായ കാര്യങ്ങളെക്കുറിച്ചു ചിന്തിച്ചാൽ ആ സമയം വരേയ്ക്കും നന്മ നമ്മുടെ കൂടെ നിൽക്കും. ഒരുപക്ഷേ, ഈ നന്മയാവും വരാൻ പോകുന്ന തിന്മയെ മറികടക്കാൻ നമ്മെ പ്രേരിപ്പിക്കുന്നതും. വിജയികളുടെ ഈ ധാരണയ്ക്കൊപ്പമല്ലേ നാം നടക്കേണ്ടതും.

മൂന്നാമത്തെ കാര്യമാണ് ഏറെ ശ്രദ്ധിക്കേണ്ടത്. വൃത്തിയുള്ള മണലിലാണ് കുട്ടിക്കാലത്ത് നാം അക്ഷരം പഠിച്ചു തുടങ്ങുക. അല്ലാതെ, ചെളിയിലല്ല. അതുപോലെ തന്നെ നന്മയുടെ ആദ്യാക്ഷരമെഴുതാൻ നമുക്ക് വൃത്തിയുള്ള മനസു വേണം. അതിനു വേണ്ടി അവിടെ ഒരു ശുദ്ധികലശം നടത്തൂ. വൃത്തിയും വെടിപ്പുമുള്ളിടത്തെ ഐശ്വര്യം കൂടു കൂട്ടൂ എന്നു കേട്ടിട്ടില്ലേ. അതു വൈകാരിക തലത്തിലും നമുക്കു പ്രാവർത്തികമാക്കണം. മാനസികനില നല്ലവിധത്തിൽ പ്രവർത്തിച്ചാൽ മാത്രമേ വൈകാരികമായി നമുക്കു ഗുണപരമായി പെരുമാറാനാവൂ. അസൂയയും കുശുമ്പുമൊന്നുമില്ലാതായാൽ പിന്നെ മത്സരബുദ്ധിക്ക് അവധി പറയാം. അപ്പോൾ പിന്നെ, ആവശ്യമില്ലാത്ത അസ്വസ്ഥത മനസ്സിലേക്ക് കയറി വരില്ലല്ലോ. അതു പോലെ ദേഷ്യം, മറ്റു ദുർബലമായ ചിന്തകൾ എന്നിവയ്ക്കൊക്കെയും അവധി നൽകിയാൽ നമുക്ക് ശാന്തമായ കടലിലൂടെ ഒഴുകുന്ന ഒരു കപ്പലിലെന്ന പോലെ യാത്ര ചെയ്യാം. അവിടേക്ക് കടന്നു കയറുന്ന ഐശ്വര്യം വിട്ടുപോകാൻ മടിക്കുമെന്നതാണ് വസ്തുത. ഈ ഘടകത്തെ നിയന്ത്രിക്കുന്നതിനുസരിച്ചാണ് സ്ഥിരമായ ഐശ്വര്യം നിലനിൽക്കുന്നതിന്റെ പ്രസക്തി വർദ്ധിക്കുന്നത്.

വിജയം നിങ്ങളുടേതാണ്

ഇനി വളരെ ശ്രദ്ധേയമായ നാലാമത്തെ ഘടകം ഏതെന്നു നോക്കാം. ഐശ്വര്യം നിലനിർത്താൻ മനസിനെ ശുദ്ധമാക്കണമെന്നു പറഞ്ഞു. അതിന് എന്തൊക്കെ ചെയ്യണം? നല്ലതു മാത്രം ചിന്തിക്കുക, നന്മ വരുത്തണേയെന്നു പ്രാർത്ഥിക്കുക. ഇത്രമാത്രം ചെയ്താൽ മതിയാവും. മനസിലെ മാറാല പിടിച്ച ചിന്തകളെ അത് കടന്നു വരുമ്പോൾ തന്നെ തിരിച്ചറിഞ്ഞ് പുറത്താക്കുക. അപ്പോഴാണ് കൂടെയുള്ള ഐശ്വര്യത്തെ നാം തിരിച്ചറിയുന്നത്.

നന്മ നിറഞ്ഞ, നിങ്ങൾക്കനുകൂലമായ കാര്യങ്ങൾ സംഭവിക്കുമ്പോൾ ഒന്ന് പ്രത്യേകം ശ്രദ്ധിക്കണം. അത് നല്ല ശുദ്ധമായ തേനാണെന്നു തന്നെ കരുതുക. അതിൽ ഒരു തുള്ളി പോലും വിഷം കലരാതിരിക്കാൻ ശ്രദ്ധിക്കണം. വിഷം എന്ന് പറഞ്ഞാൽ നമ്മുടെ നന്മയെ ഇല്ലാതാക്കുന്ന മറ്റുള്ളവരുടെ ഇടപെടലുകൾ തന്നെ. അത്തരം ഇടപെടലുകൾ കേട്ടാലും കണ്ടാലും ഉള്ളിലേക്കു എടുക്കാതെ പുറത്തേക്ക് തട്ടുക. ഓർക്കുക, ആരും മാലിന്യം സൂക്ഷിച്ചു വെക്കാറില്ലല്ലോ? പിന്നെയെന്തിനാണ് നാം നമ്മുടെ മനസ്സിൽ അതു സൂക്ഷിച്ചു വെക്കുന്നത്. വലിച്ചെറിയുക, അത്തരം ദുർഭൂതങ്ങളെ. അതു പോലെ അന്യന്റെ മാലിന്യം സ്വന്തം വീട്ടിൽ സ്വീകരിക്കാറില്ല എന്നു പറയുന്നതു പോലെ മറ്റുള്ളവരുടെ ഇത്തരം ചിന്തികളെയും അനുഭവങ്ങളെയും ഹൃദയത്തിനു പുറത്തു നിർത്തുക. അതൊന്നും നമുക്കും ഐശ്വര്യത്തിനും ആവശ്യമില്ല തന്നെ.

ഇതൊക്കെ അറിയാമെങ്കിലും എന്തു കൊണ്ടാണു നാം അശുഭ ചിന്തകളിലേക്ക് വളരെ പെട്ടെന്നു തന്നെ കൂപ്പു കുത്തുന്നത്? അതിനു ചില സാഹചര്യങ്ങളുടെ സ്വാധീനമുണ്ട്. അവയെ ധീരമായി മറികടക്കാൻ നമുക്കു കഴിയണം. കടം, രോഗം, മരണം തുടങ്ങിയ യാഥാർത്ഥ്യങ്ങളാണ് പലപ്പോഴും നമ്മെ തോൽപ്പിക്കുന്നത്. എന്നാൽ വിജയികൾ, അവയെ സമർത്ഥമായി അതിജീവിച്ചവരാണ്. അവരുടെ ലോകത്ത് ഐശ്വര്യം നിറഞ്ഞു നിന്നതിനുള്ള കാരണവും മറ്റൊന്നല്ല. ഇനി അതിനു കഴിയില്ലെന്നു തന്നെ വരട്ടെ, അപ്പോഴും മാർഗമുണ്ട്, ഇത്തരം പ്രശ്നങ്ങൾ ഓർത്ത് ഇപ്പോഴത്തെ അസുലഭ നിമിഷത്തെ ഐശ്വര്യജീവിതം ഇല്ലാതാക്കേണ്ടതുണ്ടോ?

ചിന്തകൾ കൃത്യമായൽ ശ്രീ (ഐശ്വര്യം) ഭൂവിൽ സ്ഥിരമാകുമോ എന്ന് തോന്നുന്നില്ലേ? ഉവ്വ്. ഉറപ്പായും എന്നാണ് ഉത്തരം. നമ്മുടെ തന്നെ പ്രവർത്തിയാണ് ഐശ്വര്യത്തേയും നന്മയേയും ഇല്ലായ്മ ചെയ്യുന്നതും അതുപോലെ പിടിച്ചു നിർത്തുന്നതും. ഒരുപടി കൂടി കടന്നു പറഞ്ഞാൽ നമ്മുടെ വഴിവിട്ട ചിന്തകൾ ആണ് നമ്മുടെ ജീവിതത്തിലെ അസ്വസ്ഥതകൾക്ക് കാരണം എന്നാണ് ഉത്തരം.

വിജയം നിങ്ങളുടേതാണ്

ഒരു പക്ഷേ നാം കാണുന്ന സിനിമകൾ, സീരിയലുകൾ കഥകളും നോവലുകളും ഒക്കെ കാലാകാലങ്ങളിൽ പിന്തുടർന്നു വരുന്ന ഒരു ശൈലിയുണ്ട്. ശാന്തമായ ജീവിതത്തിൽ പൊടുന്നനെ വീശുന്ന കൊടുങ്കാറ്റുകളും അതിന്റെ ദുരന്തങ്ങളും അവയിൽ നിന്നുള്ള രക്ഷതേടലും അതിലെ ജയപരാജയങ്ങളുമാണ് ഇവയിലെ കഥാതന്തു. അതിനാൽ തന്നെ പ്രശാന്തമായ ജീവിതത്തിൽ ഒരു സങ്കീർണത സംഭവിക്കാൻ നമ്മുടെ ഉള്ളിൽ നാമറിയാതെ തന്നെ ഒരു പ്രോഗ്രാമിങ്ങ് നടക്കുന്നുണ്ട്. ആവർത്തിച്ചു കേൾക്കുന്നവ, കാണുന്നവ ഒക്കെ അങ്ങനെയാകുമ്പോൾ ചിന്തകളും സ്വാഭാവികമായി ആ വിധമാകും.

എങ്ങനെയാണ് ഇതിനെ മറികടക്കാൻ കഴിയുന്നത്? ആദ്യം തന്നെ ഈ പ്രത്യേകതയെ തിരിച്ചറിയുക എന്നതാണ് പ്രധാനം. ദിവസത്തിൽ ഒരു പത്ത് മിനിട്ട് സമയം കണ്ണടച്ച് ശാന്തമായിരുന്ന് പ്രസന്നമായ ഒരു ജീവിതചിത്രം മനസിൽ കാണുക. അതിൽ സന്തോഷം മാത്രം നിറക്കുക. നിത്യേനയാകുമ്പോൾ നിങ്ങളുടെ മനസിലെ ചിത്രം ഉപബോധമനസിൽ ആഴത്തിൽ വേരോടുകയും ആഹ്ലാദത്തോടെയുള്ള നിങ്ങളുടെ ചിത്രം നിങ്ങളുടെ സ്വഭാവമായി മാറുകയും ചെയ്യും.

നിങ്ങളൊരാൾ മാറുമ്പോൾ അതു ജീവിത പങ്കാളിയിൽ മാറ്റമുണ്ടാക്കും. അത് പൊതുവായി കുഞ്ഞുങ്ങളിലും പകരും. ഫലം... സന്തോഷം നിറഞ്ഞ ഐശ്വര്യസ്ഥിരതയുള്ള വീട്!

നമ്മുടെ വഴിവിട്ട ചിന്തകൾ ആണ് ജീവിതത്തിലെ
അസ്വസ്ഥതകൾക്ക് കാരണം.

31
ബുദ്ധിമാനായാൽ വിജയിക്കാനാകുമോ?

ഒരു മനുഷ്യനു ബുദ്ധിവികാസം അത്യന്താപേക്ഷിതമാണ്. എന്നാൽ അതു കൊണ്ടു മാത്രം വിജയിക്കാനാവുമോ? 'ഐ.ക്യൂ.'വിന്റെ മാത്രം മുന്നേറ്റം മനുഷ്യന് നല്ലതല്ല എന്ന് ഇപ്പോൾ കാലവും തെളിയിക്കുന്നു. 'ഇ.ക്യൂ.' എന്ന 'ഇമോഷണൽ കോഷ്യന്റും' കടന്ന് 'എൽ.ക്യൂ' അഥവാ 'ലവ് കോഷ്യന്റിൽ' എത്തി നിൽക്കുന്നു ഇന്നത്തെ ലോകം.

ഇന്ന് നമുക്കറിയാം വളരെ നന്നായി പഠിക്കുന്ന കുട്ടികളിൽ പലർക്കും സമൂഹത്തിൽ എങ്ങനെ പെരുമാറണം എന്ന് യാതൊരു ധാരണയും ഇല്ല എന്ന്. ഇവരെല്ലാം ബ്രോയിലർ ചിക്കന്റെ അവസ്ഥയിലാണ്. ബന്ധങ്ങൾ നിലനിർത്തുവാൻ, ജീവിതത്തിൽ കടന്നു വരുന്ന അപ്രതീക്ഷിത പ്രതിസന്ധികളെ തടുക്കുവാൻ ഒക്കെ കഴിയാതെ തളർന്ന് പോകുന്നവരാണിവർ. അവർ മിടുക്കരാണെന്നതു സത്യം. പരീക്ഷയ്ക്ക് നൂറിൽ 100 മാർക്കും വാങ്ങാൻ കെൽപ്പുള്ളവർ ആണ്. പക്ഷേ ഒരു പായ്ക്കറ്റ് പാല് ഒരു സാധാരണ കടയിൽപ്പോയി വാങ്ങിക്കാൻ കഴിയില്ല. ഇത്തരക്കാർ ഉന്നത ഉദ്യോഗങ്ങളിൽ എത്താൻ അവരുടെ ബൗദ്ധിക ശക്തിയാൽ കഴിയും. പക്ഷേ, പ്രായോഗികത വെല്ലുവിളിയായി തുടരുമ്പോൾ തികച്ചും അസന്തുഷ്ടരായി ഇവർ മാറും. ഈ ഒരു പ്രതിസന്ധിയിൽ നിന്നും പിന്നീട് എത്രത്തോളം ജീവിതത്തിൽ അവർ മുന്നേറും എന്നതും കാത്തിരുന്നു കാണേണ്ടതാണ്.

സത്യത്തിൽ ബുദ്ധിപരമായ വികാസത്തിനൊപ്പമോ അതിൽ അൽപ്പം കൂടുതലോ വൈകാരിക തലത്തിലെ പക്വമായ ഇടപെടലുകൾക്കുള്ള ശേഷി ഉണ്ടാകണം. ഒപ്പം സഹജീവികൾ എന്ന പരിഗണന നൽകി സ്വന്തം മാതാപിതാക്കളെ എങ്കിലും സംരക്ഷിക്കുവാൻ ഇനിയുള്ള തലമുറ മറക്കാതിരിക്കാൻ അവരിൽ സ്നേഹത്തിന്റെ കോഷ്യന്റും ('എൽ.ക്യൂ') വർദ്ധിപ്പിക്കണം. ഒരിക്കൽ ഒരു വിദ്യാർത്ഥി തന്റെ ഗുരുവിനോട് ഒരു ചോദ്യം ചോദിച്ചു. 'ജ്ഞാനം അല്ലെങ്കിൽ അറിവ് ഒരാളിൽ എപ്രകാരം ഉള്ളതായിരിക്കണം' എന്ന്. ഗുരുവിന് ആലോചിക്കേണ്ടി വന്നില്ല, അദ്ദേഹം ഒറ്റവാക്കിൽ ഉത്തരം പറഞ്ഞു,

'ഉപ്പ് പോലെ.'

പിന്നീട് അദ്ദേഹം അത് വിശദീകരിച്ചു. ഉപ്പ് കറിയിൽ ചേർക്കുമ്പോൾ അളവ് കൃത്യമായിരിക്കണം. കുറയാനും കൂടുവാനും പാടില്ല. അതു പോലെ ഒരു ജ്ഞാനി അയാളിലെ വികാരങ്ങൾ കൃത്യമായി മാത്രം പ്രകടിപ്പിക്കുന്ന ഒരുവൻ ആയിരിക്കണം. അയാൾ നിസ്സാര കാര്യങ്ങളിൽ കോപിഷ്ഠനാകില്ല, മറ്റുള്ളവരോട് തട്ടിക്കയറില്ല. അസ്വസ്ഥനാകില്ല, മടുത്തു എന്ന ജൽപ്പനം നടത്തില്ല. അയാൾ രുചികരമായ കറിയിലെ പാകത്തിനു ചേർത്ത ഉപ്പു പോലെ തികച്ചും അക്ഷോഭ്യനായിരിക്കും, ജീവിതത്തിലുടനീളം.

ഇനി മറ്റൊരു കാര്യം കൂടിയുണ്ട്. ഒരു നല്ല വിഭവം രുചിച്ചാൽ എല്ലാവരും അതുണ്ടാക്കിയ പച്ചക്കറിയെക്കുറിച്ച്, അതിലെ മസാലയെക്കുറിച്ച്, പാചകരീതിയെക്കുറിച്ച് ഒക്കെ പുകഴ്ത്തി സംസാരിക്കും. എന്നാൽ അതിൽ ഉപ്പ് കൂടുകയോ കുറയുകയോ ചെയ്തിരുന്നുവെങ്കിൽ ഇതൊന്നും പറയുകയില്ല. അതുപോലെയാണു ജ്ഞാനിയും. അയാൾ ഒരു സംഭവത്തിൽ ഇടപെടുന്നത് നിശ്ശബ്ദനായിട്ടാവും. അയാളുടെ സാന്നിധ്യമാണ് ശരിക്കും ആ പ്രശ്നം രമ്യമായി പരിഹരിക്കപ്പെടുവാൻ പോലും കാരണം. തന്നെ മറ്റുള്ളവർ അംഗീകരിക്കുമോ ഇല്ലയോ തുടങ്ങിയ വിഷയങ്ങളൊന്നും അയാളെ ബാധിക്കില്ല.

ഇനിയുമൊരു ഗുണം കൂടിയുണ്ട്. ഉപ്പ് അത് കലർത്തുന്ന വെള്ളത്തിൽ നേത്രം കൊണ്ട് കണ്ടു പിടിക്കാനാകാത്ത വിധത്തിൽ കലർന്നു ചേരും. അതു സ്വന്തമായി നില നിൽക്കണം എന്ന് പറഞ്ഞ് മാറി നിൽക്കില്ല. അതുപോലെ ജ്ഞാനി, ഞാൻ ഭാവം മാറ്റി വച്ച് പ്രശ്നങ്ങൾ കൈകാര്യം ചെയ്യും. ഇത് തന്നെയാണ് വിദ്യാഭ്യാസത്തിൽ നിന്നും നാം നേടി എടുക്കേണ്ടതും. പരീക്ഷകൾ പാസാകണം. ഒപ്പം ജീവിത പരീക്ഷയും ഫലപ്രദമായി നേരിടാനാകണം. അങ്ങനെയുള്ള ഒരുവനു മാത്രമേ വിജയിക്കാനാവൂ.

നമ്മൾ ഇനിയും ചിന്തിക്കാത്ത ഒരു ഭാഗമുണ്ട്. അത് ഇനിയുള്ള നാളുകളിലെ വിദ്യാഭ്യാസത്തെക്കുറിച്ചാണ്. ഗുണകോഷ്ടം കാണാതെ പഠിച്ചിരുന്ന, അതാണ് ജീവിതത്തിന്റെ സ്പന്ദനം എന്ന് കരുതിയിരുന്ന ഒരു കാലഘട്ടം കടന്നു പോയിരിക്കുന്നു. ഇനിയുള്ള കാലം കാണാതെ പഠിച്ച് അത് പുറത്തെടുക്കുന്ന രീതിയുടേതല്ല മറിച്ച് സർഗശക്തിയുടെ ഉദാത്തമായ കാലമാണ്. എന്ത് പഠിച്ചു എന്നാവില്ല ഇനി പരിശോധിക്കപ്പെടുക. പഠിച്ച പാഠങ്ങളിൽ നിന്ന് ആശയം ഉൾക്കൊണ്ട് കൊണ്ട് നിങ്ങൾ എത്രമാത്രം മുന്നേറി എന്നതും എത്രമാത്രം വ്യത്യസ്ത ചിന്തകൾ നിങ്ങൾ ഉരുത്തിരിച്ചെടുത്തു എന്നതുമായിരിക്കും. അവിടം കൊണ്ടും തീരുന്നില്ല, ആരും കാണാത്തത്, ആരും ചിന്തിക്കാത്തത് നിങ്ങൾ ചിന്തിക്കാനും അതിനെ മൂർത്തരൂപത്തിലേക്ക് മാറ്റാനാകുമോ എന്നതു

മായിരിക്കും. അതായിരിക്കും നിങ്ങളുടെ കരിയറിലെ വിജയത്തിന്റെ അളവുകോലെന്നും തിരിച്ചറിയണം.

ഒന്നോർക്കുക. ലോകം എന്നും കീഴടക്കിയത് മാറിച്ചിന്തിച്ചവരും അധ്യാപകർ പോലും എഴുതി തള്ളിയവരും, ലോകം ഭ്രാന്തനെന്ന് മുദ്ര കുത്തപ്പെട്ടവരുമാണ്. പക്ഷേ സാധാരണക്കാരിൽ നിന്നും അവർ വ്യത്യസ്തരായത് അവരുടെ ഭ്രാന്ത് എന്ന് വിശേഷിപ്പിക്കാവുന്ന ചിന്തകളും പ്രവർത്തികളും കൊണ്ടാണ്. പഠിക്കുമ്പോൾ സമവാക്യം കാണാതെ പഠിക്കുന്നതിനേക്കാൾ പ്രാധാന്യം ആ സമവാക്യത്തിന്റെ ആരും കണ്ടെത്താത്ത സാധ്യതകളെ കണ്ടെത്തുന്നതിലാണ്.

ഒപ്പം വിദ്യാഭ്യാസം എന്നത്, അഥവാ ബുദ്ധിവികാസമെന്നത് മനസുകളിൽ മതിൽക്കെട്ട് ഉയർത്തുവാനല്ല മറിച്ച് മതിൽക്കെട്ടുകൾ തകർക്കുവാൻ വേണ്ടിയുള്ളതാണെന്നും തിരിച്ചറിയണം. അവിടെ ബുദ്ധികൂർമ്മത മറ്റു ഹൃദയങ്ങളെ മുറിപ്പെടുത്താനല്ല മറിച്ച് കൂട്ടിച്ചേർക്കുവാനാണ്. അതാവണം ഒരു വിജയിയുടെ സൂത്രവാക്യം.

**സമവാക്യം കാണാതെ പഠിക്കുന്നതിനേക്കാൾ പ്രധാനം
അതിന്റെ ആരും കണ്ടെത്താത്ത സാധ്യതകളെ
കണ്ടെത്തുന്നതിലാണ്.**

32
നിങ്ങൾക്കുണ്ടോ ഏകാഗ്രത?

ഇത് എല്ലാവരുടേയും വിഷയമാണ്. ഏകാഗ്രതക്കുറവിനെക്കുറിച്ച് പലരും പറയാറുണ്ട്, തനിക്കതിന്റെ കുറവുണ്ടെന്നു വിലപിക്കാറുമുണ്ട്. എന്നാൽ, തനിക്ക് ഏകാഗ്രത കൂടുതലാണെന്ന് ആരും പറഞ്ഞു കേട്ടിട്ടില്ല. ചെറിയ കുഞ്ഞ് അക്ഷരം ക്ലേശിച്ച് എഴുതിത്തുടങ്ങുന്ന നാൾ മുതൽ വാർദ്ധക്യത്തിന്റെ പടിവാതിൽക്കൽ നിൽക്കുമ്പോൾ വരെ നമ്മൾ കേൾക്കുന്ന വാക്കാണ്, ഏകാഗ്രത എന്നത്.

'അറിയില്ലേ, മനസ് നൂല് പൊട്ടിയ പട്ടം പോലെ പാറി നടക്കുമ്പോൾ എങ്ങനെയാണ് ഞാൻ ഏകാഗ്രത ശീലിക്കുക?'

'ആ കുട്ടിയുടെ കയ്യിലെ മൊബൈൽ ഫോൺ ആണ് എല്ലാ പ്രശ്നങ്ങൾക്കും കാരണം. എന്നാണോ അത് കൊടുത്തത് അന്നു തൊട്ട് അവളുടെ/അവന്റെ പഠനത്തിലെ ഏകാഗ്രത നഷ്ടമായി.'

'നോക്കൂ, എന്നും രാവിലെ പത്തു മിനിട്ട് കണ്ണടച്ച് മിണ്ടാതിരിക്കൂ. അപ്പോൾ മനസ് അടങ്ങും. നിങ്ങൾക്ക് ഏകാഗ്രത ലഭിക്കും!'

നിത്യേന പല വിധത്തിൽ നാം കേൾക്കുന്നവയാണ് മുകളിൽ പറഞ്ഞ വാചകങ്ങൾ. ഒന്ന് ചോദിക്കട്ടെ, ആധുനിക വിവരസാങ്കേതിക വിദ്യ അത്ര കൊള്ളരുതാത്ത ഒന്നാണോ? അത് നമ്മുടെ ഏകാഗ്രതയെ തകർക്കുന്ന ഒന്നാണോ? ഇനി, ദിവസം പത്തു മിനിട്ട് കണ്ണടച്ചുള്ള ആ പ്രക്രിയ കൊണ്ട് എത്ര മെച്ചം കിട്ടി? ശരി, അതിന്റെ ഉത്തരം എന്തുമാകട്ടെ നമ്മുടെ വിഷയം അവനവന്റെ ഏകാഗ്രത എന്നതാണ്.

എന്തിനുമേതിനും ഏകാഗ്രത വേണം. നടക്കുമ്പോൾ, ഭക്ഷണം കഴിക്കുമ്പോൾ, വസ്ത്രം ധരിക്കുമ്പോൾ, പഠിക്കുമ്പോൾ, ചിന്തിക്കുമ്പോൾ, ജോലി ചെയ്യുമ്പോൾ, കഥയോ കവിതയോ തുടങ്ങിയ സർഗ്ഗാത്മക പ്രവർത്തികളിൽ ഏർപ്പെടുമ്പോൾ മുതൽ ദാമ്പത്യജീവിതത്തിലെയും സാമ്പത്തികാര്യങ്ങളിലെയും വൻ പ്രക്രിയയകളിലേർപ്പെടുമ്പോൾ വരെ ഇതു കൂടിയേ തീരൂ. അങ്ങനെ, നമ്മുടെ ജീവിതത്തിലെ ദൈനംദിന കാര്യങ്ങളിൽപ്പോലും വേണ്ടിവരുന്ന ഒന്ന് തേടിയാണ് നാം ഈ പെടാപ്പാടൊക്കെപ്പെടുന്നത്. കാര്യങ്ങൾ കുഴമറിയുമ്പോൾ, പിടിവിട്ടു പോകുമ്പോഴാണ് നാം ഏകാഗ്രതയെക്കുറിച്ച് ചിന്തിക്കുന്നത്.

അപ്പോൾ ചോദിക്കും, ഭക്ഷണം കഴിക്കുവാൻ ഏകാഗ്രത വേണോ? നടക്കുമ്പോൾ? വസ്ത്രം ധരിക്കുമ്പോൾ, സംസാരിക്കുമ്പോൾ.. എന്തിന്? അതെ, വേണം. നിശ്ചയമായും ഏകാഗ്രത ആവശ്യമാണ്. നമ്മുടെ ഓരോ പ്രവർത്തിയും അത് ആവശ്യപ്പെടുന്നുണ്ട്. 'ശ്രദ്ധ' എന്ന വാക്ക് പലപ്പോഴും ഏകാഗ്രതയ്ക്കു പകരം നാം ഉപയോഗിക്കാറുമുണ്ട്. ശ്രദ്ധിച്ചു നടക്ക്, കഴിക്ക്, പഠിക്ക്,.... ഇതൊക്കെ കേട്ടിട്ടില്ലേ? അപ്പോൾ എവിടെയാണ് നമ്മുടെ ശ്രദ്ധ ഒളിഞ്ഞിരിക്കുന്നത്?

ഇത്രയേ ഉള്ളൂ, ഏകാഗ്രതയുള്ളവരാവുക എന്നത്, ജീവിതത്തിൽ ഒരു കല അഭ്യസിക്കുന്നതു പോലെയാണ്. നാം എല്ലാം പഠിച്ചെടുക്കുകയാണ്. നടക്കുവാനും നീന്തുവാനും, പഠിക്കുവാനുമൊക്കെ നാം അഭ്യസിക്കുകയാണ്. അതിനൊക്കെ കൃത്യമായി നാം സമയം ചെലവഴിക്കുകയും ചെയ്യുന്നുണ്ട്. എന്നാൽ ഏകാഗ്രതയ്ക്ക് വേണ്ടി നാം അങ്ങനെ പ്രത്യേകമായി ഒരു സമയം ചെലവഴിക്കാറുണ്ടോ? ഏകാഗ്രതാണ് വിജയത്തിന്റെ അടിസ്ഥാനമെന്നൊക്കെ എല്ലാവർക്കുമറിയുകയും ചെയ്യാം. എന്നാൽ വിജയത്തെക്കുറിക്കുറിച്ച് പഠിക്കുന്നിടത്തൊന്നും ഏകാഗ്രത ശീലിക്കുവാനോ പ്രയോഗിക്കുവാനോ നാം അഭ്യസിച്ചിട്ടില്ല. അപ്പോൾ അതു വേണ്ടന്നായതു കൊണ്ടാണോ അതാരും ശീലിപ്പിക്കാതിരുന്നത്. എന്തു കൊണ്ട് അങ്ങനെ സംഭവിച്ചു?

പുല്ലാങ്കുഴൽ വിദഗ്ദ്ധനായ ഒരാൾ എങ്ങനെയാവും മുളന്തണ്ടിൽ നിന്നും വേണുഗാനം സൃഷ്ടിക്കുവാൻ പഠിച്ചത്. ആദ്യം ഊതുമ്പോൾ വെറും കാറ്റ് മാത്രമായിരിക്കും പുറത്ത് വരുക. പിന്നെ, പതിയെ നാദം വന്നു തുടങ്ങും, അപസ്വരങ്ങൾ സ്വരങ്ങളാവും, അപശ്രുതി, ശ്രുതി ചേർന്ന് തുടങ്ങും. ഇത് ഒരു സുപ്രഭാതത്തിൽ സംഭവിച്ചതല്ല. പരിശീലനത്തിലൂടെ വികസിച്ചു വന്നതാണ്. നിരന്തരമായ പരിശീലനം അയാളെ മികച്ച കലാകാരനാക്കി. അവിടെ അയാൾ അറിയാതെ അയാളിലേക്ക് ഏകാഗ്രത കടന്ന കൂടി. പുല്ലാങ്കുഴലിൽ കൈവിരലുകൾ ഓടി നടക്കുമ്പോൾ ശബ്ദവിന്യാസം നിയന്ത്രിക്കുമ്പോഴൊക്കെയും അയാൾ ഏകാഗ്രനാണ്. മറ്റുള്ള ഒരു കാര്യത്തെക്കുറിച്ചും അയാൾ ചിന്തിക്കുകയോ കാണുകയോ ചെയ്യുന്നില്ല. അയാൾ ഏകാഗ്രത പഠിക്കാൻ ഏതെങ്കിലും കോളേജിലോ സ്കൂളിലോ ട്യൂഷനോ പോയതായി കേട്ടിട്ടുമില്ല. അപ്പോൾ ഒരു കാര്യം വ്യക്തം. അത് സ്വയമേ ശീലിക്കുന്നതാണ്. നിത്യാഭ്യാസി ആനയെ ഉയർത്തും എന്നു കേട്ടിട്ടില്ലേ. അതു പോലെ തന്നെ നിരന്തരമായ അഭ്യാസത്തിലൂടെ അയാൾ ഏകാഗ്രതയെ കൂടെ നിർത്തുകയാണ്. ചെയ്യുന്ന പ്രവൃത്തിയിലുള്ള ആത്മാർത്ഥ, വിജയിക്കണമെന്നുള്ള നിഷ്ഠ, കഠിനാധ്വാനത്തിനുള്ള ശ്രമകരമായ ലാഞ്ചന എന്നിവയെല്ലാം അയാളിലേക്ക് ഏകാഗ്രതയെ ഉരുക്കിയൊഴിക്കുകയായിരുന്നു.

വിജയം നിങ്ങളുടേതാണ്

ഇനി ഏകാഗ്രതയെക്കുറിച്ച് അൽപ്പം കൂടി ചില കാര്യങ്ങൾ നമുക്കറിയേണ്ടതുണ്ട്. വാസ്തവത്തിൽ അതിലൊരു ഗവേഷണവസ്തു തന്നെ ഒളിഞ്ഞിരിപ്പുണ്ട്. ആ നിലയ്ക്ക് ഏകാഗ്രത എന്നത് മാനുഷികവുമായി ബന്ധപ്പെട്ടു നിലകൊള്ളുന്ന ഒരു ശാസ്ത്രവുമാണ്. എപ്രകാരമെന്നാൽ അതിന് ചില സൂത്രവാക്യങ്ങൾ ഉണ്ട്. ആ വഴി സഞ്ചരിക്കുമ്പോഴേ അത് പൂർണ്ണ അർത്ഥത്തിൽ നമുക്ക് കരഗതമാകൂ എന്നു മാത്രം.

അപ്പോൾ എന്താണ് ഏകാഗ്രതയുടെ സൂത്രവാക്യം.?

അത് ഇത്രമാത്രം ആണ്.

നാം ഒരു ദിവസത്തിൽ ചെയ്യുന്ന ഏതൊരു പ്രവർത്തിയും ആകട്ടെ, ആ സമയത്ത് അതിൽ മാത്രം പൂർണ്ണമായും ശ്രദ്ധിക്കുക. അതിൽ നിന്നും മനസ് മാറിപ്പോകുന്നത് നമ്മുടെ പൂർണ്ണമായ അറിവോടു കൂടി ആകണം എന്നു മാത്രം. നമ്മുടെ ഏകാഗ്രതയിൽ ഭംഗം സംഭവിച്ചാൽ ചെയ്യുന്ന പ്രവൃത്തിയിൽ പൂർണ്ണത കാണില്ലെന്നു വ്യക്തം. അത് വിദ്യാഭ്യാസമാവട്ടെ, ജോലിയാവട്ടെ, കുടുംബജീവിതമാകട്ടെ... എല്ലായിടത്തും ഈ സിദ്ധാന്തം പ്രയോഗിച്ചു നോക്കാവുന്നതാണ്. നമ്മുടെ ശ്രദ്ധ എവിടെയൊക്കെ വഴുതി മാറിയോ, അവിടെയൊക്കെ നമ്മൾ പരാജയത്തിന്റെ കയ്പുനീർ കുടിച്ചു. വിജയിച്ചിടത്ത് നേരെ തിരിച്ചും. അവിടെ നമ്മുടെ മനസ്സ് പൂർണ്ണമായും അർപ്പണബോധത്തോടെ പ്രവർത്തിച്ചിട്ടുണ്ട്.

ഇത്രമാത്രം.

ഉദാഹരണത്തിന് നിങ്ങൾ വീട്ടിൽ പാചകം ചെയ്യുകയാണ് എന്നിരിക്കട്ടെ. ദോശയാണ് അടുപ്പത്ത്. ഏകാഗ്രത പരിശീലിക്കുവാൻ നിങ്ങൾ തീരുമാനമെടുത്തു കഴിഞ്ഞാൽ നിങ്ങൾ ദോശ ചുടുക എന്ന പ്രവർത്തി ചെയ്യുമ്പോൾ മനസ് പൂർണ്ണമായും അതിൽ തന്നെ മനപ്പൂർവ്വം നിലനിർത്തുക. മാവിന്റെ കട്ടി, അതിലെ ഉപ്പിന്റെ അളവ്, ദോശക്കല്ലിന്റെ ചൂട്, അതിൽ മാവ് പരത്തുന്ന വിധം, അത് വേകുവാൻ എടുക്കുന്ന സമയം അങ്ങനെ ഓരോ ചെറിയ വിശദാംശങ്ങളും നമ്മൾ അറിയും. ഈ സമയം മനസ് മറ്റ് കാര്യങ്ങളിലേക്ക് വഴുതി വീഴില്ല എന്ന് ശ്രദ്ധ വെക്കും. ഇനി നിങ്ങൾ കൂട്ടുകാരിയോട് സംസാരിക്കുകയാണ് എന്ന് ചിന്തിക്കുക. ആ കാര്യത്തിൽ മാത്രം മനസ് നിർത്തുക. ഇപ്രകാരം ദിവസത്തിൽ കഴിയുന്നത്ര സമയം പലവിധ കാര്യങ്ങളിൽ ശ്രദ്ധ നിലനിർത്തി മുന്നോട്ട് പോകുമ്പോൾ, അത് പരിശീലനമായി മാറും. ക്രമേണ ഏകാഗ്രത നിങ്ങളുടെ സ്വഭാവസവിശേഷതയായി മാറ്റപ്പെടും.

ഏകാഗ്രത ശീലിക്കാനായി നിത്യേന രാവിലെ കണ്ണടച്ചിരുന്നു ശ്വാസഗതികളെ മാത്രം ശ്രദ്ധിക്കുമ്പോൾ അറിയാതെ മനസിലേക്ക് മറ്റ് എന്തെങ്കിലും കടന്നുവന്നാലത്തെ സ്ഥിതിയൊന്ന് ആലോചിക്കൂ. പത്ത് മിനിട്ട് കണ്ണടച്ചിരുന്ന് ഭൂലോകത്തിലെ സകല മാലിന്യങ്ങളും ചിന്തിച്ച്, 'ഹൊ,

എനിക്ക് ഏകാഗ്രത ഒരിക്കലും ലഭിക്കുന്ന ഒന്നല്ല' എന്നു പരാതി പറയുന്നതിലും എത്രയോ എളുപ്പത്തിൽ അതാത് സമയങ്ങളിലെ ഓരോ കാര്യങ്ങളിലും മനസ് നിലനിർത്തിക്കൊണ്ട് നമുക്ക് ഏകാഗ്രതയെ കൈപ്പിടിയിൽ ഒതുക്കുവാനാകും. ശ്രദ്ധ മാറ്റണം എന്ന് വരുമ്പോൾ അത് നമ്മുടെ അറിവോടെ സംഭവിക്കണം. അങ്ങനെ വരുമ്പോൾ നിങ്ങളുടെ പ്രവർത്തി ഏത് സമയത്തും നിങ്ങളുടെ പൂർണ്ണ നിയന്ത്രണത്തിൽ ആയിരിക്കും. പുല്ലാങ്കുഴൽ വിദഗ്ധൻ ഏകാഗ്രത സ്വായത്തമാക്കിയത് എങ്ങനെയെന്നു കൂടി മനസ്സിലാക്കിയാൽ ഈ ട്രിക്ക് നിങ്ങൾക്കും ശീലിക്കാവുന്നതേയുള്ളു.

ഇപ്പോൾ തൊട്ടതിനും പിടിച്ചതിനുമെല്ലാം മൊബൈലും ഇന്റർനെറ്റ് ഉപയോഗവുമൊക്കെയാണല്ലോ മിക്ക കാര്യങ്ങളിലും വില്ലൻ. അതിന്റെ ശീലം വർദ്ധിക്കുന്നതു കൊണ്ടുള്ള ഏകാഗ്രതക്കുറവ് എങ്ങനെ പരിഹരിക്കാമെന്നു നോക്കാം.

പലപ്പോഴും ആവശ്യത്തിന് എന്നതിനേക്കാൾ അനാവശ്യത്തിനാണ് ഇന്റർനെറ്റ് ഉപയോഗിക്കാറ് എന്ന സത്യം തിരിച്ചറിയുക. ഫേയ്സ്ബുക്കിലും ഇൻസ്റ്റാഗ്രാമിലും ഷെയറും ലൈക്കും കമന്റും എണ്ണി ഇരിക്കുമ്പോൾ, നഷ്ടമാകുന്നതു നമ്മുടെ വിലയേറിയ സമയമാണ് എന്നു ബോധ്യപ്പെടണം. ക്രിയാത്മകമായി പ്രവർത്തിക്കുവാനുള്ള സമയം വ്യാജവാർത്തകളും അയലത്തെ വിശേഷങ്ങളും വായിച്ച് നഷ്ടപ്പെടുത്തുകയാണ്. തൊട്ടടുത്ത വീട്ടിലെ വിശേഷങ്ങൾ/ നമ്മുടെ സുഹൃത്തിന്റെ വിശേഷങ്ങളറിയാനാണ് നമ്മുടെ സമയം ചെലവഴിക്കുന്നത്. പഴയകാലത്തെ വെടിവട്ടം പറഞ്ഞിരിക്കുന്നവന്റെ ഹൈടെക്ക് വേർഷനാണിത് എന്നു പറയേണ്ടി വരും. ഏകാഗ്രതയോടെ പഠിക്കാനിരിക്കുമ്പോൾ ജോലി ചെയ്യുമ്പോൾ ഒക്കെ മൊബൈലിൽ ഇടക്കിടെ വരുന്ന നോട്ടിഫിക്കേഷനുകൾ ശ്രദ്ധ പാളിക്കും.

ഒരു വഴിയുണ്ട്. ദിവസം നിശ്ചിത സമയം മാത്രം ഇത്തരം കാര്യങ്ങൾ വേണ്ടി മാറ്റിവെക്കുക. ഇന്റർനെറ്റ് ഉപയോഗിക്കാൻ ഇത്രസമയം, ഫേസ്ബുക്ക്, വാട്സ് ആപ്പ്, ഇൻസ്റ്റാ തുടങ്ങിയ സാമൂഹിക മാധ്യമങ്ങൾക്ക് വേണ്ടി ഇത്ര സമയം മാത്രം എന്നു നിശ്ചയിച്ചു നോക്കൂ. ആദ്യം ഇത്തിരി ബുദ്ധിമുട്ട് തോന്നുമെങ്കിലും നമ്മുടെ ക്രയശേഷി വർദ്ധിക്കുന്നതു കാണാം. ഏകാഗ്രതയോടെ കാര്യങ്ങൾ ചെയ്യാൻ കഴിയുന്നതു കാണാം. അത് പോലെ ഉറങ്ങുവാനുള്ള സമയമായാൽ മൊബൈൽ ഫോൺ ദൂരത്തേക്ക് മാറ്റി ഓഫാക്കുക. അത്യാവശ്യമുള്ള കാര്യങ്ങൾ എല്ലാ ദിവസവും സംഭവിക്കുകയില്ലെന്നും അത് വർഷത്തിൽ ഒന്നോ രണ്ടോ ദിവസം മാത്രമാണ് നടക്കുകയെന്നും തിരിച്ചറിയണം. അതിനു വേണ്ടി നാം നഷ്ടപ്പെടുത്തുന്നത് 365 ദിവസങ്ങളിലെ ഏകാഗ്രതയാ

ണ്. രാത്രി ആരെങ്കിലും എന്തെങ്കിലും അത്യാവശ്യത്തിന് വിളിച്ചാലോ? അതിന് വേണ്ടി മാത്രം ഏതെങ്കിലുമൊരു ഫോൺ ഓഫാക്കാതിരിക്കാം. (ഇന്ന് ഓരോരുത്തർക്കും രണ്ടും മൂന്നും ഫോൺ ഉണ്ടല്ലോ. അല്ലെങ്കിൽ തന്നെ വീട്ടിലും കാണുമല്ലോ നാലഞ്ചെണ്ണം. നിങ്ങളെ അത്യാവശ്യക്കാർക്കു കിട്ടാതെ വരുമ്പോൾ അവർ ബദൽ മാർഗം തേടിക്കൊള്ളും. അതിനു വേണ്ടി നിങ്ങൾ വെപ്രാളപ്പെട്ട് ജീവിതം ഹോമിക്കേണ്ടതില്ല.) ഉണർന്ന് എഴുന്നേറ്റാൽ കണ്ണു തിരുമ്മി ഫോൺ ഓണാക്കി ഇന്റർനറ്റ് സ്റ്റാറ്റസ് അപ്ഡേറ്റ് ചെയ്യാൻ ഓടേണ്ടതില്ല. പ്രഭാതകൃത്യങ്ങൾക്ക് ശേഷം അടുക്കളയിൽ കയറി ഒരു ചായയൊക്കെ ഇട്ടതിനു ശേഷം മതിയാകും ഇത്.

തീർച്ചയായും ഒരാഴ്ച നിങ്ങൾ ബുദ്ധിമുട്ടും. വല്ലാതെ ഞെരിപിരി കൊള്ളും. പക്ഷേ ഒരാഴ്ച കഴിഞ്ഞാൽ ഒരു സമാധാനം കടന്നു വരുന്നത് സ്വയം തിരിച്ചറിയുവാനുമാകും. ഏത് പുതിയ അറിവും കടന്നു വരട്ടെ. അതിന്റെ എല്ലാ വിധ പ്രയോജനങ്ങളും നമുക്ക് ഉപയോഗിക്കാം. അതിന്റെ അടിമയാകാതെ തന്നെ. അത്തരം സ്വഭാവം രൂപപ്പെട്ടു കഴിഞ്ഞാൽ പിന്നെ നിങ്ങളെ ആർക്കും ഒരു സാങ്കേതികതയ്ക്കും പരാജയപ്പെടുത്തുവാനാകില്ലെന്നറിയുക.

എല്ലാ കാര്യങ്ങളിലും മനസ് നിലനിർത്തി ഏകാഗ്രതയെ കൈപ്പിടിയിൽ ഒതുക്കുവാനാകും. ശ്രദ്ധ മാറ്റണമെന്നു വരുമ്പോൾ നമ്മുടെ അറിവോടെ സംഭവിക്കണം.

33
സന്തോഷമാണോ പ്രിയപ്പെട്ടത്?

ജീവിതത്തിൽ ഏറ്റവും സന്തോഷിച്ച നിമിഷമാണോ അതോ കരഞ്ഞുപോയ സന്ദർഭമാണോ ഏതാണ് പെട്ടെന്നു നിങ്ങൾക്കു പങ്കു വയ്ക്കാൻ കഴിയുക? മിക്കവർക്കും സങ്കടങ്ങൾ പങ്കുവക്കുവാനാവും വേഗത്തിൽ കഴിയുക. ഒരു വെള്ളപ്പേപ്പറിൽ രണ്ടായി ഭാഗിച്ച് ജീവിതത്തിലെ സന്തോഷകരവും സങ്കടകരവുമായ കാര്യങ്ങൾ എഴുതാൻ പറയുമ്പോഴും ഇത് തന്നെയാവും അവസ്ഥ. സന്തോഷകരമായ കാര്യങ്ങൾ ഓർത്തോർത്ത് എഴുതേണ്ടി വരുമ്പോൾ സങ്കടം ഒന്ന് ഓർക്കുമ്പോൾ തന്നെ അണപൊട്ടി ഒഴുകും.

ഇനി ഒരു ചോദ്യം.

ഒരു തമാശ നാമെത്ര പ്രാവശ്യം തുടർച്ചയായി ആസ്വദിക്കും? ഒന്ന് എന്നാണ് ഉത്തരം. അല്ലെങ്കിൽ രണ്ട്. തുടർച്ചയായി രണ്ടിലേറെ തവണ അത് ആവർത്തിച്ചാൽ പറയുന്ന ആൾക്ക് ഭ്രാന്താണ് എന്നാവും നാം നിഗമനത്തിലെത്തുക. ശരിയല്ലേ? ടിവിയിലെ കോമഡി രംഗങ്ങളാണെങ്കിൽ പോലും ഇങ്ങനെയാവും. എന്നാൽ പണ്ട് പണ്ട് പണ്ട് നടന്ന, നിങ്ങളുടെ ഉള്ളുലച്ച ആ സംഭവം ഇപ്പോഴും നിങ്ങളുടെ അതേ സുഹൃത്തിനോട് അതേ ഊർജ്ജത്തോടെ പറഞ്ഞ് കരയുവാൻ സാധിക്കുന്നില്ലേ? സന്തോഷകരമായ കാര്യങ്ങൾ നമുക്ക് ഓർത്തെടുക്കുന്നതിനേക്കാൾ ഇഷ്ടം സങ്കടകരമായ മുഹൂർത്തങ്ങൾ പുനഃസൃഷ്ടിക്കുന്നതാണ്. ഓർത്തോർത്തു ചിരിക്കുന്നതിനേക്കാൾ ഏതെങ്കിലുമൊരു വിഷമം ഓർത്തോർത്തു കരയുമ്പോൾ മനസ്സിലൊരു ആശ്വാസമാണ്. അത് എന്താണ് അങ്ങനെയെന്നാണോ?

ചില യാഥാർത്ഥ്യങ്ങളെക്കുറിച്ച് ചിന്തിക്കാം. എന്തിനാണ് നമ്മൾ നല്ല വസ്ത്രം ധരിക്കുന്നത്? സ്കൂൾ കുട്ടികൾക്ക് നമ്മൾ യൂണിഫോം നൽകുന്നില്ലേ, അതുപോലെ എല്ലാവരും ഒരേ വസ്ത്രം ധരിക്കുന്നത് ഒന്നു ചിന്തിച്ചു നോക്കൂ. ഒരേ ഒരു നിറം മാത്രം. അങ്ങനെ ആഴ്ചയിൽ ഏഴ് ദിവസവും. എന്ത് തോന്നും. 'ഹൊ.... മടുപ്പ്...' അല്ലേ? ശരി, അടുത്ത ചോദ്യം, എല്ലാവരും എന്നും ഒരേ ഭക്ഷണം മാത്രം കഴിക്കണം എന്നു വന്നാലോ? ചോറും രണ്ടോ മൂന്നോ കറികളും ഒരു പായസവും

ഉണ്ടെന്ന് കരുതുക. പക്ഷേ ദിവസം മൂന്നു നേരം വച്ച് ആഴ്ചയിൽ ഏഴ് ദിവസം അങ്ങനെ കഴിക്കാൻ പറഞ്ഞാൽ? 'പെട്ടു.' അല്ലേ? അപ്പോൾ ഒരേ ഹെയർ സ്റ്റൈൽ കൂടി ഉൾപ്പെടുത്തിയാൽ? ഒരേ രാഗത്തിലെ പാട്ട് മാത്രം കേട്ടാൽ.... ഇത്ര വിരസമായി പിന്നെ ജീവിക്കുന്നത് എന്തിനാണ്, അല്ലേ?

അതെ. നമുക്ക് വ്യത്യസ്തത വേണം. ആ വ്യത്യസ്തതയിൽ നാം തേടുന്നത് ആഹ്ലാദമാണ്. മനസ്സിന്റെ ആനന്ദമാണ്. ഓരോ നിമിഷത്തിലും ആനന്ദം തേടുന്ന മനുഷ്യൻ പിന്നെ എന്തിനാണ് അന്ന് നടന്ന അതേ കാര്യം ഇന്നും പറഞ്ഞ് കരയുന്നത്. ഒഴിവാക്കുക അത്തരം കഴിഞ്ഞു പോയ സങ്കടങ്ങൾ. പറിച്ചെറിയുക വേദനകൾ. എന്നിട്ട് ജീവിതത്തിന്റെ മുന്നിലേക്കു നോക്കുക. സന്തോഷത്തോടെ ജീവിക്കുവാൻ വേണ്ടി നമ്മളെ ഉപദ്രവിക്കുന്ന എല്ലാ വേദനിപ്പിക്കുന്ന ചിന്തകളും പുറത്താക്കുക.

അതിനായി എവിടെയാണ് നമ്മൾ മാറ്റം വരുത്തേണ്ടത്? സങ്കടങ്ങളോടും സന്തോഷങ്ങളോടുമുള്ള നമ്മുടെ സമീപനത്തിൽ കാതലായ മാറ്റം വരുത്തേണ്ടിയിരിക്കുന്നു. ഒരു തമാശ ഒന്നിലേറെ തവണ നമ്മെ ചിരിപ്പിക്കില്ല എങ്കിൽ ഒരു സങ്കട കഥയും ഒന്നിലേറെ തവണ നമ്മളെ സങ്കടപ്പെടുത്തുവാനും പാടില്ല. ഇങ്ങനെ ഒരു നിലപാട് സ്വീകരിച്ചാൽ നിങ്ങളുടെ ജീവിതത്തിൽ സംഭവിച്ച വിഷമഘട്ടങ്ങളുടെ ചിന്ത ഇടക്കിടെ കടന്നു വരില്ല. ഇക്കാര്യങ്ങളിൽ ശ്രദ്ധകുറയുകയും ഊർജ്ജം നഷ്ടമാകുന്നത് കുറയുകയും ചെയ്യുന്നതോടെ മനസ് ആനന്ദത്തിലേക്കു കടക്കും. അപ്രകാരം മെല്ലെ വിഷമ ചിന്തകൾ ഒഴിവാകുകയും അതിന്റെ സ്ഥാനത്ത് പോസിറ്റീവ് ചിന്തകൾ കടന്നു വരികയും ചെയ്യും. ഫലത്തിൽ വ്യത്യസ്തനായ വ്യക്തിയുടെ, വളരെ പോസിറ്റീവ് ആയ ഉദയത്തിന് കാരണമാവുമത്.

ഒരിക്കൽ ഒരു സന്യാസിയോട് ഒരു വഴിയാത്രക്കാരൻ ഒരു ചോദ്യം ചോദിച്ചു. 'അങ്ങ് തെറ്റായി കരുതില്ല എങ്കിൽ ഞാനൊന്ന് ചോദിക്കട്ടെ. അങ്ങ് വളരെ ചെറുപ്പമാണ്. അങ്ങ് അവിവാഹിതനുമാണ്. അപ്പോൾ നിശ്ചയമായും ജീവിതത്തിൽ ഉപേക്ഷിക്കപ്പെട്ട ചില കാര്യങ്ങൾ ഓർത്ത് അങ്ങ് വിഷമിക്കുന്നുണ്ടാവില്ലേ?'

സന്യാസി അല്പനേരം അയാളെ നോക്കി നിന്നു. അയാൾ, ജീവിതത്തിന്റെ സകല പ്രാരാബ്ധങ്ങളും പേറി തളർന്ന ഒരു വൃദ്ധൻ. നെറ്റിയിൽ ചുളിവുകൾ. പണിയെടുത്ത് തഴമ്പു വീണ ശരീരം. കണ്ണുകളിൽ നിറയുന്ന നിരാശ. സന്യാസി അയാളെ അടുത്ത് വിളിച്ചു, രഹസ്യമായി പറഞ്ഞു. 'ഉവ്വ്. നിശ്ചയമായും എനിക്കും വിഷമമുണ്ട്.' യാത്രികന്റെ കണ്ണിൽ ഒരു തിളക്കം. ഞാൻ എല്ലാം കണ്ടു പിടിച്ചേ എന്ന ഭാവം.

വിജയം നിങ്ങളുടേതാണ്

സന്യാസി മെല്ലെ പറഞ്ഞു,

'സുഹൃത്തേ... ഓർക്കാനും കാണുന്നവരോടൊക്കെ വീണ്ടും വീണ്ടും ആവർത്തിക്കുവാനും തക്ക വിധത്തിലുള്ള ഒരു പ്രശ്നമോ സങ്കടമോ എനിക്കില്ലെന്നതാണ് ആകെയുള്ള നഷ്ടബോധം.'

ഇത് ഒരു കഥയാകാം. പക്ഷേ, ആ സന്യാസിയെപ്പോലെ ആകാൻ സാധിച്ചാലോ? പരിഭവങ്ങൾ, ആവലാതികൾ, സങ്കടങ്ങൾ ഒക്കെ ഒഴുകി മറഞ്ഞ നമ്മുടെ മനസിൽ ഇനി വിടരേണ്ടത് സന്തോഷത്തിന്റെ മലർവാടികൾ മാത്രമല്ലേ? ആനന്ദവും ദുഃഖവുമൊക്കെ സൃഷ്ടിക്കുന്നതും അതു പരിപാലിക്കുന്നതും നമ്മൾ തന്നെയാണ്. അപ്പോൾ അതിന്റെ ഉടമസ്ഥാവകാശവും നമുക്കു തന്നെയായിരിക്കുമല്ലോ. പിന്നെന്തിന്, ആനന്ദം തേടി മറ്റുള്ളവർക്ക് മുന്നിലും ദുഃഖത്തിന് ആശ്വാസം തേടി കൗൺസിലിങ് സെന്ററിനു മുന്നിലും നിൽക്കണം. ജീവിതത്തിൽ എന്തു വേണമെന്നു നിങ്ങൾ തീരുമാനിക്കുന്നുവോ, അതാകും നിങ്ങളിൽ സംഭവിക്കുക. ആനന്ദത്തോടെയിരുന്നാൽ ആനന്ദവും ദുഃഖത്തോടെയിരുന്നാൽ ദുഃഖവും നമ്മോടു ചേർന്നുതന്നെയിരിക്കും.

ജീവിതത്തിൽ എന്തു വേണമെന്നു നിങ്ങൾ തീരുമാനിക്കുന്നുവോ, അതാകും സംഭവിക്കുക.

34
എപ്പോഴാണ് ഈ ജോലി മതിയാക്കേണ്ടത്?

മതിയായി. ഞാൻ ഉപേക്ഷിക്കുകയാണ് ഈ ജോലി! ഏതൊരു തൊഴിലിലും ഈയൊരു വാചകം പലരും പറഞ്ഞ് നമ്മൾ കേട്ടിട്ടുണ്ടാവും. എന്തൊക്കെയാണ് പ്രശ്നങ്ങൾ? സഹപ്രവർത്തകർ നമ്മുടെ സുഗമമായ പ്രവർത്തനത്തെ തടസപ്പെടുത്താനായി പടുതുയർത്തുന്ന ഗോസിപ്പുകൾ, പാരകൾ, പരദൂഷണം, ഏഷണി അങ്ങനെയങ്ങനെ. മേലധികാരികളുടെ നിരന്തരമായ സമ്മർദ്ദം, കുറ്റപ്പെടുത്തലുകൾ, ദേഷ്യപ്പെടൽ.. അങ്ങനെ മറ്റുള്ളവർ ചെലുത്തുന്ന കാരണങ്ങൾ കൊണ്ട് തൊഴിൽ ഉപേക്ഷിക്കേണ്ടി വരുന്ന അവസ്ഥ! ഒന്നോർത്തു നോക്കൂ, എന്തൊരു സങ്കടകരമായ കാര്യമാണത്. അല്ലേ? ഇതിനെ നേരിടാൻ എന്താണ് സ്വീകരിക്കേണ്ട വഴി? വളരെ ലളിതം. അതായത് മറ്റുള്ളവരാണ് ഇവിടെ പ്രശ്നക്കാർ. മിണ്ടാതിരുന്നാലും മിണ്ടിയാലും പ്രശ്നം തന്നെ.

ഒരിക്കൽ ഒരു യുവ എഞ്ചിനീയർ തന്റെ എച്ച്ആർ മാനേജറുടെ മുന്നിലെത്തി വല്ലാത്ത നിരാശയോടെ പറഞ്ഞു, 'ഞാൻ ജോലി രാജി വയ്ക്കുകയാണ്.' മാനേജർ കാരണം അന്വേഷിച്ചു. താൻ ആകെ അസ്വസ്ഥനാണെന്നും ഓഫിസിൽ എല്ലാവരും ഗോസിപ്പും ഏഷണിയുമായി നടക്കുന്നവരാണെന്നും മോശം കമന്റുകൾ എല്ലാവരേക്കുറിച്ചും പറയുന്നുവെന്നും ഇതൊന്നുമായും തനിക്കു പൊരുത്തപ്പെടാനാകുന്നില്ലെന്നും അതിനാൽ ജോലി രാജിവച്ച് മറ്റെവിടേക്കെങ്കിലും പോവുകയാണെന്നും അയാൾ അറിയിച്ചു.

എച്ച്ആർ മാനേജർ എല്ലാം മൂളിക്കേട്ടു. പിന്നെ സാവധാനം അദ്ദേഹം പറഞ്ഞു. 'ശരി. താങ്കൾ രാജിവച്ചു കൊള്ളൂ. പക്ഷേ, അതിന് മുൻപ് ഒരു കാര്യം കൂടി ചെയ്യണം. ഒരു ഗ്ലാസിൽ നിറയെ വെള്ളമെടുത്ത് ഉള്ളംകയ്യിൽ വച്ച് ഈ ഓഫീസ് മൂന്ന് വലംവച്ച് വരൂ.' അയാളത് കൃത്യമായി അനുസരിച്ചു. ഒരു തുള്ളി വെള്ളം പോലും പുറത്തു കളയാതെ തിരികെ എത്തി. ഇത്തവണ മനേജർ ചോദിച്ചു, 'ഇതുമായി സഞ്ചരിച്ചപ്പോൾ എത്ര പേർ നിങ്ങൾക്കെതിരേ സംസാരിച്ചു? എത്ര പേർ പരദൂഷണം നടത്തുന്നത് കണ്ടു?'

അയാൾ പറഞ്ഞു, 'ഇല്ല, ആരേയും ശ്രദ്ധിക്കാൻ എനിക്കായില്ല.' അതു കേട്ട മാനേജർ പറഞ്ഞു, 'നോക്കൂ, നിങ്ങൾ മറ്റൊരിടത്ത് ജോലിക്കു പോയാൽ ഇത്തരം പ്രശ്നങ്ങൾ അവിടെയുമുണ്ടാവും. പക്ഷേ, നമ്മൾ നമ്മുടെ ജോലിയിൽ മാത്രം ശ്രദ്ധിച്ച് മുന്നോട്ട് പോയാൽ മറ്റുള്ളതൊക്കെ നിഷ്പ്രഭമാവും. അവ നിങ്ങളെ സ്വാധീനിക്കുകയേയില്ല.'

ഈ കഥയിലെ എഞ്ചിനീയർ വളരെ ശ്രദ്ധിച്ചു സ്വന്തം ജോലി ചെയ്തപ്പോൾ മറ്റുള്ളവരെന്തു പറയുന്നുവെന്ന് ചിന്തിക്കാനായില്ല. അയാൾക്ക് അതിന്റെ ആവശ്യം വന്നില്ലെന്നതാണ് സത്യം. നമ്മുടെ ശ്രദ്ധ കിട്ടില്ലെന്നുണ്ടെങ്കിൽ പരദൂഷണവും ഏഷണിയും ഒന്നും നിങ്ങൾക്കു നേരെ ആരും പ്രയോഗിക്കില്ല.

ഇന്ന് ഒരോ ദിവസവും നമ്മൾ പരിചിതരും അപരിചിതരുമായ ധാരാളം പേരോട് ഇടപഴകുന്നുണ്ട്. ഓരോരുത്തരും പരസ്പരം ശ്രദ്ധിക്കാറുമുണ്ട്. ഉള്ളിൽ ഒരു താരതമ്യം നടത്താറുമുണ്ട്. അയാൾ എത്ര ഭംഗിയായി ഇടപെടുന്നു. അവരുടെ ഡ്രസ് എത്ര ഭംഗിയാണ് തുടങ്ങിയ പോസിറ്റീവ് ആയ ചിന്തകൾ മുതൽ, 'അയാൾ ആ സ്ഥാനത്ത് എത്തിയത് കുതന്ത്രങ്ങളിലൂടെയാണ്' എന്നതു പോലെയുള്ള തീർത്തും പ്രതിലോമപരമായ ആരോപണങ്ങളും ചിന്തകളും വരെ അവിടെ ഓരോരുത്തരുടേയും മനസ്സിൽ രൂപപ്പെടുന്നുണ്ടാവും.

നിങ്ങളുടെ മുന്നിൽ അതീവ ഭവ്യതയോടെ നിൽക്കുന്നവരുടെ ഉള്ളിൽ എന്താകും എന്ന് ചിന്തിക്കാൻ പോലും സാധിക്കില്ല. അപ്പോൾ എന്ത് ചെയ്യും? മതി എന്ന് തീരുമാനിച്ചു രാജിവച്ച് പോകുമോ? ആ എച്ച്ആർ മാനേജറുടെ വാക്കുകൾ തന്നെ എടുക്കാം. ഇവിടെ ഉള്ളത് തന്നെയാണ് ഇനി മറ്റെവിടെയും നിങ്ങളെ കാത്തിരിക്കുന്നത്. ഒരു പക്ഷേ ഇതിലും കടുത്തത്. ഉപേക്ഷിക്കാം. പക്ഷേ, ഉപേക്ഷിക്കുവാനുള്ള കാരണമാണു പ്രധാനം. നിങ്ങൾ ഭയന്ന്, തോറ്റ്, പിൻമാറുകയാണോ? അത് അപകടകരമാണ്. കാരണം ഉള്ളിന്റെ ഉള്ള് നിങ്ങളെ തള്ളിപ്പറഞ്ഞു കൊണ്ടേയിരിക്കും സ്വന്തം മനസാക്ഷിക്കു മുന്നിലെന്നും നിങ്ങൾ പരാജിതനായി നിലകൊള്ളും.

എന്നാൽ നിങ്ങൾക്ക് ഉപേക്ഷിക്കാം. എപ്പോൾ? കളയുന്നതിനേക്കാൾ മികച്ചത് കരഗതമായാൽ? മികച്ചത് എന്നാൽ മറ്റൊരു സ്ഥാപനം എന്നതല്ല അർത്ഥം. നിങ്ങളുടെ മനസിന് ഇണങ്ങിയ, നിങ്ങൾ കാത്തിരുന്ന ഒരു ജോലി പോലെ അല്ലെങ്കിൽ നിങ്ങൾക്ക് ഏറ്റവും പ്രിയങ്കരമായ മറ്റൊരു മേഖല. അവിടെ നിങ്ങൾ സ്വസ്ഥമാകും എന്ന് ഉറപ്പുണ്ടെങ്കിൽ ധൈര്യമായി ഉപേക്ഷിക്കാം. ധൈര്യമായി മറ്റുള്ളവരുടെ മുന്നിൽ തല ഉയർത്തി തുടരാനാവുമെങ്കിൽ വലിച്ചെറിയാം. അവിടെ തെരഞ്ഞെടുപ്പിനു മറ്റൊരു മാനദണ്ഡവുമില്ല.

വിജയം നിങ്ങളുടേതാണ്

അത്തരം അവസ്ഥയിലേക്ക് എങ്ങനെയാണ് സ്വയം മാറുക? ആദ്യം അവനവന്റെ പ്രിയപ്പെട്ട മേഖല ഏതെന്ന് കണ്ടെത്തണം. കാര്യങ്ങളിൽ കൂടുതൽ അറിവ് നേടണം. ഓരോന്നിന്റെയും ഗുണവശവും ദോഷവശങ്ങളും കണക്ക് കൂട്ടണം. നമ്മുടെ കുറവുകൾ പരിഹരിക്കാൻ ആവശ്യമായ കാര്യങ്ങൾ നിത്യേന പരിശീലിക്കണം. പിന്നീട് ആ മേഖലയിൽ ജോലി സാധ്യതകൾ കണ്ടെത്തി അവിടേക്ക് അപേക്ഷ അയക്കുകയും അഭിമുഖങ്ങൾക്ക് തയ്യാറാവുകയും വേണം. ചോദ്യങ്ങൾക്ക് കൃത്യമായ ഉത്തരം സ്വാഭാവികമായി തന്നെ പറയുവാനാകണം. ഓർമ്മിക്കുക, നിങ്ങൾക്ക് വേണ്ടിയണിത്. ഇവിടെ നിങ്ങൾ സത്യസന്ധത കാട്ടിയില്ലെങ്കിൽ മറ്റെവിടേയും നിങ്ങളതു കാണിച്ചിട്ടു കാര്യമില്ല.

മറ്റൊരു പ്രധാനപ്പെട്ട കാര്യം. ജീവിതത്തിൽ നാമൊരിക്കലും ജോലിയുടെ കാര്യത്തിനെന്നല്ല, മറ്റൊന്നിനു പോലും നമ്മുടെ ശേഷികളെ മറ്റുള്ളവരുമായി താരതമ്യം ചെയ്യില്ല എന്ന് തീരുമാനിക്കുക. ആരെന്തു പറഞ്ഞാലും അതിൽ നിന്നും ആവശ്യമുള്ളത് മാത്രമെടുക്കുക. സ്വന്തം കുറവുകൾ യാഥാർത്ഥ്യബോധത്തോടെ പരിശോധിക്കുക. ആവശ്യമുണ്ടെങ്കിൽ അതിൽ മാറ്റം വരുത്തുക. അവനവന്റെ കഴിവിൽ വിശ്വാസം ഉണ്ടാകണം. പരിശീലനത്തിലൂടെ നമ്മുടെ കഴിവുകളെ കൂടുതൽ മികവുറ്റതാക്കണം. നമ്മുടെ ഭാഗം കൃത്യമായിരുന്നാൽ, മറുഭാഗം തനിയെ ഭംഗിയാകും. ഇനി പറയൂ. 'മടുത്തോ,ജോലി?, വലിച്ചെറിയണോ, കഷ്ടപ്പെട്ടു സമ്പാദിച്ച ജോലി?'

ഉപേക്ഷിക്കാൻ ഏതൊരാൾക്കും വളരെയെളുപ്പമാണ്. കൊണ്ടുനടക്കാനാണ് ബുദ്ധിമുട്ട്. ചേർന്നിരിക്കുമ്പോഴുള്ള ശക്തി അകന്നിരിക്കുമ്പോഴുണ്ടാകില്ലെന്നും വിജയത്തിന് ലാഘവത്തിന്റെ തേനുറയവില്ലെന്നും തിരിച്ചറിഞ്ഞാൽ മാത്രം മതി.

കുറ്റങ്ങളും കുറവുകളും എല്ലാവർക്കുമുണ്ട്. അതിൽ നിരാശപ്പെടുകയല്ല, ആത്മവിശ്വാസത്തോടെ ഉയർത്തെഴുന്നേൽക്കുകയാണ് വേണ്ടത്.

35

തടസങ്ങൾ ഇനിയൊരു പ്രശ്നമല്ല

ദാമുവിന്റെയും കോമുവിന്റെയും കഥയിൽ നിന്നു നമുക്കു തുടങ്ങാം. ഇതിൽ ആരുടെ സ്വഭാവമാണ് നിങ്ങൾക്കെന്ന് ശ്രദ്ധിച്ചോണം. ഇരുവരും ആത്മാർഥ സുഹൃത്തുക്കളാണ്. രണ്ട് പേരും സ്വകാര്യ കമ്പനിയിലെ ഉദ്യോഗസ്ഥർ. എന്നാൽ ആകസ്മികമായുണ്ടായ ചില സംഭവങ്ങളിൽ കുരുങ്ങിയ കമ്പനി അവരുടെ കുറേ അധികം ജീവനക്കാരെ പിരിച്ചുവിട്ടു. അതിൽ ദാമുവും കോമുവും ഉൾപ്പെട്ടു, ജോലി നഷ്ടമായി.

ഒരാൾക്ക് ജോലി നഷ്ടമായാൽ എന്തൊക്കെയാണ് സംഭവിക്കുക? കണക്ക് കൂട്ടാനാകുമോ? ബാങ്ക് വായ്പകളുടെ അടവുകൾ ആദ്യം നിലയ്ക്കും. പിന്നെ, വിനോദങ്ങളും അടുത്ത ഘട്ടത്തിൽ ആരോഗ്യരക്ഷക്ക് വേണ്ടുന്നവയും പിന്നീട് എന്ന് മാറ്റിവെക്കും. തുടർന്നു നിലനിൽപ്പിന്റെ ഘട്ടമാണ്. കടം വാങ്ങിത്തുടങ്ങും. ലുബ്ധിച്ച് പതുക്കെ അരിഷ്ടിച്ച് ജീവിക്കും. ഇതാണ് മറ്റു യാതൊരു തരത്തിലും വരുമാനവും സ്വത്തും ഇല്ലാത്ത, ശമ്പളം കൊണ്ടു മാത്രം ജീവിക്കുന്ന ഒരാളുടെ അവസ്ഥ.

ഇവിടെ ആദ്യം തോന്നുന്ന നിരാശയിലും വലിയ അളവ് പ്രതീക്ഷയുണ്ട്. ക്രമേണ അത് ഒരു തരിമ്പു പോലുമില്ലാത്ത വിധമാകും. ഈ ഘട്ടത്തെ സുഹൃത്തുക്കളായ ദാമുവും കോമുവും എങ്ങനെ നേരിട്ടു എന്ന് നോക്കാം. ജോലി നഷ്ടമായ ദിനം കടന്നു പോയി. പരസ്പരം ആശ്വസിപ്പിച്ച് അവർ പിരിഞ്ഞു. പിറ്റേന്ന് മുതൽ രണ്ട് പേരും തങ്ങളുടെ ബയോഡേറ്റ പുതുക്കി സമാന ജോലി ഒഴിവുകൾക്ക് അപേക്ഷിച്ചു തുടങ്ങി. പിരിയുമ്പോൾ കിട്ടുന്ന പണം സൂക്ഷിച്ച് ഉപയോഗിച്ച് പിടിച്ച് നിൽക്കാൻ ധാരണയായി. ഇതു വരെ എല്ലാം ഒരേ പോലെ.

എന്നാൽ ഒരു മാസം കടന്നതോടെ സ്ഥിതിഗതികളിൽ പ്രകടമായ മാറ്റം വന്നു തുടങ്ങി. ദാമു പതിവ് പോലെ പുലർച്ചെ എഴുന്നേറ്റ്, വ്യായാമം ചെയ്യുകയും കുറേ ദൂരം നടക്കുകയും ചെയ്ത് ശരീരം പഴയത് പോലെ സംരക്ഷിച്ചു. ഉള്ളിൽ പരിഭ്രമം തോന്നുമ്പോൾ അത്തരം ചിന്തകൾക്ക് വിരാമമിട്ട് നല്ല ആശയങ്ങൾ മാത്രം തരുന്ന പുസ്തകങ്ങൾ ആവർത്തിച്ചു വായിച്ചു. പഴയ കമ്പനിയിലെ മേലുദ്യോഗസ്ഥരുമായി ബന്ധം പുതുക്കി.

എന്നാൽ ദിവസങ്ങൾ പിന്നിടും തോറും കോമു കൂടുതൽ നിരാശനായി. അയാൾ പകൽ സമയത്ത് ഉറങ്ങുകയും ഉണരുകയും രാത്രികളിൽ തീരെ ഉറക്കം നഷ്ടപ്പെട്ടവനായി തുടരുകയും ചെയ്തു. വീടിന്റെ നാലു ചുമരുകൾക്കിടയിൽ ജീവിതം ചുരുക്കി ആരോടും മിണ്ടാൻ കൂട്ടാക്കാതെ കടുത്ത മാനസിക സംഘർഷം നൽകുന്ന സിനിമകൾ കണ്ട് അതിലെ നായകനോട് സ്വയം ഉപമിച്ച്, 'മരിച്ചെങ്കിൽ, ഈ ജീവിതമൊരു നഷ്ടമാണ്' എന്നിങ്ങനെ ആത്മഗതം നടത്തി ദിവസങ്ങൾ തള്ളിനിക്കി. ദിവസങ്ങൾ കലണ്ടറിലെ വെറും അക്കങ്ങൾ മാത്രമായി.

എന്നാൽ ദാമുവിന്റെ ജീവിതത്തിൽ ചില മാറ്റങ്ങൾ സംഭവിക്കുകയായിരുന്നു. അയാൾ പ്രതീക്ഷകൾ കൈവിട്ടതേയില്ല. നിത്യേന നടക്കാൻ പോകുമ്പോൾ കാണാറുള്ള രണ്ട് ചെറുപ്പക്കാർ ഒരു ദിവസം അയാളെ സമീപിച്ച് അവർ പുതിയതായി ആരംഭിക്കുന്ന പ്രോജക്ടിൽ കൂടെ നിൽക്കാമോ എന്ന് അന്വേഷിച്ചു. ദാമു ഇക്കാര്യം കോമുവിനെ അറിയിച്ചെങ്കിലും കോമു അത് കേൾക്കാൻ പോലും കൂട്ടാക്കിയില്ല.

അങ്ങനെ, ദാമു അവരോടൊപ്പം ചേർന്ന് പ്രവർത്തിച്ചു തുടങ്ങി. ശരിക്കും പരിശ്രമിച്ച് അവർ അത് പ്രായോഗികതലത്തിൽ എത്തിച്ചു. മാസങ്ങൾ എടുത്തുള്ള ആ പ്രവർത്തനം ദാമുവിന് പഴയ കമ്പനി ജോലിയുടെ ഇരട്ടി വരുമാനം നേടുവാനുള്ള അവസരമാണ് നൽകിയത്. ദാമു കൂടുതൽ ഉന്മേഷവാനായി, കാര്യങ്ങളിൽ കൂടുതലായി ഇടപെട്ടു. മാസങ്ങൾ കടന്നു പോയി. അയാൾ നല്ല ജീവിതസൗകര്യങ്ങളുള്ള മികച്ച നിലയിലേക്ക് ഉയർന്നു. അതിനിടയ്ക്കു സുഹൃത്തിനെ അയാൾ മറന്നില്ല. കോമുവിനെ വിളിച്ച് തന്റെ കീഴിലൊരു തൊഴിലാളിയാക്കി.

ഇതു വെറുമൊരു കഥയല്ലേ എന്നു കരുതി തള്ളിക്കളയാൻ വരട്ടെ. ഒരു ആപത്ഘട്ടത്തെ എങ്ങനെയാണു രണ്ട് പേർ തരണം ചെയ്തതെന്നു നമ്മൾ കണ്ടു. പ്രതിസന്ധികൾ വരുമ്പോൾ അത് നമ്മെ കീഴടക്കണമോ അതോ അവയെ നമ്മൾ കീഴടക്കണമോ എന്നതാണ് യഥാർത്ഥ ചോദ്യം. ഇനി രണ്ട് വസ്തുക്കളുടെ കാര്യമെടുക്കും. ഉരുളക്കിഴങ്ങും, അല്പം കാപ്പിപ്പൊടിയും. രണ്ടും വെള്ളത്തിൽ ഇടുക. നന്നായി തിളപ്പിക്കുക. ഒടുവിൽ തീ അണച്ച് അവയെ വീണ്ടും ഒന്നു പരിശോധിക്കുക. ഉരുളക്കിഴങ്ങ് കട്ടിയുള്ളതായിരുന്നു. അത് പച്ചക്ക് തിന്നാനാകില്ല. എന്നാൽ തിളക്കുന്ന വെള്ളം അതിന്റെ സ്വഭാവത്തെ അപ്പാടെ മാറ്റി. ഇവിടെ വെള്ളം എന്നത് പ്രതിസന്ധിയാണ് എന്ന് ചിന്തിച്ചാൽ പ്രതിസന്ധി ഒന്നിന്റെ സ്ഥായിയായ ഭാവത്തെ അപ്പാടെ മാറ്റിമറിച്ചു എന്ന് പറയേണ്ടി വരും. ഇനി കാപ്പിപ്പൊടിയോ? പ്രതിസന്ധിയാകുന്ന വെള്ളത്തിൽ എങ്ങനെയാണ് അതു പ്രവർത്തിച്ചത്?

വിജയം നിങ്ങളുടേതാണ്

ഇവിടെ പ്രതിസന്ധിയുടെ സ്വഭാവമാണ് മാറിപ്പോയത്. പ്രതിസന്ധികൾ വരുമ്പോൾ തോറ്റു കൊടുത്ത് സ്വന്തം മനസാക്ഷിക്ക് മുന്നിൽ പരാജിതനായി, ആടിയുലഞ്ഞ് പരിക്ഷീണനായി അവസാനിപ്പിക്കാം. അതല്ലെങ്കിൽ, പ്രതിസന്ധിയെ തന്നെ കീഴടക്കി ആ പ്രതിസന്ധി ഒരു സാധ്യതയാക്കി മാറ്റാം. മുന്നിൽ നിൽക്കുന്നതിനെ അവസരങ്ങളായി കണ്ടു പ്രവർത്തിക്കാൻ കഴിയണം. സാഹചര്യങ്ങളെ നമുക്ക് അനുകൂലമാക്കി മാറ്റണം. സാഹചര്യങ്ങൾക്കൊപ്പിച്ചു ജീവിക്കുമ്പോൾ അതു നമ്മെ വിഴുങ്ങിയെന്നു വരാം. എന്നാൽ, നമ്മൾ സാഹചര്യങ്ങളെ സൃഷ്ടിച്ചു നോക്കൂ. ജീവിതം മറ്റൊരു വഴിയിലേക്കു തിരിയുന്നതു കാണാം. മുൻപു സൂചിപ്പിച്ച കഥയിൽ അയാൾ അവസരങ്ങൾ സൃഷ്ടിക്കുകയാണ്. സാഹചര്യങ്ങളെ തനിക്ക് അനുകൂലമാക്കി മാറ്റുകയാണ്.

വിജയിക്കണം എന്നു തീരുമാനമെടുത്താൽ പിന്നെ അവസരങ്ങളെയെല്ലാം വിജയഘടകങ്ങളാക്കി കാണുകയാണ് വേണ്ടത്. പരാജയപ്പെട്ടു എന്ന് ഒരിക്കലും മനസിൽ കരുതരുത്. പകരം, സാഹചര്യങ്ങളിൽ ചില മാറ്റങ്ങളുണ്ടായി, അതിനെ തനിക്ക് കൂടുതൽ അനുയോജ്യമാക്കി മാറ്റാനുള്ള ശ്രമത്തിലാണ് എന്നു മാത്രം ചിന്തിക്കുക. കൂടുതൽ പ്രയോജകരമായി എങ്ങനെ നമ്മുടെ ക്രിയാശേഷിയെ മാറ്റിയെടുക്കാമെന്നും ചിന്തിക്കണം. ഇത്തരം ചിന്തകളാണ് നമ്മുടെ ആത്മവിശ്വാസത്തെ പ്രതിസന്ധി ഘട്ടത്തിൽ വളർത്തിയെടുക്കുന്നത്. തിരിച്ചറിയണം, പ്രശ്നങ്ങൾ സ്വാഭാവികമാണെന്നും ആർക്കുമെപ്പോഴും എവിടെ വെച്ചും സംഭവിക്കാമെന്നും. അവിടെ തളർന്ന് വീഴണമോ എന്നത് ഒരു ചോയിസ് ആണ്. പേടിച്ചു പിന്മാറുകയോ, തന്റെ ഭാഗ്യക്കേട്/വിധി എന്നൊക്കെ പതം പറഞ്ഞ് അതിന്റെ മുന്നിൽ തളർന്നിരിക്കുകയോ ചെയ്താൽ പിന്നീടൊരു പ്രതിസന്ധി ഉണ്ടാകുമ്പോഴും സമാനമായ നിലയിലേ നിങ്ങൾ പെരുമാറു. പ്രതിസന്ധികളെ ആവേശത്തോടെ സ്വീകരിക്കൂ. സ്കൂളിൽ കുട്ടികൾക്കു പഠനകാലത്ത് ഇടയ്ക്കിടെ അധ്യാപകർ ടെസ്റ്റ് പേപ്പറുകൾ നടത്താറില്ലേ, അതു പോലെയാണ് ജീവിതത്തിൽ ഇത്തരത്തിൽ വരുന്ന പ്രതിസന്ധികളെന്നും തിരിച്ചറിയണം. പരാജയപ്പെടുന്ന വിധത്തിലല്ല പ്രശ്നങ്ങൾ നമ്മെ ബാധിക്കുന്നത്. അവയോടുള്ള സമീപനം കൊണ്ടാണ് നമുക്ക് അതൊക്കെയും പരാജയങ്ങളാണെന്നു അനുഭവപ്പെടുന്നത്. ഇത്തരം പ്രതിസന്ധികൾ നേരിടുന്ന ലോകത്തിലെ ആദ്യത്തെ മനുഷ്യൻ താനല്ലെന്നും തനിക്കിതൊന്നും പുതിയ അനുഭവങ്ങളല്ലെന്നും വിചാരിച്ചു ധൈര്യമായി അവയെ മറികടക്കാൻ ശ്രമിക്കണം. പ്രശ്നങ്ങൾ നിങ്ങളിലേക്ക് വന്നതാണെങ്കിൽ അവയെ തള്ളിക്കളയാനുള്ള ഫലപ്രദമായ മാർഗ്ഗങ്ങളും നിങ്ങളിൽ തന്നെയുണ്ട്. അവ ഉപയോഗിക്കുക മാത്രമാണ് വേണ്ടതെന്നുമറിയുക.

വിജയം നിങ്ങളുടേതാണ്

പ്രതിസന്ധികൾ രണ്ട് വിധത്തിൽ തരണം ചെയ്യാം. ഏറ്റവും അധികം ആത്മവിശ്വാസത്തോടെയും ശുഭപ്രതീക്ഷയോടെയും അല്ലെങ്കിൽ ശുഭപ്രതീക്ഷയുണ്ട് എന്ന് പുറമേ പറഞ്ഞു കൊണ്ട്, ഉള്ളിൽ കീഴടങ്ങി കാലം കഴിക്കാം. ജീവിതത്തിൽ നിങ്ങൾ തനിച്ചല്ല. നിങ്ങളെ ആശ്രയിച്ചു കഴിയുന്നൊരു കുടുംബമുണ്ട്. ഭർത്താവ് ആയിക്കോട്ടെ, ഭാര്യ ആയിക്കോട്ടെ ഓരോരുത്തർക്കും ഉത്തരവാദിത്വങ്ങളുണ്ട്. അവയൊന്നും തന്നെ ഏതെങ്കിലും ജോലിയുമായി ബന്ധപ്പെട്ടല്ല നിലകൊള്ളുന്നതും. ജോലി എന്നത് നിലനിൽപ്പിനു വേണ്ടിയുള്ള വരുമാന സ്രോതസ്സാണ്.

ജീവിതത്തിൽ ആരാകണമെന്നു സ്വയം തീരുമാനിക്കാം. ദാമുവായാലും കോമുവായാലും ഒരു കാര്യം മറക്കരുത്. പ്രതിസന്ധികൾ കൂടെയുണ്ടാവും. അതിനോടുള്ള നമ്മുടെ സമീപനങ്ങളാണ് അതിന്റെ വ്യാപ്തി വർദ്ധിപ്പിക്കുന്നത്.

പ്രതിസന്ധികളോടുള്ള സമീപനമാണ് അതിന്റെ വ്യാപ്തി വർദ്ധിപ്പിക്കുന്നത്. അതിനെ അവസരങ്ങളായി കാണുക.

36

ദുഃഖത്തെ മറികടക്കാൻ

തികച്ചും ആകസ്മികമാണ് ജീവിതം. എന്താണ് സംഭവിക്കുകയെന്ന തിൽ തികഞ്ഞ അജ്ഞതയാണ് മനുഷ്യന്. നല്ല വാർത്തകൾക്കു പ്രതീക്ഷിച്ചിരിക്കുമ്പോൾ വിളിക്കാത്ത അതിഥിയെ പോലെ പൊടുന്നനെ വരുന്ന ദുഃഖ വാർത്ത. അതേസമയം, കലുഷിതമാകുമെന്നു ചിന്തിക്കുമ്പോൾ പ്രത്യേകിച്ച് ഒന്നും സംഭവിക്കാതെ കടന്നു പോകുന്ന ചില അസന്നിഗ്ദ്ധഘട്ടങ്ങൾ. ഇങ്ങനെയൊക്കെയാണ് ജീവിതം മുന്നോട്ടു പോവുക. വിജയികൾ അവരുടെ ജീവിതത്തെ കൃത്യമായി നിർവചിച്ചു മുന്നോട്ടു കൊണ്ടുപോകുമ്പോൾ വിജയത്തെക്കുറിച്ച് ചിന്തിക്കാത്തവരാണ് പലപ്പോഴും പാളം തെറ്റിയ തീവണ്ടിയെ പോലെ പലയിടത്തേക്കും പാഞ്ഞുകയറുന്നത്. അവർക്ക് മുന്നോട്ടു പോകാൻ കൃത്യമായ പാളങ്ങളോ ചക്രങ്ങളോ ഉണ്ടാവണമെന്നില്ല. ആകസ്മികമായി കടന്നു വന്ന അപകടകരമായ ദുഃഖങ്ങളാണ് അവരുടെ മുന്നോട്ടുള്ള വഴിയടച്ച് വിഘ്നം തീർത്തത്. ഇവയെ എങ്ങനെ ക്രിയാത്മകമായി മറികടക്കണമെന്നും അത്തരമൊരു അവസ്ഥകളിൽ നിന്നും ജീവിതത്തെ എങ്ങനെ വഴിതിരിച്ചു വിടണമെന്നും നമുക്കൊന്നു പരിശോധിക്കാം.

പലപ്പോഴും, ദുഃഖകരമായ കാര്യങ്ങൾ സംഭവിക്കുന്നത് ആരുടെയെങ്കിലും പിഴവു കൊണ്ടാകണമെന്നില്ല. 'ഞാൻ ചെയ്ത തെറ്റല്ല, എന്നിട്ടും', 'മറ്റാരും ഒന്നും ചെയ്തതുമല്ല. എന്നിട്ടും....!' ഇങ്ങനെയുള്ള ന്യായങ്ങൾ നിരത്തിയാൽ പോലും ഉത്തരം കണ്ടെത്താനായി എന്നു വരില്ല. അതെ, അസുഖങ്ങൾ, വേർപാടുകൾ, അങ്ങനെ പലതും ആരുടേയും കുറ്റം കൊണ്ടല്ലാതെയും ജീവിതത്തിൽ സംഭവിക്കാറുണ്ട്. കുറ്റം പറയാൻ, ചൂണ്ടിക്കാട്ടാൻ ആരുമില്ലാത്തപ്പോൾ സത്യത്തിൽ വിഷമം അധികരിക്കുന്നുമുണ്ട്.

ഒരു ഗ്രാമത്തിൽ ഒരു വൃദ്ധയുണ്ടായിരുന്നു. വാർദ്ധക്യത്തിന്റെ മനോഹാരിത അവരുടെ കൺകോണുകളിൽ തിളങ്ങി നിന്നു. ശുഭ്ര വസ്ത്രം ധരിച്ച്, വെളുത്ത മുടിയിഴകളുള്ള, ഭസ്മം തൊടുന്ന ഒരു മുത്തശ്ശി. വളരെ സന്തോഷത്തോടു കൂടി ജീവിച്ചു വന്ന അവരുടെ കുടുംബത്തിൽ പെട്ടെന്നാണ് അശാന്തി പരന്നത്.

വിജയം നിങ്ങളുടേതാണ്

ആദ്യം അവരുടെ മകൻ, പിന്നാലെ ഭർത്താവ് രണ്ട് പേരും പൊടുന്നനെ മരിച്ചു. എപ്പോഴും, കണ്ണുകളിൽ ആനന്ദത്തിന്റെ കൺമഷി എഴുതിയിരുന്ന ആ അമ്മയുടെ കണ്ണുകൾ കലങ്ങിയൊഴുകി. ഇവിടെ ആരേയും കുറ്റപ്പെടുത്താനില്ല. മരണം ആരുടേയും അനുവാദം കാക്കാറുമില്ല. വലിയ വീട്ടിൽ അമ്മ തനിച്ച്. മറ്റു മക്കളില്ല. ദിവസങ്ങൾ കടന്നുപോയി. ഒടുവിലൊരു ദിവസം അമ്മ തീരുമാനിച്ചു. മുറ്റത്തെ നശിച്ച് പോയ പൂന്തോട്ടം നന്നാക്കി എടുക്കുവാൻ. കിളിമരത്തിൽ പടർന്ന മുല്ല വള്ളിയിലെ മൊട്ടുകൾ ശേഖരിച്ച് ഒരു മാലകെട്ടി മുത്തശ്ശി പിറ്റേന്ന് രാവിലെ വീട്ടുപടിക്കൽ കാത്തു നിന്നു. തൊട്ടടുത്തു നിന്നും സ്കൂളിലേക്ക് അമ്മയുടെ കൈ പിടിച്ച് വാശിയോടെ കരയുന്ന ഒരു പെൺകുട്ടിയെ അവർ കണ്ടു. മുത്തശ്ശി താനേറെ നേരമെടുത്തു കെട്ടിയൊരുക്കിയ മുല്ലപ്പൂ മാല അവൾക്കു നൽകി. കുട്ടിയുടെ കരച്ചിൽ മാഞ്ഞു, അവൾ ചിരിച്ചു. ക്രമേണ അമ്മയുടെ പൂന്തോട്ടത്തിൽ പൂക്കൾ നിറഞ്ഞു. ആ മുറ്റത്ത് ചുറ്റുവട്ടത്തെ കുട്ടികൾ ഓടിക്കളിച്ചു. അമ്മയുടെ അടുക്കളയിൽ പലഹാരങ്ങളുടെ ഗന്ധം വീണ്ടുമുയർന്നു. വിരസമായി നീങ്ങിയിരുന്ന അവരുടെ ജീവിതത്തിനും ഒരർത്ഥം കൈവന്നു.

ഒറ്റപ്പെടലുകളും വേദനയും രോഗവുമൊക്കെ ആകസ്മികങ്ങളാണ്. രണ്ട് രീതിയിൽ അവയെ നേരിടാം. എല്ലാം അവസാനിച്ചു എന്ന് കരുതി നിരാശയിൽ ഒടുങ്ങി ജീവിക്കാം. അതല്ലെങ്കിൽ നമ്മുടെ മുന്നിൽ ലഭ്യമാകുന്ന ഏറ്റവും പരിമിതമായ സാഹചര്യത്തിലും നുറുങ്ങ് സന്തോഷങ്ങൾ കണ്ടെത്തി, സ്വയം സന്തോഷിക്കുകയും മറ്റുള്ളവർക്കു സന്തോഷം പകർന്നു നൽകി ജീവിക്കുകയുമാവാം.

ദുഃഖങ്ങൾ സംഭവിക്കട്ടെ. കുന്നായാൽ കയറ്റം മാത്രമല്ല ഇറക്കവുമുണ്ടെന്നു നാം എത്രയോ കാലങ്ങളായി പഠിക്കുന്നതാണ്. അതു കൊണ്ട് തന്നെ ഈ നിമിഷവും കടന്നു പോകും എന്നു മാത്രം ചിന്തിക്കുക. ലോകം അങ്ങനെയാണ്, നിശ്ചലമായി അതു നിലകൊള്ളുകയല്ലല്ലോ, കറങ്ങിക്കൊണ്ടിരിക്കുകയല്ലേ. നമ്മുടെ ജീവിതവും അങ്ങനെയാണ്. ചലിച്ചു കൊണ്ടിരിക്കുകയാണ്. ജനനത്തിൽ നിന്നും മരണത്തിലേക്ക്. അതിനിടയിലുള്ള വളരെ കുറച്ചു സമയം നാം ഇവിടെ വിനിയോഗിക്കുകയാണ്. അതു സന്തോഷഭരിതമാകണമെന്നോ, ദുഃഖഭരിതമാകണമെന്നോ എന്ന് നിർബന്ധമില്ല. എങ്ങനെ വേണമെന്നു നിങ്ങൾക്കു തീരുമാനിക്കാം. പക്ഷേ, ഒന്നുണ്ട്. അതെങ്ങനെയായാലും കറങ്ങിക്കൊണ്ടേയിരിക്കുന്ന ഈ ലോകത്തിന് ഒരു പ്രശ്നവുമില്ല. അവിടെ നിങ്ങളുടെ വൈകാരികതയ്ക്കോ, നിങ്ങൾക്കോ പോലും ഒരു പ്രസക്തിയില്ല. അവിടെ ആരും അനിവാര്യരുമല്ല. അത്തരമൊരു നിലയെക്കുറിച്ച് നിങ്ങൾ ചിന്തിച്ചിട്ടുണ്ടോ?

വിജയം നിങ്ങളുടേതാണ്

ഇത്തരമൊരു ദാർശനിക ചിന്ത ഉള്ളിലേക്കു കടന്നാൽ പിന്നെ, നാം വൈകാരികമായി പെരുമാറുകയില്ലെന്നതാണ് സത്യം. ജീവിതത്തെ വിജയിക്കാനുള്ള ഉപാധി എന്ന നിലയിൽ കാണുന്നവരെല്ലാം അങ്ങനെയാണം. ജീവിക്കുന്ന കാലത്തോളം രാജാവായി ജീവിക്കാനാണ് അവരുടെ ശ്രമം. അവിടെയും ദുഃഖങ്ങളുണ്ട്. അവിടെയും പ്രശ്നങ്ങളും പ്രതിസന്ധികളുമുണ്ട്. പക്ഷേ, രാജാവ് കൊട്ടാരം വിടുന്നില്ല, അതു നിലനിർത്തുന്നതിലാണ് തന്റെ ക്രയശേഷി പ്രദർശിപ്പിക്കുന്നത്. അതുപോലെയാണ് ഓരോ ജീവിതവും. ദുഃഖം വരട്ടെ, അതിന്റെ റോൾ കൃത്യമായി ആടി തീർക്കട്ടെ. അതു രംഗമൊഴിയുന്നതു വരെ നമുക്കു കാത്തിരിക്കാം. അതു കഴിഞ്ഞാൽ അതിനെയോർത്തു വിഷാദസ്വപ്നം കണ്ടിരിക്കുന്നവർ, ഓർക്കുക സന്തോഷം പടിക്കു പുറത്ത് നിങ്ങളുടെ വിളിയും കാത്തിരിപ്പുണ്ട്.

'നിൽക്കണോ, അതോ പോണോ' എന്നൊരു ചെറുചിരി ചിരിച്ച്.

ദുഃഖത്തെ ആശ്ലേഷിച്ചാൽ അതുകൂടെ നിൽക്കും.
അവഗണിച്ചാൽ അടുത്തയാളിലേക്കു പോകും.

37

അസംതൃപ്തനാണോ നിങ്ങൾ?

അസംതൃപ്തരുടെ എണ്ണം വർദ്ധിക്കുകയാണ്. ഒന്നിലുമൊരു തൃപ്തിയുമില്ല. ആശിച്ചു മോഹിച്ചു വാങ്ങുന്നതാണെങ്കിലും മറ്റുള്ളവർ അതിനെ മോശമായി കണ്ടാൽ പിന്നെ നമുക്കും അസംതൃപ്തിയുടെ നിമിഷങ്ങളാണ്. എന്തു കൊണ്ടാണ് നമുക്കു മതി- എന്ന ചിന്ത വരാത്തത്? അതു കാലത്തിന്റെ പ്രശ്നമാണോ? അതോ നമ്മുടെ സാഹചര്യങ്ങളുടെയോ? അസംതൃപ്തിയിൽ നിന്നുമാണ് ജീവിതത്തിലെ എല്ലാ അധമവിചാരങ്ങളും ഉയിർത്തെഴുന്നേൽപ്പ് എന്നൊക്കെ അറിയാം. എന്നാലുമതു പിന്നെയും ജീവിതത്തിൽ അങ്ങനെ വടവൃക്ഷം പോലെ നിലകൊള്ളുകയാണ്.

പണ്ട് ഉടുതുണിക്ക് മറുതുണി ഇല്ലാത്ത കാലമുണ്ടായിരുന്നുവെന്നു പറയുമ്പോൾ, ഇന്ന് നിറഞ്ഞു കവിയുന്ന അലമാരകളിൽ ഒരിക്കൽ ഉപയോഗിച്ച് തൃപ്തി വരാതെ ഉപേക്ഷിച്ച തുണികളുടെ എണ്ണമാണ് അസഹനീയം. എന്നാൽ, അത് ഇനിയാർക്കെങ്കിലും കൊടുക്കണമെന്ന് വന്നാലോ? ഉള്ളതിൽ വച്ചേറ്റവും മോശമായതിൽ കണ്ണെത്തുകയും ചെയ്യും. ഇതൊക്കെയും മനുഷ്യസഹജമാണ്.

ഇന്ന് വീടുകൾ വേർതിരിക്കുന്നത് വലിയ മതിലുകൾ കൊണ്ടാണ്. മുൻപ് അതൊന്നും കേട്ടുകേൾവി പോലുമുണ്ടായിരുന്നില്ല. പേരാഞ്ഞ് ക്യാമറ, പട്ടികൾ, എന്തിന്? ആരും കടന്നു വരരുത്. വന്നാൽ...? അവർ എന്തെങ്കിലും ആവശ്യപ്പെടുമെന്ന ആശങ്കയാണ്. എല്ലാം സംശയത്തോടെ മാത്രം വീക്ഷിക്കും, ഏറ്റവും ഒടുവിൽ വലിയ കൊട്ടാരക്കെട്ടിലെ മിനുസമുള്ള മാർബിളിൽ തെന്നി വീണാൽ ആരാണ് രക്ഷകനായി ഓടി വരിക? അടച്ചിട്ട ഗേറ്റുകൾ സൗഹൃദങ്ങൾ കൊട്ടിയടച്ചു. ഇന്ന് ഈ വീട്ടിലുണ്ടാക്കിയ ഇത്തിരി പായസം അങ്ങേ വീട്ടിൽ ആരും നൽകില്ല, ആരും വാങ്ങില്ല. ഇത്രയധികം മാറ്റം വന്നപ്പോൾ നമ്മൾ നമ്മുടെ ചെറിയ ദുഃഖങ്ങളിൽ പോലും കാലിടറുന്നവരായി, ചിരിക്കാൻ മറന്നവരായി. സ്വന്തം ദുഃഖം, ലോക ദുഃഖമായി എണ്ണുന്നവരുടെ എണ്ണം കവിഞ്ഞു. ഇതിനെല്ലാം കാരണമെന്തായിരുന്നുവെന്ന് ആലോചിച്ചിട്ടുണ്ടോ? അതെ അസംത്പൃതി മാത്രമായിരുന്നു.

ഇതിൽ നിന്നും രക്ഷപ്പെടാൻ എന്താണൊരു മാർഗം? കാമോഹിതങ്ങളിൽ നിന്നു രക്ഷനേടുക! മോഹങ്ങളെയും ആശകളെയും അങ്ങനെ പെട്ടെന്നൊന്നും ജീവിതത്തിൽ നിന്നും ഇറക്കി വിടാൻ നമുക്കു കഴിഞ്ഞെന്നു വരില്ല. അപ്പോൾ പിന്നെ എന്താണ് മാർഗം? നമുക്ക് കൊടുക്കുന്നവരായി മാറാം. സ്നേഹം, ഒരു പുഞ്ചിരി ഇതൊക്കെ കൈമാറാം. ഏത് ദുഃഖത്തിലും, മറ്റൊരാളുടെ ദുഃഖത്തിൽ ആശ്വാസമാകാം. അങ്ങനെ സ്നേഹം നൽകിത്തുടങ്ങുമ്പോൾ നമ്മുടെ മനസിന്റെ കനം കുറയും, മെല്ലെ നമ്മുടെ ഉള്ളിൽ ചിരി വിടരും. ആ ചിരിയാണ് ജീവിതത്തിന്റെ അർത്ഥം നിർവ്വചിക്കുക. ഏത് കൊടുങ്കാറ്റും കടന്നു പോകും. കൊടുത്തു തുടങ്ങുന്നതിൽ നിന്നും മെല്ലെ നമുക്കു മോഹങ്ങളെയും മറ്റുള്ളവർക്കു നൽകി തുടങ്ങും. അതോടെ അസംതൃപ്തിയും മെല്ലെ കുടിയൊഴിഞ്ഞു തുടങ്ങും. ഇതൊക്കെ ഇത്ര എളുപ്പമാണോ എന്നാവും പലരുടെയും ചോദ്യം. അങ്ങനെയുള്ളവർ താഴേയ്ക്കു വായിക്കുക.

ഇനി ഈ ചോദ്യത്തിലേക്കു കൂടി ശ്രദ്ധിക്കുക. മുറ്റത്തു കിടക്കുന്ന ഒരു മരകഷണമാണ് നിങ്ങളെന്നു വിചാരിക്കുക. അങ്ങനെയെങ്കിൽ ആരാകണം നിങ്ങൾക്ക്, ഒരു ശിൽപ്പമോ? അതോ അടുപ്പിൽ എരിഞ്ഞു തീരേണ്ടുന്ന ഒരു വിറകു കൊള്ളിയോ? ചോദ്യം ആവർത്തിക്കുകയാണ്, ഒരു മ്യൂസിയത്തിലെ, അല്ലെങ്കിൽ ഒരു ആർട്ട് ഗ്യാലറിയിൽ കാണികളുടെ ശ്രദ്ധ പിടിച്ചുപറ്റുന്ന ഒരു ശിൽപ്പമാകണമോ അതോ ഏതെങ്കിലും ഒരു വീടിന്റെ അടുക്കളപ്പുറത്ത് മഴയും വെയിലുമേറ്റ്, ചിതലരിച്ച് ഒടുവിൽ അടുപ്പിൽ എരിഞ്ഞ് തീരുന്ന വിറക്കൊള്ളി ആകണമോ?

ഇത് നമ്മളോട് എല്ലാവരോടും ഉള്ള ചോദ്യമാണ്.

എന്താകണം എന്ന ഉത്തരം തന്നെയാണ് പ്രധാനം. അടുപ്പിലെരിയേണ്ട വിറക് കൊള്ളിയാവാൻ യാതൊരു പ്രയാസവും ഇല്ല. യാതൊന്നും ചെയ്യണ്ടതില്ല. വെറുതേ എത്ര അലസതയോടെ ജീവിക്കാമോ അത്രയും അലസമായി ജീവിക്കാം. ആകെ ഭയക്കേണ്ടത് മഴു കൊണ്ട് വെട്ടേറ്റ് കീറിപ്പിളരും എന്നതു മാത്രമാണ്. ആ പരിവേദനം വീണ്ടും ആക്രമിക്കാനെത്തുന്ന ചിതലിനോട് പറയാം. മണ്ണിലൂടെ അരിച്ചു നടക്കുന്ന ഉറുമ്പുകളോടും പറയാം. അങ്ങനെ ഒന്നുമല്ലാതെ എരിഞ്ഞമർന്നു ചാരമാകാം.

എന്നാൽ ഒരു ലക്ഷണമൊത്ത ശിൽപ്പമാകാൻ അതൊന്നും പോര. ശിൽപ്പിയുടെ മനസിനൊത്ത് ചലിക്കുന്ന വീതുളിയിൽ ചെത്തി ചെത്തി, കൂർത്ത ആയുധങ്ങൾ തറഞ്ഞു കയറി പലകുറി തേച്ച് മിനുക്കപ്പെട്ട് ഒടുവിൽ, അത്രയും കഷ്ടപ്പാടുകൾക്ക് ശേഷമാണ് ഓരോ കഷണം മരവും ഒരു ശിൽപ്പമാകുക. മനുഷ്യന്റെ പാതയും അതു തന്നെ, ശിൽപ്പമാകാൻ തീരുമാനിക്കുക എന്നാൽ പ്രയത്നിക്കുവാൻ തീരുമാ

നിക്കുക എന്നാണ്. ഒരു ഘട്ടത്തിലും പിൻമാറില്ല എന്നും ഉപേക്ഷിക്കി ല്ല എന്നുമാണ്. ഏത് പ്രതിസന്ധിയും നേരിടുമെന്നാണ്. അസംതൃ പ്തിയുടെ കാര്യവും ഇങ്ങനെ തന്നെ. ശിൽപ്പമാകണമോ, വിറകു കൊള്ളിയാകണമോ? തീരുമാനം നിങ്ങളുടേതാണ്.

ഒരാൾ പൊതുസമ്മതനായ വ്യക്തി ആണെന്നിരിക്കട്ടെ. അയാൾ ക്കു നിശ്ചയിക്കാം തന്റെ സ്ഥാനമെവിടെയാകണം എന്ന്. അയാളുടെ മുന്നിലെ സാധ്യതകൾ സത്യത്തിൽ അനന്തമാണ്. കുറഞ്ഞ പക്ഷം അയാൾക്ക് ഒരു നോബൽ സമ്മാനം വരെയെങ്കിലും സ്വപ്നം കാണാ നാകണം. അപ്പോൾ നിങ്ങൾ ചിന്തിച്ചേക്കാം അങ്ങനെ ഒരു ലക്ഷ്യം ഉണ്ടാകുന്നത് ശരിയോ എന്ന്? എന്തുകൊണ്ട് പാടില്ല? ഒരാൾ അത്ര ത്തോളം വളരുകയെന്നു വച്ചാൽ അത്രയധികം സ്ഥലത്ത് അയാൾ തണൽ വീശുന്നു എന്നാണ് അർത്ഥം.

സിന്ധു തായി നമ്മുടെ രാജ്യത്തെ നൂറുകണക്കിന് അനാഥർക്ക് തണൽ മരമായത് എങ്ങനെ എന്ന് കേട്ടിട്ടുണ്ടോ? മഹാരാഷ്ട്രയിലെ പത്തു വയസുകാരി പെൺകുട്ടിയെ വിവാഹം കഴിക്കുന്നത് ഇരട്ടി വയ സുള്ള ആൾ. മൂന്ന് കുഞ്ഞുങ്ങളുടെ അമ്മയാകുമ്പോഴും അവരുടെ പ്രായം ഇരുപത് കടന്നിട്ടില്ല. ഗ്രാമത്തിൽ സ്ത്രീകളുടെ പ്രധാന ജോലികളിലൊന്ന് പശുക്കളെ മേയ്ക്കൽ തന്നെ. അവൾ ജമീന്ദാറുടെ ക്രൂരതകൾക്കെതിരെ പ്രതികരിച്ചു. ഫലം, അവളുടെ വയറ്റിലെ ഒമ്പത് മാസം പ്രായമായ കുഞ്ഞ് സ്വന്തം ഭർത്താവിന്റേത് അല്ല എന്ന് ജമീന്ദാർ അയാളെ ധരിപ്പിച്ചു. ക്രൂര മർദ്ദനത്തിന് ശേഷം ഗോശാലയിൽ അവൾ ഉപേക്ഷിക്കപ്പെട്ടു. അവിടെ വച്ച് ഒരു പെൺകുഞ്ഞിന് ജന്മം നൽകി. പിന്നെ, റെയിൽവേ സ്റ്റേഷനുകളിൽ ഭിക്ഷ എടുത്തായി ജീവിതം.

ഏറ്റവും ഗതികെട്ട ആ ജീവിതത്തിനിടയിലും അവർ, അവരേക്കാൾ നിരാലംബരായ, രോഗികളായ മറ്റ് യാചകരുടെ സങ്കടം കണ്ടു. അവർ കുഞ്ഞിനേയും കൊണ്ട് ആത്മഹത്യക്ക് ഒരുങ്ങുമ്പോൾ അതിൽ നിന്നും പിന്മാറാൻ കാരണം ഒരു വൃദ്ധന്റെ വിശന്ന കരച്ചിലായിരുന്നു. പിൽക്കാലത്ത് അവർ ആയിരത്തി അഞ്ഞൂറിലധികം അനാഥക്കുഞ്ഞു ങ്ങൾക്ക് അമ്മയായി. അവരുടെ മക്കളിൽ ഡോക്ടർമാരും എഞ്ചിനീയർ മാരും വക്കീലന്മാരും ഉണ്ടായി.

ഒരു സ്ത്രീക്ക് താങ്ങാനാകുന്നതിന്റെ പരമാവധിയിൽ അധികം അവർ സഹിച്ചു. ഒരു ശിൽപ്പിയുടെ വീതുളി കൊണ്ടുള്ള ചെത്തിമിനു ക്കൽ അവൾ വളരെക്കാലം സഹിച്ചു. ഒരു വിറക് കൊള്ളിയായി ആരാ ലും ശ്രദ്ധിക്കപ്പെടാതെ എരിഞ്ഞു തീരേണ്ട ജീവിതം അവർ സഹന വും പോരാട്ടവും കൊണ്ട് ശ്രദ്ധേയമായ ഒരു ശിൽപ്പമാക്കി മാറ്റി. അനേ കം കുട്ടികൾക്കത് പരിരക്ഷ നൽകി. പലരുടെയും ജീവിതം വർണ്ണാഭ

മാക്കി മാറ്റാൻ അവർക്കു സാധിച്ചു. അശരണർക്കും അനാഥർക്കും താങ്ങായി. അസംതൃപ്തിയുടെ കാട്ടുചെടിയിൽ നിന്നും ഒരാൾ എങ്ങനെ സംതൃപ്തിയുടെ വടവൃക്ഷമായി മാറിയെന്നതിന് ഈ ജീവിതം തന്നെ സാക്ഷ്യം.

രാജ്യം സിന്ധുതായിയെ ആദരിച്ചു. അവരുടെ ജീവിതത്തിൽ നിന്നും നമുക്കു നൽകുന്ന പാഠമെന്നത്, ഒരാളുടെ പ്രവർത്തിയുടെ ഗുണഫലം ഒരു സമൂഹത്തിന് എങ്ങനെ ഗുണപ്രദമായിയെന്നാണ്. ഇനി ചിന്തിക്കാം, വീണു ചിതലരിക്കുന്ന പാഴ്മരമരമായി മണ്ണടിയണോ എന്ന്. തീരുമാനമാണ് പ്രധാനം. അതിൽ തുടരുക എന്നത് അതിപ്രധാനവും.

പ്രവൃത്തിയുടെ ഗുണഫലമാണ് അസംതൃപ്തിയെ നിർണയിക്കുന്നത്.

38

ശരിയോ തെറ്റോ?

ശരി, തെറ്റ്. ഈ രണ്ടു വാക്കുകൾക്ക് എന്തു മാത്രം പ്രാധാന്യമാണ് നാം ജീവിതത്തിൽ നൽകാറ്. ഏതു കാര്യവും ഏതു സന്ദർഭവും ഏതു വ്യക്തിയേയും നമ്മളൊരു തുലാസിൽ തൂക്കും. ശരി-തെറ്റിന്റെ തുലാസിൽ. എന്നിട്ട് നാം വിധിക്കും. അത് ശരി, ഇത് തെറ്റ്, അയാൾ ശരി ഇയാൾ തെറ്റ് എന്നിങ്ങനെ. ഇനി അവനവന്റെ കാര്യത്തിലായാലോ? അപ്പോഴും അങ്ങനെയൊക്കെ തന്നെ കാര്യങ്ങൾ. താൻ അക്കാര്യം ചെയ്തത് ശരിയോ തെറ്റോ? ഇത്തരം വിചാരങ്ങൾ മാറ്റി വക്കേണ്ട സമയം അതിക്രമിച്ചില്ലേ നമുക്ക്?

ഒരിക്കൽ നാലു കൂട്ടുകാർ അടുത്തുള്ള ഗ്രാമത്തിലേക്കു യാത്ര ചെയ്യുകയായിരുന്നു. വഴിമധ്യേ ഒരു കാട് മുറിച്ച് കടക്കേണ്ടതുണ്ട്. കാടിനുള്ളിലൂടെയുള്ള വഴിയിൽ അവർ നാലു പേരും ആദ്യമായാണ് സഞ്ചരിക്കുന്നത്. മുന്നിലെ ഒറ്റയടിപ്പാതയിലൂടെ അവർ സഞ്ചരിച്ചു തുടങ്ങി. എന്നാൽ ഇടക്ക് ഒരിടത്ത് വച്ച് വഴി മൂന്നായി പിരിഞ്ഞു. മുന്നിലെ തെളിഞ്ഞ പാതയിലൂടെ അവർ നടപ്പു തുടങ്ങിയെങ്കിലും വൈകാതെ അവർക്കു പിടികിട്ടി, വഴി തെറ്റിയിരിക്കുന്നു! എങ്ങോട്ട് പോകണം ഇനി? അറിയില്ല. ഒന്നാമൻ പറഞ്ഞു, 'ഞാൻ ഇടത്തേക്കുള്ള വഴി തെരഞ്ഞെടുക്കുന്നു. എന്റെ മനസ് അതാണ് ശരിയായ വഴി എന്ന് പറയുന്നു.'

രണ്ടാമൻ വലതു വശത്തെ വഴി തെരഞ്ഞെടുത്തു. മൂന്നാമൻ പറഞ്ഞു, 'എനിക്ക് പേടിയാവുന്നു. എങ്ങോട്ടും തിരിയുന്നില്ല. ഞാൻ വന്ന വഴി നേരെ പോവുകയാണ്.' നാലാമൻ പറഞ്ഞു, 'ഇല്ല, നിങ്ങളൊന്നും പറയുന്ന വഴിയല്ല യഥാർത്ഥ വഴി. ഞാൻ ആ കാണുന്ന വലിയ മരത്തിന്റെ മുകളിൽ കയറി നോക്കട്ടെ. എന്നിട്ട് പറയാം ഏതാണ് ശരിയായ വഴിയെന്ന്.'

നാലാമൻ അങ്ങനെ വഴിയെക്കുറിച്ചു പഠിക്കാൻ തയ്യാറായി. ലക്ഷ്യത്തിലേക്കുള്ള ഏറ്റവും എളുപ്പമുള്ള വഴി കണ്ടെത്തി. അങ്ങ് ദൂരെയായി അവർക്ക് എത്തിച്ചേരേണ്ട ഗ്രാമം അയാൾ വ്യക്തമായി കണ്ടു. ഉയർന്ന മരത്തിൽ നിന്നുള്ള കാഴ്ച ആയതിനാൽ പോകേണ്ട വഴിയെക്കുറിച്ച്

കൃത്യമായ ധാരണയും ഉണ്ടായി. ഇനി നമുക്ക് ഇവരിൽ നാലു പേരിൽ ആരാണ് ശരി എന്ന് പറയാനാകുമോ?

ഒറ്റനോട്ടത്തിൽ, നാലാമനാണ് ശരി. അയാൾക്ക് പോകേണ്ട സ്ഥല ത്തെക്കുറിച്ച് വ്യക്തമായ ധാരണ കിട്ടി. മറ്റു മൂന്നു പേരും തെറ്റാണ്. എന്നാൽ സത്യമെന്താണ്? ഇവിടെ ശരിയും തെറ്റും നമ്മൾ സ്ഥാപിക്കു ന്നതാണ്. ഒന്നാമൻ തെരഞ്ഞെടുത്ത വഴി ദൂരം കൂടിയതായിരുന്നു. സ്വാഭാവികമായും അയാൾ ലക്ഷ്യത്തിലെത്താൻ വൈകും. എന്നാലും ആ യാത്ര അയാൾക്ക് ചില അനുഭവങ്ങളും നൽകി. കാടിന്റെ വന്യത അയാൾ തിരിച്ചറിഞ്ഞു. ഒപ്പം ആ കാട്ടിലെ ഏറ്റവും മനോഹരമായ കാഴ്ചയായ ഒരു ചെറു തടാകം അയാൾ കണ്ടു. ആ കാഴ്ച കണ്ട നിമിഷം അയാൾ അതുവരെ തോന്നിയ ക്ഷീണവും ലക്ഷ്യത്തിലെത്താ ത്തതിലെ നിരാശയും മറന്നു. തടാകത്തിലെ സ്ഫടിക ജലത്തിൽ നീരാടി തടാകത്തിനോട് ചേർന്നു നിന്നിരുന്ന മരങ്ങളിലെ മധുരമുള്ള ഫലങ്ങളും കഴിച്ച് അയാൾ ക്ഷീണമകറ്റി. പിന്നീട്, തടാകത്തിൽ നിന്ന് ഗ്രാമത്തിലേക്ക് എന്നു തോന്നിപ്പിക്കും വിധം കണ്ട അല്പം വീതി കൂടിയ വഴിയിലൂടെ നടന്ന് ലക്ഷ്യത്തിലെത്തുകയും ചെയ്തു.

ഇനി രണ്ടാമനോ?

രണ്ടാമൻ പോയ വഴി കൂടുതൽ കാട്ടുമൃഗങ്ങളുള്ള ഒന്നായിരുന്നു. അയാൾ സ്വതേ ഭയമുള്ളവനും ആത്മവിശ്വാസക്കുറവുള്ളയാളുമായിരു ന്നു. പക്ഷേ, ജീവന്മരണ പ്രശ്നം എന്ന നിലയിൽ ആ യാത്ര മാറിയ പ്പോൾ മരിക്കാതിരിക്കുവാൻ വേണ്ടി അയാൾ ധീരനായി മാറി. കാര ണം ഒരു മനുഷ്യജീവി പോലും അയാളെ രക്ഷിക്കുവാൻ അവിടെ ഇല്ലെന്ന ബോധം അയാൾക്കു നന്നായി ഉണ്ടായിരുന്നു. അയാൾ അതു വരെ കേട്ടിട്ടുള്ള കാടനുഭവങ്ങൾ മനസിൽ കൊണ്ടുവന്നു. പിന്നെ നിശ്ശബ്ദനാകേണ്ടിടത്ത് അങ്ങനെയും അല്ലാത്തിടത്ത് ഒച്ചയിട്ട് കാട്ടുമൃ ഗങ്ങളെ അകറ്റി നിർത്തിയും കാട് കടന്നു. ഒരിക്കലും തനിക്ക് സാധ്യ മാകില്ല എന്ന് അക്കാലമത്രയും കരുതിയ കാര്യം അയാൾ ആകസ്മിക മായി തരണം ചെയ്തപ്പോൾ അയാളിൽ ആത്മവിശ്വാസം വർദ്ധിച്ചു.

മൂന്നാമൻ നേരെ കണ്ട വഴിയിലൂടെ ഒറ്റയ്ക്ക് മുന്നേറി. കൂട്ടുകാരെ പിരിയേണ്ടി വന്നതിൽ അയാൾ ദുഃഖിതനായിരുന്നു. എന്നാൽ അയാൾ ക്ക് അയാളുടേതായ ഒരു ശരി മനസിൽ ഉണ്ടായിരുന്നുതാനും. ആ ശരി ഉപേക്ഷിക്കുവാൻ അയാൾക്കാകുമായിരുന്നില്ല. അയാൾ മുന്നോട്ട് നടക്കവേ മറ്റൊരു കൂട്ടം യാത്രക്കാരെ കണ്ടെത്തി. അതയാൾക്ക് സന്തോഷം നൽകി. ആ കൂട്ടത്തിൽ മകൾക്ക് അനുയോജ്യനായ വരനെ അന്വേഷിക്കുന്ന ഒരു പിതാവും ഉണ്ടായിരുന്നു. കാട്ടിലൂടെ ഒറ്റയ്ക്ക് തന്റേതായ വഴിയിലൂടെ മുന്നേറുവാൻ തയ്യാറായ യുവാവിനെ അദ്ദേഹ

ത്തിന് ഇഷ്ടമായി. ഗ്രാമത്തിലെത്തിയാൽ തന്റെ സുന്ദരിയായ മകളെ ഭാര്യയായി സ്വീകരിക്കണമെന്ന് അദ്ദേഹം ആവശ്യപ്പെട്ടു. യുവാവ് സന്തോഷത്തോടെ ആ ആവശ്യം അംഗീകരിക്കുകയും അവർക്കൊപ്പം യാത്ര തുടരുകയും ചെയ്തു.

ഇനി പറയാമോ നാലാമൻ മാത്രമാണ് ശരി എന്ന്? ഇവിടെ നാലു പേർ ചെയ്തതിനേയും ശരി-തെറ്റ് തുലാസിൽ തൂക്കി നോക്കാൻ തുനിഞ്ഞാൽ അബദ്ധമാകില്ലേ? ഓരോരുത്തരും ചെയ്തത് അതിന്റേതായ അർത്ഥത്തിൽ ശരിയായിരുന്നു. അതു പോലെ തന്നെയാണ് വിജയവും. ഓരോ വഴിയിലും വിജയം ഒളിഞ്ഞിരിപ്പുണ്ട്. നാമതു കണ്ടെടുക്കണമെന്നു മാത്രം. അവിടെ ശരിയും തെറ്റുമൊക്കെ ആപേക്ഷികമാണ്. ഒരു മനുഷ്യൻ ജനിക്കുന്ന അന്നു മുതൽ അരുതുകളുടേയും വിലക്കുകളുടേയും ഒപ്പം ശരി-തെറ്റുകളുടെ ലോകത്തേയ്ക്കും കൂടിയാണ് കടന്നു വരുന്നത്. ഓരോ ചുവടിലും ഭയാശങ്കകൾ ആണ് നാം കുഞ്ഞുങ്ങൾക്ക് സമ്മാനിക്കാറ്. ഓടരുത് വീഴും, ചാടരുത് വീഴും, തുടങ്ങി ഒരാൺ കുട്ടിയാകട്ടെ പെൺകുട്ടിയാകട്ടെ ഓരോതരം അളവ് കോല് കൊണ്ട് തൂക്കി നോക്കപ്പെടുന്നു. പരിഷ്ക്കാരത്തിന്റെ മേനി പറയുമ്പോഴും നാം ജാതിവ്യവസ്ഥയുടെ ശരിതെറ്റുകൾ നിരത്തും.

ആചാരങ്ങളുടെ ശരിതെറ്റുകൾ നമ്മെ അന്ധരാക്കും. ഏത് വ്യവസ്ഥയും ഏത് ആചാരവും ഏത് നിയമവും ലക്ഷ്യമിടേണ്ടത് മനുഷ്യന്റെ ഉന്നമനമാണ്. സ്വതന്ത്രമായി സഞ്ചരിക്കുന്ന മനുഷ്യർ കൂടുതലായി ഉണ്ടാകുമ്പോൾ സമൂഹത്തിന്റെ പൊതുവായ ആരോഗ്യമാണ് മെച്ചപ്പെടുക. അതു മെച്ചപ്പെട്ട ജീവിതത്തിലേക്ക് നമ്മെ നയിക്കും. ഒരാളുടേയും ശരിതെറ്റുകൾ നമ്മൾ അളന്ന് തിട്ടപ്പെടുത്തേണ്ടതില്ല. ജീവിതത്തിന് ആത്യന്തികമായി കറുപ്പും വെളുപ്പും എന്ന അളവുകോലല്ല ഉള്ളത്. ഓരോരുത്തരും അവനവന്റെ അനുഭവങ്ങളുടെ വെളിച്ചത്തിലാണ് സ്വന്തം പാത കണ്ടെത്തുന്നത്. അതു വഴി നിർഭയം സഞ്ചരിക്കുക. വഴിയിൽ ഉണ്ടാകുന്ന പ്രശ്നങ്ങൾ ധൈര്യപൂർവ്വം തരണം ചെയ്യുക. ആനന്ദത്തോടെ മുന്നേറുക

ഓരോ വഴിയിലും വിജയം ഒളിഞ്ഞിരിപ്പുണ്ട്.
അവിടെ ശരിയും തെറ്റുമൊക്കെ ആപേക്ഷികമാണ്.

39

സാമ്പത്തികവിജയം നേടാൻ

ഇന്ന് ഓരോരുത്തരുടേയും പ്രധാന ജീവിതപ്രശ്നം എന്താണെന്ന് ചോദിച്ചാൽ സാമ്പത്തികത്തിനാവും അതിൽ ആദ്യ സ്ഥാനം. കുചേലനും കുബേരനും ഒന്നുപോലെ പറയും അവരുടെ ബാധ്യതകളെക്കുറിച്ച്. സാമ്പത്തികവിജയം നേടാൻ എന്തു ചെയ്യും? സമ്പത്ത് എന്നത് അതിന്റെ മൂല്യത്തിൽ അടിസ്ഥാനമാക്കി വേണം ചിന്തിക്കാൻ. 1950-കളിൽ സ്വർണത്തിനുണ്ടായിരുന്ന വിലയല്ല, ഇന്നത്തെ വില. തുടക്കത്തിൽ ഒരു ഓഹരിക്കു നൽകുന്ന വിലയല്ല, പിന്നീട് രണ്ടു വർഷങ്ങൾക്ക് ശേഷം അതിനുണ്ടായിരിക്കുന്നത്. അതായത്, വിലകൂടുകയും കുറയുകയുമൊക്കെ ചെയ്യുന്നതു പോലെ, ഒരിടത്ത് സാമ്പത്തികമായി നാം വിജയിക്കാനായി മുതൽമുടക്കുന്നു. എന്നാൽ അതു തകർന്നാൽ നാം സാമ്പത്തികവിജയിയായിരുന്നുവെന്നു പറയാനാകുമോ? സമ്പത്ത് ഉണ്ടാവുകയും വേണം അതു നിലനിർത്തുകയും വേണം. അപ്പോൾ, എന്താണ് സാമ്പത്തിക വിജയത്തിനു വേണ്ടത്?

ഒരു ചെറിയ കളിയെക്കുറിച്ച് പറയാം. ഒൻപത് കുത്തുകൾ. അവയെ ഒറ്റരേഖയിൽ കൈ എടുക്കാതെ യോജിപ്പിക്കണം. അതെങ്ങനെയാണ് നമ്മൾ പരിഹരിച്ചിരുന്നത്? ഒമ്പതു കുത്തുകൾ യോജിപ്പിക്കാൻ ആ ഘടനയുടെ പുറത്തേക്ക് കടന്നു തിരിച്ചു അതിലേക്കു വരണം. ഓർക്കുന്നില്ലേ? ഇതു തന്നെയാണ് സാമ്പത്തിക വിജയമെന്നു കേൾക്കുമ്പോഴും ഓർക്കേണ്ട ഒരു തത്വം. എല്ലാം ഒരു ചതുരപ്പെട്ടിക്കുള്ളിലാക്കി വരയും നിരയും തെറ്റാതെ മുന്നോട്ട് നീങ്ങുവാനാണോ പദ്ധതി? എങ്കിൽ സ്ഥിരവരുമാനം എന്ന സുഖമുള്ള പുതപ്പ് മൂടി ഉറങ്ങുന്നതാവും ഭേദം. അതിന്റെ എല്ലാ പരിമിതികളും അറിഞ്ഞ് ഒരു ചട്ടക്കൂടിൽ ഒതുങ്ങി, ഒരു സ്വപ്നം പോലും അധികം കാണാതെ ജീവിക്കാം. പട്ടിണിയെക്കുറിച്ച് വ്യാകുലപ്പെടാം. എല്ലാത്തിനും മറ്റുള്ളവരെ കുറ്റപ്പെടുത്താം. തനിക്ക് അർഹമായത് കിട്ടിയില്ലെന്നു പഴിക്കാം. പക്ഷേ അതല്ലെങ്കിൽ കളത്തിനു പുറത്തേക്കു പോയി വരുന്ന വര പോലെ ഏറ്റവും വ്യത്യസ്തമായ ചിന്തകളിലേക്കു തലച്ചോർ ചൂടു പിടിപ്പിക്കാം.

വിജയം നിങ്ങളുടേതാണ്

നിങ്ങൾ ഒരു വ്യവസായി ആണോ? അല്ലെങ്കിലൊരു വ്യാപാരിയാണോ? സ്വന്തം കാലിൽ നിൽക്കാൻ ആഗ്രഹിക്കുന്ന വിദ്യാർത്ഥിയോ തൊഴിൽരഹിതനോ വീട്ടമ്മയോ ആണോ? നിങ്ങൾക്കു സാമ്പത്തികമായി വിജയിക്കാൻ എന്താണു മാർഗം? ഇതിന് ഒരേയൊരു വഴി മാത്രമാണുള്ളത്. എല്ലാവരും ചിന്തിക്കുന്നതു മാറ്റി നിർത്തി പുതുമയുള്ളതു കണ്ടെത്തുക. അതു മാത്രമാണ് ഇതിനുള്ള ഏകവഴി.

ഒരു കാലത്ത് കറിമസാലപ്പൊടികൾ വീട്ടിൽ ഉണക്കിപ്പൊടിക്കുന്നതായിരുന്നു ശീലം. ഇന്നതു പാക്കറ്റുകളിലായി. ദോശമാവ് വീട്ടിലരയ്ക്കണമായിരുന്നു മുൻപൊക്കെ. ഇന്നോ? എത്ര ബ്രാൻഡുകൾ! കുടിക്കാനുള്ള വെള്ളം കുപ്പിയിലോ?! ശിവ ശിവ! ഇന്ന് കുപ്പിവെള്ളക്കമ്പനികൾ എത്രയെത്ര? ഹോട്ടലുകൾ വീട്ടിലേക്കു വരുമോ? വരുമെന്ന് ഇന്നത്തെ യുവജനം പറയും. അങ്ങനെ എത്രയോ പുതു ചിന്തകൾ. കാലം മാറുകയാണ്. പഴയ ആശയം പക്ഷേ നടപ്പാക്കുന്ന രീതി വ്യത്യസ്തമായാൽ, അതു ജനമനസ് തിരിച്ചറിയുന്ന ഒന്നായാൽ?

അതെ, സ്ഥിരം പ്രയോഗിക്കുന്ന കളത്തിൽ നിന്നും പുറത്തേക്കു ചിന്തിക്കാൻ ശീലിക്കാം. കളത്തിനു പുറത്തു കടന്നു ചിന്തിച്ചു, പുതിയ മാർഗം കണ്ടെത്തി. ഇനി? ആ ചോദ്യമാണ് പ്രധാനം. നമ്മൾ എന്ത് തന്നെ കണ്ടെത്തിയാലും അതു പ്രവർത്തിപഥത്തിലെത്തണം. അതിനെന്താണ് മാർഗ്ഗം? ചിലർ ചിന്തിക്കും, ഇന്ന് കഴിയട്ടെ. നാളെയാകാം. ഇന്നിനെ വഴിതെറ്റിക്കാൻ വേണ്ടതൊക്കെയും നമ്മുടെ മുന്നിൽ തന്നെയുണ്ട്. ടിവിയും, മൊബൈലും മുതൽ എന്തു ചെറിയ കാര്യങ്ങളും നമ്മുടെ സാമ്പത്തിക മുന്നേറ്റത്തിനെതിരേയുള്ള വലിയ തടസമാണെന്ന് തിരിച്ചറിയുക. ഇന്ന് എങ്ങനെയാണ് നിങ്ങൾ ചിലവിടുന്നത് അതാണ് നിങ്ങളുടെ നാളെയെ തീരുമാനിക്കുക. ഇന്ന് എങ്ങനെ ചിലവിടുന്നോ അത് പ്രകാരം തന്നെയാവും നിങ്ങൾ നാളെയും ചിലവിടുക. ഓരോ ദിവസത്തെ ഓരോ മണിക്കൂറും നമ്മുടെ ലക്ഷ്യപ്രാപ്തിക്കായി ഒരുക്കി നിർത്തണം.

പക്ഷേ, അതുകൊണ്ടുമാകുന്നില്ല. ആ ഒരുങ്ങൽ നല്ലത് തന്നെ. പക്ഷേ നിങ്ങൾക്ക് എന്താണ് ആവശ്യം അതു മറ്റുള്ളവരോട് പറയുവാൻ വിമുഖതയുണ്ടോ? എങ്കിൽ അതു നിശ്ചയമായും മാറ്റേണ്ടതുണ്ട്. ആത്മവിശ്വാസക്കുറവാണ് പലപ്പോഴും സ്വന്തം ആവശ്യങ്ങൾ മറ്റുള്ളവരെ അറിയിക്കുന്നതിൽ നിന്നും നമ്മെ പിന്തിരിപ്പിക്കുന്നത്. വായ്പ നിശ്ചയമായും ആവശ്യമുണ്ട്. അതു ബാങ്കിനെ സമീപിച്ചു വേണ്ടതു ചെയ്യാതെയിരുന്നാൽ എങ്ങനെ പണം നേടിയെടുക്കാനാവും? കൂടെ നിൽക്കാൻ സഹായികൾ വേണം. അതും ചോദിക്കുക തന്നെ വേണം. ആവശ്യങ്ങൾ നേടിയെടുക്കുന്നതു കൊണ്ടും തീരുന്നില്ല. എങ്ങനെയാ

ണ് നമ്മൾ പെരുമാറുന്നത് എന്നത് പ്രധാനമാണ്. നിങ്ങൾക്ക് ലക്ഷപ്രഭു ആകണമോ? ലക്ഷം പേരിൽ നിങ്ങളുടെ സേവനം കടന്നു ചെല്ലണം. അതാണ് നിയമം. ലക്ഷം പേരിൽ എത്താൻ നമ്മുടെ ജീവിതത്തിൽ പൊതുവായി ഒരു അച്ചടക്കം കൊണ്ടു വരേണ്ടി വരും.

ഒരു സാമ്പത്തിക മുന്നേറ്റം സ്വപ്നം കാണുന്നുവെങ്കിൽ ഇപ്പോഴേ ആരംഭിക്കാം. അതിനായി ചില ശീലങ്ങൾ ആവശ്യമാണ്. അതായത് സമയക്രമം പാലിക്കൽ, വിനയത്തോടെയുള്ള പെരുമാറ്റം തുടങ്ങിയവ. കാരണം, നിങ്ങളുടെ ഇനിയുള്ള ഓരോ ചുവടുവയ്പ്പിലും ഒരു ഉപയോക്താവ് ഉണ്ടെന്നു മറക്കരുത്. ഒരാളോടു വിനയത്തോടെ പെരുമാറിയാൽ അതു നാളെ നിങ്ങളുടെ വിജയത്തിലേക്കുള്ള ഒരു ചുവടുവയ്പ്പായി കണക്കു കൂട്ടാം. കൂടുതൽ ബിസിനസ് എന്നാൽ കൂടുതൽ വിനയവും പക്വതയും എന്നു തന്നെ അർത്ഥം. ആരെന്തു പറയുന്നു എന്നതിലല്ല മറിച്ച് നമ്മൾ എത്ര ശതമാനം ന്യായമായി കാര്യങ്ങൾ ചെയ്യുന്നു എന്നതിലാണ് കാര്യം. ഒപ്പം ഓർക്കേണ്ടത് സമ്പത്ത് ഉണ്ടാവുക എന്നത് ഒരു തെറ്റായ കാര്യമല്ല എന്നതുമാണ്.

സാമ്പത്തിക സുരക്ഷിതത്വം മുപ്പതുകളിലും നാൽപ്പതുകളിലും ആരംഭിക്കേണ്ട ഒന്നല്ല. ടീനേജ് മുതൽ അതിന്റെ പ്രവർത്തനങ്ങൾ ആരംഭിക്കണം. ഒരാൾ വച്ചുനീട്ടുന്ന തൊഴിൽ സങ്കല്പങ്ങളുടെ കാലം അവസാനിക്കാറായി. ഇനിയുള്ളത് വ്യത്യസ്ത ചിന്തയുള്ളവർ ലോകം കീഴടക്കുന്ന കാലമാണ്. അവിടെ സാമ്പത്തികസുരക്ഷിതത്വത്തിനൊപ്പം സാമ്പത്തിക വിജയവും അനിവാര്യം.

ഇന്ന് എങ്ങനെയാണ് നിങ്ങൾ ചിലവിടുന്നത്
അതാണ് നിങ്ങളുടെ നാളെയെ തീരുമാനിക്കുക.

40
നിങ്ങൾക്കുണ്ടോ അപകർഷതാബോധം?

സെവൻസ്റ്റാർ ഹോട്ടലിൽ താമസം, വിദേശയാത്രകൾ, ആഡംബര ക്കാറുകൾ, കൊട്ടാരം പോലെ വീട്... ഇതൊക്കെ മറ്റുള്ളവരിൽ കാണു മ്പോൾ എന്താണു തോന്നുക? ചിലപ്പോൾ അതൊന്നും നമ്മുടെ വിഷ യമേ അല്ല എന്ന ചിന്ത, ഇനി ചിലപ്പോഴോ, അവരോടു തോന്നുന്ന അസൂയ. അതുമല്ലെങ്കിൽ ഒക്കെ കള്ളപ്പണമാണെന്ന ആത്മഗതം... നമുക്ക് ഇതിനൊന്നും കഴിയുന്നില്ലെന്ന തോന്നലിൽ നിന്നും സ്വയം രൂപപ്പെടുന്ന അപകർഷതാബോധമാണോ ഇതിനു പിന്നിൽ?

ഒന്ന് സ്വപ്നം കണ്ടാലോ? എന്താ ധൈര്യമുണ്ടോ? പക്ഷേ വെറും സ്വപ്നം കണ്ടിട്ടു കാര്യമില്ല. ലക്ഷ്യം കൃത്യമായിരിക്കണം. ഒരു ലക്ഷ്യ ത്തിലേക്കു മാത്രമേ നമുക്ക് ഒരു സമയം ഓടി എത്തുവാനാകൂ. സ്വപ് നം കാണുക എന്നു ലളിതമായി പറയുന്നതിനേക്കാൾ നല്ലതു തീവ്രമാ യി ആഗ്രഹിക്കുക എന്നതാണ്. അതിതീവ്രമായി ഒന്നിന് വേണ്ടി ആഗ്ര ഹിക്കുമ്പോൾ ഉറക്കം നഷ്ടമാകും. മനസ് ജാഗരൂകമാകും. ഇനി, സമ യം കിട്ടിയില്ല, സഹായിക്കാൻ ആരുമില്ല, എല്ലാമെനിക്ക് എതിരാണ്, ഞാൻ തോറ്റു പോകും, ഒറ്റക്കാണ് ഞാൻ, ശത്രുക്കൾ പതിയിരിക്കുന്നു, വയ്യ, എന്നൊക്കെയുള്ള എല്ലാ ബോധവും ഒരു നിമിഷം മാറി നിൽക്കും. ഇതാണ് യാഥാർത്ഥ്യം. അതിനു മുൻപ് ഇത്തരമൊരു വൈകരികാനുഭ വത്തെക്കുറിച്ച് വിശാലമായ അർത്ഥത്തിൽ നാമൊന്നു ചിന്തിക്കണം. എങ്കിലേ ഇതിൽ നിന്നു രക്ഷപ്പെടാനാകൂ. എന്താണ് അപകർഷതാ ബോധം എന്നു നല്ല നിശ്ചയമുണ്ട്. പക്ഷേ അവനവൻ അത്തരം ഒരു മനോനിലയിലൂടെ കടന്നുപോകുമ്പോൾ അതു തിരിച്ചറിയുവാനോ വേണ്ട വിധം ആ പ്രശ്നത്തെ കൈകാര്യം ചെയ്യുവാനോ കഴിയാറുമി ല്ല. ശരിക്കും അപകർഷതാബോധം സ്വന്തം ശരീരത്തെ പ്രതി മാത്രം ഉണ്ടാകുന്ന ഒന്നാണോ? ഈ മാനസികാവസ്ഥ ഏതെങ്കിലും പ്രത്യേക പ്രായക്കാരുടെ മാത്രം വിഷയമാണോ?

അപകർഷതാബോധം ചിലപ്പോഴെങ്കിലും ആത്മഹത്യയിൽ കൊണ്ടെത്തിക്കാറുണ്ട്. ഇത്തരം ഒരു അവസ്ഥയിലൂടെ കടന്നുപോകു ന്ന ഒരാൾക്ക് ഈ അവസ്ഥ സ്വയം തിരിച്ചറിയുവാനാകണ്ടേ, ഒപ്പം

അതിൽ നിന്ന് കരകയറുവാനും? അതിനെന്താണ് മാർഗം? എന്തിനൊക്കെയാണ് നാം നമ്മുടെ കുറവ് എന്ന് കരുതാറ്? സാമ്പത്തികം, ജാതി, വർഗം, വർണ്ണം എന്നിവ പ്രധാനമായും വരും. സാമൂഹികവും സാമ്പത്തികവുമായ അന്തരങ്ങൾക്കു പുറമേ സ്വന്തം നിറം, ഉയരം, വണ്ണക്കൂടുതലും കുറവും, മുടിയുടെ നീളം, കഷണ്ടി, മീശ, എന്നിങ്ങനെ ശാരീരികമായ പ്രത്യേകതകൾ അപകർഷതാബോധത്തിന്റെ ഒരു പ്രധാനപ്പെട്ട കാരണമാണ്. ഇതിൽ നിറം, വണ്ണം, മറ്റ് ശാരീരിക പ്രശ്നങ്ങൾ തുടങ്ങിയവ കുട്ടിക്കാലം മുതൽ മറ്റുള്ളവരാൽ സൃഷ്ടിക്കപ്പെട്ട് നമ്മുടെ ഉള്ളിൽ രൂഢമൂലമാകുന്ന ഒന്നാണ്.

എടാ/എടീ എലുമ്പാ/എലുമ്പീ, നീർക്കോലി, തക്കാളി, തടിയൻ/തടിച്ചി, കരിമ്പൻ/വെള്ളപ്പാറ്റ, ഞൊണ്ടൻ, മണ്ടൻ തുടങ്ങി എണ്ണിയാലൊടുങ്ങാത്ത വട്ടപ്പേരുകൾ സൃഷ്ടിക്കപ്പെടുന്നത് സ്ക്കൂൾ/കോളേജ് കാലഘട്ടത്തിലാണ്. പലപ്പോഴും അത് ആരെക്കുറിച്ചാണോ പറയുന്നത് അവരുടെ ഉള്ളിൽ ഉണ്ടാക്കുന്ന ആഘാതത്തെക്കുറിച്ച് പറയുന്നവർക്കു യാതൊരു ധാരണയും ഉണ്ടാകാറില്ല. പറയുന്നവർ അത് ആരേയും നോവിക്കണം എന്നു മനഃപൂർവ്വം വിചാരിച്ചിട്ടുമാകില്ല. പക്ഷേ കേൾക്കുന്നവരിൽ അത് ഉണ്ടാക്കുന്ന മുറിവ് ഒരിക്കലും ഉണങ്ങണം എന്നില്ലെന്നതാണു സത്യം. ഇനി മറ്റൊരു സാഹചര്യം. മുതിർന്ന ശേഷമുള്ള കാര്യങ്ങൾ ആണ്. ഇവിടെയാണു മുൻപു പറഞ്ഞ സാമ്പത്തികം, സാമൂഹികം, തൊഴിൽ പരം തുടങ്ങി പലതരത്തിലുള്ള പ്രശ്നങ്ങൾ ഒരാളിൽ അപകർഷതാബോധം സൃഷ്ടിക്കുന്നത്.

കുട്ടിക്കാലത്ത് മണ്ടൻ എന്ന വിളിപ്പേരു കേട്ട് വളർന്ന് പിന്നീട് ജീവിതത്തിൽ കൂടെ പഠിച്ചവർക്ക് പിന്നിലായി എന്ന് മറ്റുള്ളവർ കുറ്റപ്പെടുത്തുമ്പോഴും ഉടലെടുക്കും അപകർഷതാബോധം. പിന്നീട് ജീവിതത്തിൽ ഉണ്ടാകുന്ന ഓരോ സംഭവങ്ങളും തനിക്കെന്തോ കുറവുണ്ട് എന്നതുമായി കൂട്ടിച്ചേർക്കും. ഈ സംഭവ വികാസങ്ങൾ പൂർണ്ണമായും മാനസിക തലത്തിൽ സംഭവിക്കുന്ന ഒന്നായതിനാൽ മറ്റാർക്കും ഇത് മനസിലാവുകയുമില്ല.

ഇതു പോലെ ചെറിയ മുറിപ്പെടുത്തുന്ന ഓർമ്മകളിലൂടെ കടന്നു പോകുന്ന ബാല്യകൗമാരങ്ങൾ യൗവ്വനദശയിലാവും അപകർഷതാബോധത്തിന്റെ ഏറ്റവും പ്രകടമായ സ്വഭാവസവിശേഷതകൾ പുറത്ത് പ്രകടിപ്പിക്കുകയും അതുവഴി സമൂഹത്തിന് മുന്നിൽ അപഹാസ്യരാവുന്ന അവസ്ഥയിലാവുകയും ചെയ്യുക. ചെറുതിലേ അല്പം വണ്ണം കൂടുതലുള്ള ഒരു പെൺകുട്ടി, അവൾ വളർന്ന് വലുതായി വിവാഹശേഷം ഒരു ദിവസം ഭർത്താവോ അയാളുടെ വീട്ടുകാരോ അവളുടെ വണ്ണത്തെക്കുറിച്ച് പരാമർശിക്കുന്നു എന്നിരിക്കട്ടെ. അപകർഷതാബോധം

ഉള്ളിൽ ഒളിപ്പിച്ചു നടക്കുന്ന ഒരു ഭാര്യയാണ് അതെങ്കിൽ നിശ്ചയമായും ചില ചിന്തകൾ രൂപപ്പെടുക തന്നെ ചെയ്യും.

1. എനിക്ക് വണ്ണം വളരെ കൂടുതലാണ്. അതിനാൽ സുന്ദരിയല്ല.
2. സുന്ദരി അല്ലാത്തതിനാൽ ഭർത്താവിന് ഇഷ്ടക്കുറവുണ്ടാകും.
3. ഭർത്താവ് മറ്റ് സ്ത്രീകളിലേക്ക് ആകൃഷ്ടനാകും.
4. ഭർത്താവിന്റെ വീട്ടുകാർക്ക് തന്നെ ഇഷ്ടമല്ല.
5. എന്നെ ഒന്നിനും കൊള്ളില്ല.

ഈ രീതിയിൽ തുടരുന്ന ചിന്തകൾ, വണ്ണത്തെക്കുറിച്ച് പരാമർശമുണ്ടാകുന്ന സാഹചര്യങ്ങളിലെല്ലാം വർദ്ധിച്ച് സ്ഥായിയായ ചിന്തയാവുകയും പെരുമാറ്റത്തിൽ സ്ഥിരമായി പ്രകടമാകുന്നതിലൂടെ കുടുംബത്തിൽ അസ്വസ്ഥതക്ക് കാരണമാവുകയും ചെയ്യും. കുടുംബത്തിലെ ചടങ്ങുകളിൽ നിന്ന് ഒഴിഞ്ഞുമാറി നിൽക്കുവാനും തുടങ്ങിയാൽ സ്ഥിതി കൂടുതൽ വഷളാവും. ഈ അവസ്ഥ ഒരു പക്ഷേ വിവാഹമോചനം വരെ എത്തുവാനും സാധ്യതയുണ്ട്.

ഇനി ചില അപകർഷതാബോധം ഉള്ളിൽ പേറുന്നവർ മറ്റൊരു തരത്തിലാവും പെരുമാറുക. സാമൂഹികമായ വേർതിരിവ് അനുഭവിക്കുന്നവരിൽ ഒക്കെ പലപ്പോഴും കണ്ടുവരാറുള്ള ഒരു സ്വഭാവ സവിശേഷതയാണിത്. ആൾക്കൂട്ടത്തിൽ എപ്പോഴും ശ്രദ്ധ ആകർഷിക്കാൻ ശ്രമിക്കുന്നവരാണ് അത്തരക്കാർ. ശ്രദ്ധ ആകർഷിക്കുവാൻ അവർ പലവിധത്തിലുള്ള സൂത്രപ്പണികൾ ഒപ്പിക്കും. വ്യത്യസ്തമായ വസ്ത്രധാരണ രീതി, ആവശ്യത്തിലേറെ ബഹളം സൃഷ്ടിക്കുക, ആംഗ്യ വിക്ഷേപങ്ങളോടെ സംസാരിക്കുക, ഒരു പൊതു സ്ഥലത്ത് പരിസരം മറന്ന് ഒപ്പമുള്ളവരോട് ഉച്ചത്തിൽ സംസാരിക്കുക പൊട്ടിച്ചിരിക്കുക തുടങ്ങിയുള്ള പല രീതികളും അവർ അവലംബിക്കും.

ഇനി മറ്റൊരു കൂട്ടർ വേറിട്ടൊരു രീതിയാണ് പിന്തുടരുക. അവർ കൂട്ടത്തിൽ സ്വയം നിരാശരായി കാണപ്പെടും. തന്നെ ആർക്കും ഇഷ്ടമല്ല, അവഗണിക്കുന്നു തുടങ്ങി ഒരു നിരാശാഭാവത്തിലാവും പുറമേ പ്രത്യക്ഷപ്പെടുക. സഹതാപത്തിലൂന്നിയുള്ള ശ്രദ്ധ ആകർഷിക്കുക എന്ന വളരെ ലളിതമായ രീതിയിലാണ് അവർ ശ്രദ്ധിക്കുക. ഈ അവസ്ഥയും കുറേക്കാലം പിന്നിടുമ്പോൾ അവർക്ക് ബുദ്ധിമുട്ട് സൃഷ്ടിച്ചു തുടങ്ങും. പൊതുവേ അപകർഷതാബോധം ഉള്ളിൽ പേറുന്നവർ ഒരു കാര്യത്തിന്റേയും ഉത്തരവാദിത്തം ഏറ്റെടുക്കാൻ തയ്യാറാവില്ല. അവരെ ആരെങ്കിലും അഭിനന്ദിച്ചാൽ അതിൽ സംശയിക്കും. അതു തന്നെ കളിയാക്കിയതാണോ എന്നാവും ചിന്ത. ഇനി വിമർശിച്ചാലോ അത് അവർ വല്ലാതെ പ്രതിരോധിക്കുകയും ചെയ്യും. എന്താണ് അപകർഷതാബോധത്തിൽ നിന്ന് സ്വയം പുറത്തു കടക്കുവാനും, അത്തരത്തിലു

ള്ള മാനസികാവസ്ഥയിലുള്ളവർ വീട്ടിലോ കൂട്ടുകാർക്കിടയിലോ ഉണ്ടെങ്കിൽ രക്ഷനേടാനുമുള്ള മാർഗമെന്നു നോക്കാം.

സ്വയം അപകർഷതാബോധത്തിന് ഉടമയാണ് എങ്കിൽ അതിൽ നിന്ന് പുറത്തു കടക്കുവാൻ വേണ്ടത് അങ്ങനെ ഒരു കാര്യം തന്റെ വ്യക്തിത്വത്തിൽ ഉണ്ട് എന്ന് മനസിലാക്കുക എന്നതാണ്. ഒരിക്കൽ അത് തിരിച്ചറിഞ്ഞു കഴിഞ്ഞാൽ ഇനി മുതൽ സ്വന്തം ജീവിതം സ്വയം നരകമാക്കില്ല എന്നു തീരുമാനിക്കുക. അതിനായി ഇങ്ങനെ ചെയ്യേണ്ടിയിരിക്കുന്നു. ആദ്യം, കുറവ് എന്ന് നിങ്ങൾ കരുതുന്ന കാര്യങ്ങൾ ഓരോന്നായി എഴുതുക. അടുത്തതായി നിങ്ങളിലുള്ള നല്ല കാര്യങ്ങൾ എന്നു നിങ്ങൾ കരുതുന്നവയും എഴുതുക.

നിശ്ചയമായും കഴിവുകൾ അല്ലെങ്കിൽ ഗുണഫലങ്ങൾ തന്നെയാവും കുറവുകളേക്കാൾ കൂടുതൽ. പിന്നെ. ശാരീരികമായ കുറവുകൾ പരിഹാരം ഉള്ളതാണെങ്കിൽ അതിനു വേണ്ട കാര്യങ്ങൾ ആ മേഖലയിൽ അറിവുള്ളവരുമായി ചർച്ച ചെയ്ത് വേണ്ട കാര്യങ്ങൾ കണ്ടെത്തി മാറ്റിയെടുക്കാം. എന്നാൽ, അതിനു കഴിയാത്തവയാണെങ്കിൽ, തിരിച്ചറിയാം, ഈ ലോകം നിലനിൽക്കുന്നതു സൗന്ദര്യത്തിന്റെ അളവുകോലുകളിൽ അല്ലെന്നും മറിച്ച് സഹാനുഭൂതിയുടെയും ബുദ്ധിവൈഭവത്തിന്റെയും മാനുഷികമായ ഇടപെടൽ കൊണ്ടുമാണെന്ന്. ഉദാഹരണങ്ങൾ അസംഖ്യം നമുക്ക് മുന്നിലുണ്ട്. പരിമിതികൾ അവസരമായി ഉപയോഗിച്ച് മുന്നേറിയവരുടെ ലോകമാണിത്.

ഒരു വിഷാദത്തിലേക്കു കടന്നു പോകുന്നുവെന്നു തിരിച്ചറിഞ്ഞാൽ ഏറ്റവും പോസിറ്റീവ് ആയ കാര്യങ്ങൾ കേൾക്കുകയും അത്തരം സാഹചര്യങ്ങളിൽ കൂടുതൽ സമയം ചിലവിടുകയും ചെയ്യുക. ആവശ്യം തോന്നുന്ന പക്ഷം കൗൺസിലിങ്ങ് സഹായവും തേടാവുന്നതാണ്. ഇനി നമുക്കൊപ്പം ഉള്ള ഒരാൾക്കാണ് ഈ പ്രശ്നമെങ്കിലോ? കാര്യം മനസിലാക്കി ഒപ്പം നിൽക്കുക. അതാണ് വഴി. അവരുടെ വിശ്വാസം ആർജ്ജിക്കുക. അവരെ കളിയാക്കുന്ന ആൾക്കാരുടേയും സാഹചര്യങ്ങളുടേയും ഇടത്തു നിന്ന് അവരെ മാറ്റി നിർത്തുക. പരമാവധി ആത്മവിശ്വാസം നൽകുക. പ്രശ്നങ്ങൾ ഉണ്ടായിട്ടും വിജയിച്ചവരുടെ കഥകൾ പറഞ്ഞു കൊടുക്കുക.

അപകർഷതാബോധം സ്വയം മാറ്റിയെടുക്കാവുന്ന ഒന്നാണ്. അത് എത്ര വേഗം തിരിച്ചറിയുന്നുവോ അത്രയും എളുപ്പത്തിൽ പരിഹരിക്കുവാൻ സാധിക്കും. മടുത്തു, വയ്യ തുടങ്ങിയ സ്ഥിരം പല്ലവികൾ തീരെ പ്രയോഗിക്കില്ല എന്ന തീരുമാനമാണ് അടുത്ത ഘട്ടം. ഒന്ന് ചിന്തിച്ചാൽ മതി, ഇന്നു നാം ആരാധിക്കുന്നവർ ഓരോരുത്തരും ആ നിലയിലേക്ക് ഒരു സുപ്രഭാതത്തിൽ പൊട്ടിവിടർന്ന് വന്നവരല്ല. ഒരാളും മറ്റൊരാളു

ടെ കൈപിടിച്ച് നടന്നു വന്നതുമല്ല. ജന്മം കൊണ്ടല്ല കർമ്മം കൊണ്ടാണ് അവർ അവിടേക്ക് എത്തിയതെന്നു തിരിച്ചറിയണം.

സ്വർണ്ണം കൊണ്ട് മനോഹരമായ ആഭരണം പണിയാൻ സ്വർണ്ണത്തിന്മേൽ മെല്ലെ തലോടിയാൽ പറ്റില്ല. മറിച്ച് ഉരുക്കി അടിച്ച് പരത്തി, തണുപ്പിച്ച് പോളിഷ് ചെയ്ത് അങ്ങനെ സൂക്ഷ്മമായ ഒട്ടേറെ കടമ്പകൾ കടക്കണം. അപ്പോഴാണ് മറ്റുള്ളവരുടെ കണ്ണ് പതിയുന്ന ആകർഷകമായ ഒരു ആഭരണമായി അതു മാറുക. അതുപോലെയാവണം ഒരാളുടെ ജീവിതവും. അവിടെ വിജയിച്ച്, മറ്റുള്ളവരുടെ മുന്നിൽ തല ഉയർത്തിപ്പിടിക്കണമെങ്കിൽ നല്ലൊരു ആഭരണം ഉണ്ടാക്കിയെടുത്തതു പോലെ മാറേണ്ടതുണ്ട്.

ലക്ഷ്യത്തിലേക്ക് കുതിക്കുമ്പോൾ ഓർക്കേണ്ടത് ഈ കഥയാണ്. നമ്മുടെ പുണ്യനദി ഗംഗയെ.. ഹിമാലയൻ പർവ്വതശിഖരത്തിൽ നിന്നും ഉയിർകൊണ്ട ഗംഗക്ക് ഒരു ലക്ഷ്യമേ ആകെയുള്ളൂ. അത് മഹാസാഗരം മാത്രമാണ്. ഒഴുകുന്നത് അവിടേക്കാണ്. എന്നാൽ എന്ത് മാത്രം പ്രതിബന്ധങ്ങളാണ് അവളുടെ വഴിയിൽ. ചിലയിടങ്ങളിൽ പർവ്വതങ്ങൾ തന്നെ വഴി മുടക്കുന്നു. വലിയ പാറക്കല്ലുകൾ അവളിലേക്ക് അടർന്ന് വീഴുന്നു. എന്നാൽ ഗംഗയോ? അത് അനസ്യൂതം ഒഴുകുന്നു. ചിലപ്പോൾ ചെറിയ ഇടുക്കുകളിൽ ഞെങ്ങി ഞെരുങ്ങി. ചിലയിടങ്ങളിൽ വിശാലമായി പരന്ന്, കൂറ്റൻ പാറക്കല്ലുകൾക്കു മീതേക്കൂടിയും താഴേക്കൂടിയും, വശങ്ങളിലൂടെയും അവൾ ഒഴുകുന്നു. പ്രതിബന്ധങ്ങളിൽ തട്ടി ചിതറുമ്പോഴും ആ ഒഴുക്ക് നിലയ്ക്കുന്നില്ല. സാഗരത്തിലെത്തിച്ചേരുവോളം ഒഴുകുന്ന ഗംഗയാകട്ടെ ലക്ഷ്യത്തിലേക്ക് കുതിക്കുന്നവർക്ക് മാതൃക. സർവ്വവും നൽകി, സർവ്വതും ഏറ്റ് എന്നാൽ ലക്ഷ്യം തെല്ലും മറക്കാത്ത യാത്ര.

അപകർഷതാബോധത്തെ മറികടക്കാൻ സ്ഥിരോത്സാഹം ഒന്നു കൂടിയേ തീരൂ. മുകളിൽ പറഞ്ഞ ഗംഗാനദിയിൽ നിന്നാണ് നാം ആ വാക്ക് പഠിക്കേണ്ടത്. സ്ഥിരോത്സാഹം! ഒരു വെറുംവാക്കല്ലത്, ജീവ മന്ത്രമാകണമത്. ഒരാളും നിങ്ങൾ കടന്നു പോകുന്ന വഴിയിൽ ചുവന്ന പരവതാനി വിരിച്ചു കാത്തു നിൽക്കില്ല. നിങ്ങളേക്കാൾ കഴിവ് കുറഞ്ഞവർ നിങ്ങൾ കഴിവുകെട്ടവരെന്ന് നിന്ദിക്കും. അവിടെ, ആ ഘട്ടത്തിൽ തളർന്നുവോ? തളരാം, പക്ഷേ അടുത്ത നിമിഷം ഉള്ളിലെ അഗ്നി ജ്വലിക്കണം, ഉണരണം. മുന്നോട്ട് കുതിക്കണം, മുന്നിലേക്ക് ആഞ്ഞ് വീഴൂ. ഓരോ വീഴ്ചയും ഒരു മുന്നേറ്റമാകും അപ്പോൾ.

ക്രമേണ ആ ദിനം വരും, ഒരു വാതിൽ തുറന്നാൽ ചുറ്റും നോക്കൂ മറ്റ് ഒമ്പതു വാതിലുകളും തുറന്നിട്ടുണ്ടാവും. മെല്ലെ വിജയത്തിലേക്ക്. ആ വിജയത്തിനു കണ്ണീരിന്റെ നനവും തിരസ്ക്കാരങ്ങളുടെ കനൽച്ചൂ

ടുമുണ്ടാവും ഒപ്പം കീഴടക്കിയതിന്റെ ആനന്ദവും.

ഒന്ന് മാത്രം ഓർക്കാം നാം ഒരു ചുവട് മുന്നോട്ട് വയ്ക്കുമ്പോൾ പത്ത് ചുവട് പിറകിലേക്ക് ആഞ്ഞ് വലിക്കുന്ന ശക്തികൾ ധാരാളം ഉണ്ടാകും. പക്ഷേ ഒരു നിമിഷം പോലും താൻ ഉപേക്ഷിക്കില്ല എന്നു നിശ്ചയിച്ചാൽ അത്ര മതി ജീവിതത്തിന്റെ മനോഹാരിത തിരിച്ചറിയുവാനും വിജയം വരിക്കാനും. അപകർഷതാബോധത്തിന്റെ ഉൾവലിയലിൽ നിന്നും തലപൊക്കി വിജയത്തിന്റെ കിരീടം ധരിച്ചവരാണ് ലോകചരിത്രത്തിലെ വിജയികളെല്ലാം തന്നെ. എല്ലാം തികഞ്ഞവരായി ലോകത്തിൽ ആരും തന്നെയില്ല. നമുക്കുള്ള കഴിവുകൾ മറ്റൊരാൾക്ക് ഇല്ല തന്നെ. ആ കഴിവുകൾ മാത്രം വളർത്തിയെടുത്താൽ നിങ്ങളോളം വലുതാകാൻ മറ്റൊരാൾക്കുമാവില്ല.

അപകർഷതാബോധം വിജയത്തിലേക്കുള്ള അവസരമാണ്.
ഉരച്ചു മൂർച്ച കൂട്ടി ഫലപ്രദമായി ഉപയോഗിക്കുക.

41
പഠിക്കുമ്പോൾ, 21 മിനിറ്റ് ചലഞ്ച്

പരീക്ഷ അടുക്കാറായി. പക്ഷേ പത്ത് മിനിറ്റ് പോലും ശ്രദ്ധ നിൽക്കുന്നില്ല. പഠിക്കാൻ പറ്റുന്നില്ല. എങ്ങനെയാണ് ഒന്ന് പഠിച്ചു തീർക്കുക? ഈ ചോദ്യം ഒരു വിദ്യാർത്ഥിയുടേതല്ല. മറിച്ച് അനേകം പേരുടേതാണ്. എന്താവും ഈ പ്രശ്നത്തിന് പിന്നിൽ? ഒരു ഇരുപത് കൊല്ലം മുമ്പ് വിദ്യാർത്ഥികൾ അനുഭവിച്ചിരുന്ന ശ്രദ്ധക്കുറവിന്റെ കാരണങ്ങൾ ഒന്നുമല്ല ഇന്നത്തെ പ്രശ്നത്തിന്റെ കാരണങ്ങൾ എന്നതാണ് രസകരം. എന്നാൽ അതിന്റെ തീവ്രതയുടെ തോത് ഇരുപത് വർഷം കൊണ്ട് ഇരട്ടിയിലധികം വർദ്ധിച്ചിട്ടുമുണ്ട്.

അക്കാലങ്ങളിൽ നമ്മൾ പ്രതിസ്ഥാനത്ത് നിർത്തിയത് ടി.വിയെ ആയിരുന്നുവെങ്കിൽ ഇന്നതു മൊബൈൽ/ഇന്റർനെറ്റ് ഉപകരണങ്ങൾ ആയി മാറിയെന്ന വ്യത്യാസം മാത്രമേ ഉള്ളു. ശരി, പ്രശ്നം അന്നും ഇന്നും ഒന്നു തന്നെ. പഠിക്കാനിരിക്കുമ്പോൾ ശ്രദ്ധ പാളുന്നു. എന്താണ് പ്രതിവിധി? ഏതൊരു കാര്യവും നമ്മൾ സ്വായത്തമാക്കുന്നത് എങ്ങനെയാണ്? ആവർത്തിച്ചുള്ള പരിശീലനത്തിലൂടെ. അപ്പോൾ നമ്മൾ ആവർത്തിച്ച് പരിശീലിച്ച് നേടിയത് എന്താണ്? എങ്ങനെ ശ്രദ്ധ തെറ്റിക്കാം എന്ന്! അന്തംവിടണ്ട. അതു തന്നെ.

ഒരു കൈയിൽ മൊബൈലും മറുകൈയിൽ പഠിക്കാനുള്ള പുസ്തകവുമായി ഇരുന്നു നോക്കൂ. ഒരു മിനിറ്റിനു മുൻപ് മൊബൈലിൽ ഒരു നോട്ടിഫിക്കേഷൻ വീഴും. അപ്പോൾ മുതൽ ശ്രദ്ധ അതിലാവും. പിന്നെ ബുക്ക് മാറ്റി ഫോൺ തുറക്കും. ഇനിയോ? ബുക്കിന്റെ കാര്യം മറന്നേ പോയി. ഇതാണു നമ്മുടെ ശ്രദ്ധക്കുറവിന്റ അടിസ്ഥാന കാരണം. അതായതു നമ്മൾ തന്നെ വളർത്തിയെടുത്ത ശ്രദ്ധ തെറ്റിക്കുന്ന ശീലം ഇപ്പോൾ ശ്രദ്ധിക്കാൻ നമ്മെ തീരെ അനുവദിക്കുന്നില്ല. ഇനി എന്താണതിന് പ്രതിവിധി? ഒന്നാമതായി, പരീക്ഷ എന്നത് നമ്മുടെ ജീവിതത്തിലെ ഒരു പ്രധാന വഴിത്തിരിവാണെന്നും അതിലെ സ്കോറുകൾ ഒരു മികച്ച ജീവിതനിലവാരത്തിന്റെ അടിസ്ഥാനമാണെന്നും തിരിച്ചറിയുക. ആ ബോധം ദൃഢമാണെങ്കിൽ നമുക്കൊരു ചലഞ്ചിലേക്കു കടക്കാം. 21 മിനിറ്റ് ചലഞ്ച്!

വിജയം നിങ്ങളുടേതാണ്

എന്താണ് ഈ 21 മിനിറ്റ് ചലഞ്ച് എന്നല്ലേ? പഠിക്കുവാൻ തീരുമാനിച്ചു. ഏതു വിഷയമെന്നും തീരുമാനിച്ചു. ടെക്സ്റ്റും ഒരു നോട്ട് ബുക്കും. പേനയും ഒരു മാർക്കർ അല്ലെങ്കിൽ ഹൈലൈറ്ററും, പെൻസിലും എടുക്കു. ഒപ്പമൊരു വെള്ള പേപ്പറും. ഇനി എവിടെ ഇരുന്നാണ് പഠിക്കുക? ആ സ്ഥലത്തേക്ക് ചെല്ലുക. അതൊരു അടഞ്ഞ മുറി തന്നെ വേണമെന്നു നിർബന്ധമില്ല. നിവർന്നിരിക്കുവാൻ സാധിക്കുന്ന മറ്റു ബഹളങ്ങളൊന്നുമില്ലാത്ത ഒരിടം. കഴിയുന്നതും ശ്രദ്ധ തിരിക്കുവാൻ കഴിയുന്ന വസ്തുക്കൾ ഇല്ലാത്ത ഒരിടം.

അതായതു ഫുൾ ഫർണിഷിഡ് ആയ ഒരു മുറി തന്നെ വേണം പഠിക്കാൻ എന്നില്ല. ഏറ്റവും പ്രധാന കാര്യം പഠിക്കുവാനിരിക്കുന്ന ഭാഗത്തേക്കു മൊബൈൽ ഫോൺ കൊണ്ടു പോകില്ല എന്ന തീരുമാനമാണ്. ഫോൺ സൈലന്റ് മോഡിൽ മറ്റെവിടെയെങ്കിലും സൂക്ഷിക്കുക. ഒരു വാച്ച് മാത്രം കയ്യിൽ കരുതുക. 21 മിനിറ്റ് നിങ്ങൾ പഠിക്കുവാൻ പോവുകയാണ്. ഇനി തുടങ്ങാം. പഠിക്കാനിരിക്കുമ്പോൾ ഭക്ഷണം കഴിച്ചു വയർ നിറഞ്ഞു ശ്വാസം വിടാൻ പറ്റാത്ത പോലെയാകരുത്. അതുപോലെ, മണിക്കൂറുകളായി ഭക്ഷണം കഴിക്കാതെ ക്ഷീണിച്ച അവസ്ഥയിലുമാവരുത്. അല്പം വെള്ളം കുടിച്ച് ഉന്മേഷത്തോടെ പഠനം തുടങ്ങാം. വായന മൗനത്തിൽ വേണ്ട. അല്പം ശബ്ദത്തിൽ തന്നെ ആകട്ടെ. വായിച്ചു മനസിലാക്കിയ പോയിന്റുകൾ നോട്ട്ബുക്കിൽ എഴുതാം. അടിയിൽ വരക്കാം. ആ ഭാഗത്തെ ചോദ്യങ്ങൾ ഉണ്ടാക്കാം.

'യ്യോ... പെട്ടെന്ന് ശ്രദ്ധ മാറിയോ? ആരെങ്കിലും വിളിച്ചോ? അതോ വിളിക്കാനുണ്ടോ?' പേടിക്കണ്ട. ആ ചിന്ത ഒരു വെള്ള പേപ്പർ എടുത്തില്ലേ, അതിൽ എഴുതു. ശ്രദ്ധ തെറ്റിക്കുവാനുള്ള കടുത്ത പരിശീലനം നേടിയവരാണ് നമ്മളെന്നു മറന്നു പോകരുത്. അതിനാൽ ശ്രദ്ധ ഇടക്കിടെ പാളും. പെട്ടെന്നു ദിവാസ്വപ്നങ്ങളിലേക്ക് വഴുതി വീഴാം. അപ്പോഴൊക്കെ അതു നമ്മുടെ ശ്രദ്ധയിൽ വരികയും അതു പേപ്പറിൽ കുറിക്കുകയും ചെയ്യുക.

വീണ്ടും പാഠത്തിലേക്ക് വരൂ. 21 മിനിറ്റ് വരെ അത് തുടരട്ടെ. സമയം കഴിഞ്ഞു. ഇപ്പോൾ പാഠത്തിന്റെ പകുതിയേ ആയിട്ടുള്ളൂ. അപ്പോഴെന്ത് ചെയ്യും? ഇപ്പോൾ മതിയാക്കിയാൽ പിന്നീട് ഇത്ര പഠിച്ചത് മറക്കുമോ? പേടിക്കേണ്ട, അപൂർണ്ണമായ ഒന്ന് പൂർണ്ണമാക്കിയ വിവരത്തേക്കാൾ ഫലപ്രദമായി സൂക്ഷിച്ചു വക്കുവാനുള്ള കഴിവ് തലച്ചോറിനുണ്ട്. അതുകൊണ്ടു വീണ്ടും പഠിച്ചു തുടങ്ങുമ്പോൾ അത് ഓർമ്മയിൽ കൂടുതലായി തങ്ങിനിൽപ്പുണ്ടാകും. 21 മിനിറ്റ് കഴിഞ്ഞു. അപ്പോൾ മതിയാക്കാം. ഒരു അഞ്ച് മിനിറ്റ് ഒന്നു നടന്ന്, അല്പം വെള്ളം കുടിച്ച് വീണ്ടും പഠനത്തിലേക്ക്.

വിജയം നിങ്ങളുടേതാണ്

ഇതൊരു പരിശീലനമാണ്. പഠനസമയത്തെ 21 മിനിറ്റുകൾ ആയി വിഭജിച്ച് ആ 21 മിനിറ്റുകളുടെ പൂർണ്ണനേട്ടം കരഗതമാക്കുവാനുള്ള പരിശീലനം. ഒരു മൂന്ന് പ്രാവശ്യം 21 മിനിറ്റുകളുടെ സമയക്രമം പാലിച്ചുവെങ്കിൽ അൽപ്പം നീണ്ടയൊരു ബ്രേക്ക് എടുക്കാം. ഒന്നു ഫോൺ നോക്കാം. ആരോടെങ്കിലും എന്തെങ്കിലും അറിയിക്കുവാനുണ്ടെങ്കിൽ അതറിയിക്കാം. ലഘുവായി ഭക്ഷണം കഴിക്കാം. ഒരു ദിവസത്തിൽ പ്രഭാതത്തിൽ, ഉച്ചക്ക് ശേഷം, വൈകുന്നേരം, പിന്നെ രാത്രി എന്നിങ്ങനെ നാല് സ്ലോട്ടുകൾ ഉണ്ടാക്കി രണ്ടോ മൂന്നോ വിഷയങ്ങൾ പഠിക്കാവുന്നതാണ്.

ഇതൊക്കെ ആദ്യ ദിവസം തന്നെ സംഭവിക്കില്ല. ചിലപ്പോൾ തുടക്കത്തിൽ തന്നെ പാളും. അപ്പോഴും പരിഭ്രമിക്കരുത്. തീരെ ശ്രദ്ധ നിൽക്കുന്നില്ലേ? എങ്കിൽ വെറും 5 മിനിറ്റ് മാത്രം എന്നു സമയം ക്രമീകരിക്കുക. അതു വിജയിച്ചാൽ അവിടെ നിന്നും നിർത്താതെ പത്ത് മിനിറ്റിലേക്ക്. അങ്ങനെ ക്രമേണ നമ്മുടെ ടാർഗറ്റിലേക്ക്. ശ്രദ്ധ കിട്ടുക, കിട്ടുന്ന ശ്രദ്ധ നിലനിർത്തുക, എന്നതൊരു സുപ്രഭാതത്തിൽ സംഭവിക്കുന്ന ഒന്നല്ല. പക്ഷേ, അതൊരു പരിശീലനമാണ്. തുടരേണ്ട പരിശീലനം.കൃത്യമായ വിധത്തിൽ കഠിനമായ അധ്വാനിച്ചാൽ നമ്മൾ വിജയിക്കും. അതൊരു വെറും വിജയമല്ലെന്നു കൂടി ഓർത്തോളൂ!

തുടർച്ചയായി ശ്രമിച്ചാൽ ഏതൊരു ലക്ഷ്യവും ഭേദിക്കാനാവും.
കഠിനമായി അധ്വാനിക്കുന്നതില്ല,
അധ്വാനത്തെ വിനിയോഗിക്കുന്നതിലാണു കാര്യം

42
പരീക്ഷയിൽ വിജയിക്കാൻ

എങ്ങനെ പഠിക്കണമെന്നും അതിലെങ്ങനെ വിജയിക്കണമെന്നും കഴിഞ്ഞ അധ്യായത്തിൽ വായിച്ചുവല്ലോ? അവിടെ നമ്മൾ 21 മിനിറ്റ് ചലഞ്ചിനെക്കുറിച്ച് കൃത്യമായി മനസ്സിലാക്കി. ഇനി അതിന്റെ ഫലം സൃഷ്ടിക്കേണ്ടിയിരിക്കുന്നു. പഠിച്ച് പരീക്ഷയെഴുതണം. അതിൽ മികച്ച ഫലം നേടണം. അതിനായി എന്തു ചെയ്യണം? അതിനു മുൻപ് ഇതു കൂടിയൊന്നു ശ്രദ്ധിക്കാം.

'അവൻ കഠിനമായി അധ്വാനിച്ചിട്ടും അത്രയ്ക്കു പുസ്തകപ്പുഴുവല്ലാത്ത ഇവനെ തോൽപ്പിക്കുന്നില്ലല്ലോ? അതെന്താണ്?' കഠിനമായി പഠിച്ചാലേ വിജയിക്കു എന്നാണോ ധാരണ? വിജയിക്കാൻ കഠിനമായി യാതൊന്നും ചെയ്യേണ്ടതില്ലെന്നതാണു യാഥാർത്ഥ്യം. പക്ഷേ, ഒരു കാര്യമുണ്ട്, പ്രയോജനപ്രദമായി സമയത്തെ ഉപയോഗിക്കേണ്ടിയിരിക്കുന്നു.

'പരീക്ഷ അടുത്തു ഇനി മരിച്ചു പഠിക്കണം.' എന്തിനാണീ മരിച്ചു പഠിത്തം? ആ രീതി ഒന്ന് മാറ്റിക്കൂടേ? പോയ നാളുകളെക്കുറിച്ചു ചിന്തിക്കണ്ട. കഴിഞ്ഞതൊക്കെ കഴിഞ്ഞു. ഇനി മുന്നോട്ടെങ്ങനെയാണു സഞ്ചരിക്കുക എന്നു മാത്രം ചിന്തിക്കാം. ആദ്യം വേണ്ടത് കൃത്യമായ പ്ലാനിങ്ങ് തന്നെ. പരീക്ഷക്ക് എത്ര ദിവസമുണ്ട്? എത്ര വിഷയങ്ങൾ ഉണ്ട്? അതനുസരിച്ച് ഒരാഴ്ചയിൽ എത്ര ഭാഗം പഠിക്കണം? ഇനി ഒരാഴ്ചകൊണ്ട് അത്രയും കവർ ചെയ്യാൻ ഒരു ദിവസം എത്രമാത്രം പഠിക്കണം? ഈ അറിവാണ് പ്രധാനം. അത് കണ്ടെത്തിക്കഴിഞ്ഞാൽ പഠനം തുടങ്ങാം. പകൽസമയം ഫലപ്രദമായി ഉപയോഗിക്കുക.

കഴിയുന്നതും മൊബൈൽ ഫോണിൽ നിന്നും മാറിനിൽക്കുക. അതല്ലെങ്കിൽ സോഷ്യൽമീഡിയ കൈകൊണ്ട് തൊടില്ലെന്ന് തീരുമാനിക്കുക. താത്ക്കാലികമായി ഈ ആപ്പുകൾ അൺ ഇൻസ്റ്റാൾ ചെയ്താലും കുഴപ്പമൊന്നും വരാനില്ല. ഇന്റർനെറ്റിൽ നിന്നും കിട്ടേണ്ട വിവരങ്ങൾക്ക് മാത്രം കംപ്യൂട്ടർ ഉപയോഗിക്കുക. കൂട്ടുകാർ യഥാർത്ഥ കൂട്ടുകാരാണെങ്കിൽ വാട്സ് ആപ്പ്/ഫേസ്ബുക്ക് ഒഴിവാക്കി എന്നതു കൊണ്ട് നിങ്ങളെ ഉപേക്ഷിക്കില്ല. വേണമെങ്കിൽ കൂട്ടായും തീരുമാനമെടുക്കാം. എന്തെങ്കിലും വിവരങ്ങൾ കൈമാറേണ്ടതുണ്ടെങ്കിൽ അതു മാതാപി

താക്കളുടെ ഫോണിലേക്ക് അയക്കുകയോ അതുമല്ലെങ്കിൽ വിളിച്ചു പറയുകയോ ചെയ്യാം.

ഇനി ആരംഭിക്കാം. പഠിക്കാനിരിക്കുമ്പോൾ ഇന്ന് ഫിസിക്സ് മാത്രം എന്ന വാശി വേണ്ട. രണ്ടോ മൂന്നോ വിഷയങ്ങൾ എടുക്കുക. അവ മൂന്നും പഠിക്കുക. ആദ്യം ചെയ്യേണ്ടത് 21 മിനിറ്റ് ചലഞ്ച് നടത്തുകയെന്നതാണ് (മുൻ അധ്യായം കാണുക). പഠിക്കുക എന്നതു തികച്ചും ശാസ്ത്രീയമായ ഒരു കാര്യമാണ്. അതിനു ചില വഴികളുണ്ട്. ഓർമ്മ നിലനിർത്താൻ, വേഗത്തിൽ പഠിക്കുവാൻ, തുടങ്ങി ഓരോ കാര്യത്തിലും സയന്റിഫിക് ആയി തെളിയിച്ച മാർഗ്ഗങ്ങളുണ്ട്. അത് ഉപയോഗിക്കണം. ഓർമ്മ നിലനിർത്താൻ ഒരു വഴി നിങ്ങൾ ഏത് തരത്തിൽ ഓർമ്മ നിലനിർത്തുന്ന ആളാണ് എന്ന് തിരിച്ചറിയുകയാണ്.

അത് ഇപ്രകാരമാണ്. ചിലർ ചില പ്രത്യേക ശബ്ദം കേൾക്കുന്ന സമയത്ത് വായിക്കുന്ന കാര്യങ്ങൾ പരീക്ഷാഹാളിൽ ആ ശബ്ദത്തെക്കുറിച്ച് ചിന്തിച്ചാൽ ഓർമ്മ വരുന്നവരാണ്. അത്തരക്കാർക്ക് പഠിക്കുന്ന സമയത്ത് ഒരു പ്രത്യേക പാട്ട് ആവർത്തിച്ച് കേൾക്കാം. ഉദാഹരണത്തിന് ഫിസിക്സിൽ ഒരു സമവാക്യം പഠിക്കുകയാണെന്നു ചിന്തിക്കുക. പാട്ടിന്റെ ബിജിഎം കേൾക്കുമ്പോൾ ആ സമവാക്യം ഓർമ്മ വരണം. മെല്ലെ പാട്ട് മുന്നോട്ട് പോകുന്നതനുസരിച്ച് സമവാക്യവും മുന്നേറണം. ഒടുവിൽ പാട്ട് അവസാനിക്കുമ്പോൾ ഉത്തരത്തിലെത്തണം. അത് ആവർത്തിക്കണം. ഇനി പരീക്ഷാഹാളിൽ നിങ്ങൾ ആ പ്രത്യേക ചോദ്യത്തിന് ഉത്തരം ഓർക്കാൻ ആ പാട്ട് ഓർത്താൽ മതി. പാട്ടും സമവാക്യം ഒന്നിച്ച് ഒരു ഇമേജ് തലച്ചോറിൽ രൂപപ്പെടുത്തിയിട്ടുണ്ട്. അനായാസമായി അത് ഓർത്തെടുക്കാൻ സാധിക്കും.

ഇത് തന്നെയാണ് വിഷ്വൽ ഇമേജുകൾ കണ്ടാൽ ഓർമ്മ വരുന്നവരിലും സംഭവിക്കുന്നത്. അവർ പുസ്തകം വായിക്കുമ്പോഴും നോട്ട്സ് തയ്യാറാക്കുമ്പോഴും പല നിറമുള്ള മാർക്കറുകളും സ്കെച്ച് പേനകളും ഉപയോഗിക്കണം. പരീക്ഷാഹാളിൽ ആ നിറങ്ങളുടെ ഓർമ്മ ഉത്തരത്തിലേക്ക് നയിക്കും. ഇനിയുള്ളത്, ചലനങ്ങൾ ഓർക്കുന്നവരുടെ കാര്യമാണ്. ചിലർക്കു നടന്നു വായിച്ചാലേ ഓർക്കാനാകൂ. ചിലർക്ക് കാല് അനക്കി കൊണ്ടിരിക്കണം. ചിലർക്ക് കൈയിൽ പന്തോ കീചെയിനോ അങ്ങനെ എന്തെങ്കിലും വേണം. ഇതും പരീക്ഷാഹാളിൽ സമയത്ത് ഓർമ്മ ഉണ്ടാകാൻ സഹായിക്കും. ഇനി പ്രധാനമായ ഒരു കാര്യം. ഒരു ഉത്തരം വളരെ ദീർഘമായതാണെന്ന് കരുതൂ. ഉദാഹരണത്തിന് ഒരു മെഡിക്കൽ വിദ്യാർത്ഥി ഒരു മരുന്നിന്റെ പാർശ്വഫലങ്ങളും ഉപയോഗങ്ങളും പഠിക്കുകയാണ് എന്ന് കരുതുക. അപ്പോൾ രണ്ട് ഇമാജിനറി രൂപങ്ങൾ മുന്നിൽ കാണുക. ഒന്നിൽ ആ മരുന്നിന്റെ

ഗുണഫലം കൊണ്ട് ഉണ്ടായ നേട്ടങ്ങൾ ഉള്ളതായി കരുതുക. അടുത്തതിൽ അതിന്റെ പാർശ്വഫലങ്ങൾ അനുഭവിക്കുന്നതായും. ഇനി വളരെ എളുപ്പം അത് ഓർത്തെടുക്കുവാനാകും.

വിഷമമേറിയ കാര്യങ്ങൾ ഓർത്തെടുക്കുവാൻ വേണ്ടി കഥകൾ ഉണ്ടാക്കാം. കഥയിലേക്ക് കാര്യങ്ങൾ കൂടി കടത്തിവിടുക. കഥ തീരുമ്പോൾ പഠിച്ച് തീരും. ഇനി ഏറ്റവും പ്രധാനപ്പെട്ട ഒരു കാര്യം പറയട്ടെ. ഏഴര മണിക്കൂർ തലച്ചോറിന് ആവശ്യമായ ഭക്ഷണം നൽകാൻ മറക്കരുത്. എന്താണ് തലച്ചോറിന്റെ ആ സൂപ്പർ പവ്വർ ഫുഡ്? ഉറക്കം! അതെ ഏഴര മണിക്കൂർ ഉറക്കം നിങ്ങളിൽ കൂടുതൽ ഓർമ്മ ശക്തിപ്പെടുത്തും. അങ്ങനെ, ഏറെ ഇഷ്ടത്തോടെ പഠിച്ചത് ഓർമ്മയിൽ തങ്ങിനിൽക്കും. കൂടുതൽ കരുത്തോടെ. എന്നാൽ പിന്നെ പഠിക്കാൻ തുടങ്ങാം അല്ലേ?

'ശ്ശെ... ഇന്നലെ രാത്രിയും പഠിച്ചതാ. പക്ഷേ മറന്നു. ഒരു വരി പോലും ഓർമ്മ വന്നില്ല.' ഇത് പറയാത്ത ആരുണ്ട്? പഠനവുമായി ബന്ധപ്പെട്ട ഏറ്റവും വലിയ സംഗതി ഓർമ്മ തന്നെയാണ്. നമ്മുടെ പരീക്ഷകൾ ഓർമ്മയുമായി ബന്ധപ്പെട്ട് തുടരുന്നിടത്തോളം ഓർമ്മ ശക്തി കൂട്ടുക എന്നത് ഒരു ആവശ്യം തന്നെയാണ്. പഠിക്കുന്ന രീതിയിൽ ചില മാറ്റങ്ങൾ വരുത്തി ഒർമ്മ കൂട്ടാം. എങ്ങനെയാണ് പഠിക്കുന്ന കാര്യങ്ങൾ ഓർമ്മയിൽ നിലനിർത്തേണ്ടത്? ചില ടെക്നിക്കുകൾ പരിചയപ്പെടുത്തുകയാണ്.

ഒരു ടെക്നിക് ഇതാണ്. പുരാതന ഗ്രീക്ക് ടെക്നിക് ആണിത്. മെമ്മറി പാലസ് എന്നാണ് ഇതിന്റെ പേര്. അതായത്, ഓർക്കേണ്ട പാഠഭാഗങ്ങൾ നിങ്ങളുടെ വീട്ടിലെ ഓരോ വസ്തുക്കളുമായി ബന്ധിപ്പിക്കുക. ഉദാഹരണത്തിന് നിങ്ങൾ കെമിസ്ട്രിയിൽ ആൽഡിഹൈഡുകളുടെ പ്രിപ്പറേഷൻ പഠിക്കുകയാണ് എന്ന് ചിന്തിക്കുക. ഒന്ന് രണ്ട് മൂന്ന് എന്ന് അവയെ രേഖപ്പെടുത്തുകയും നിങ്ങളുടെ ബുക്ക് ഷെൽഫിലെ അടുക്കി വച്ച പുസ്തകങ്ങളുമായി ബന്ധിക്കുകയും ചെയ്യുക. അത് ഫിക്സ് ചെയ്യുക.

ഇനി ആൽഡിഹൈഡ് പ്രിപ്പറേഷൻ എന്ന് ചിന്തിക്കുമ്പോൾ നിങ്ങൾ ഫിക്സ് ചെയതു വച്ച പുസ്തകങ്ങളുടെ അടുക്കു മാത്രം ഓർത്താൽ മതി. ഇങ്ങനെ ഓരോന്നും ഇമേജുകൾ ആയി മാറ്റുകയും ആ ഇമേജുകൾ ഓർത്തെടുക്കുകയും ചെയ്യുക. ഈ രീതി ഒരേസമയം ധാരാളം കാര്യങ്ങൾ ഓർമ്മയിൽ നിലനിർത്തുവാൻ സഹായിക്കും. ഈ ടെക്നിക് ഉപയോഗിക്കുമ്പോഴും മനസിലാക്കേണ്ട ഒരു കാര്യം ആവർത്തനമാണ് ഓർമ വർദ്ധിപ്പിക്കുന്നത് എന്ന സത്യമാണ്. ഒരു വസ്തുവുമായി ഓർമ്മയെ ഉറപ്പിച്ചു കഴിഞ്ഞാൽ പിന്നെ തീരെ റിവൈസ് ചെയ്യുന്നില്ല എങ്കിൽ നിരാശയാവും ഫലം.

ഒരു തവണ നമ്മൾ മനസിൽ ഉറപ്പിച്ച ഇമേജ് രണ്ടാം വട്ടം ചിന്തിക്കുമ്പോൾ കൂടുതൽ പ്രത്യേകതകൾ ഉൾപ്പെടുത്തി ചിന്തിക്കണം. ഉദാഹരണത്തിന് ആൽഡിഹൈഡ് പ്രിപ്പറേഷൻ പഠിക്കുമ്പോൾ മനസിൽ വന്ന പുസ്തകക്കെട്ടിലെ ഓരോ പുസ്തകങ്ങളുടേയും നിറം പേര് തുടങ്ങിയ പുതിയ കാര്യങ്ങൾ കൂട്ടിച്ചേർക്കണം. ഇത് ഓർമ്മയെ കൂടുതൽ ബലപ്പെടുത്തും. കുറേയേറെ കാര്യങ്ങൾ ഓർത്തെടുക്കേണ്ടി വരുമ്പോൾ 'മെമ്മറി പാലസ്' എന്ന വിദ്യയാണ് ഏറ്റവും സഹായകരമായി മാറുക. കാരണം ഒരു മുറിയിലെ അസംഖ്യം വിശദാംശങ്ങളിലേക്ക് നമ്മുടെ ആവശ്യമായ കാര്യങ്ങൾ കോർത്ത് ചിന്തിക്കുവാനാകും.

രണ്ടാമത്തെ വളരെ ഗുണപ്രദമായ ഒരു ടെക്നിക്ക്, 'എന്താണോ പഠിക്കേണ്ടത്, അത് പഠിപ്പിക്കുക' എന്നതാണ്. പഠിക്കുവാൻ ആരു വരുമെന്നൊന്നും ചിന്തിക്കണ്ട. നിങ്ങളുടെ പ്രിയപ്പെട്ട ടെഡി ബെയറിനെ പഠിപ്പിച്ചാലും മതി. ഒരു അദ്ധ്യാപകൻ എങ്ങനെ ക്ലാസിൽ ഒരു തിയറി പ്രൂവ് ചെയ്യും, അതു പോലെയതു പഠിപ്പിക്കണം. പഠിപ്പിക്കുമ്പോൾ സ്വയം അറിയാതെ അതേക്കുറിച്ച് കൂടുതൽ മനസിലാക്കാൻ ഫിസിക്സിൽ നോബെൽ സമ്മാന ജേതാവായ അമേരിക്കൻ ശാസ്ത്രജ്ഞൻ റിച്ചാർഡ് ഫെയ്മാൻ (1918–1988) കണ്ടു പിടിച്ച ഒരു രീതിയുണ്ട്. ഏത് കടുകട്ടി സിദ്ധാന്തവും വളരെ ലളിതമായി വിവരിക്കുവാനുള്ള അദ്ദേഹത്തിന്റെ കഴിവ് ശ്രദ്ധേയമായിരുന്നു. എങ്ങനെയാണ് വളരെ ബോറിങ്ങ് ആയ, ഒട്ടേറെ സംഗതികൾ കൂടിക്കലർന്ന, അനവധി ഗ്രാഫുകളും അനാലിസിസും കൂടിക്കലർന്ന ഒരു തിയറി പഠിക്കുക?

അദ്ദേഹം അതിന് നാലു സ്റ്റെപ്പുകൾ വിശദീകരിച്ചു.

സ്റ്റെപ്പ് നം: 1

എന്താണ് പഠിക്കേണ്ടത് ആ പാഠഭാഗം നിശ്ചയിച്ച്, അതിന്റെ തലക്കെട്ട് അഥവാ, ഹെഡിങ്ങ് എഴുതുക.

സ്റ്റെപ്പ് നം: 2

പഠിക്കേണ്ട ഭാഗം വായിച്ച് മനസിലാക്കിയ ശേഷം അത് ആരോടെങ്കിലും വിശദീകരിക്കുക. അങ്ങനെ വിശദീകരിക്കുമ്പോൾ ഏറ്റവും ലളിതമായ വാക്യങ്ങളും പ്രയോഗങ്ങളും മാത്രം ഉപയോഗിക്കുക

സ്റ്റെപ്പ് നം: 3

വിശദീകരിച്ചപ്പോൾ എവിടെയൊക്കെ നിങ്ങൾക്ക് ബുദ്ധിമുട്ട് ഉണ്ടായോ ആ ഭാഗം വീണ്ടും വായിച്ച് സംശയം നിവർത്തിക്കുക.

സ്റ്റെപ്പ് നം: 4

ആ പാഠഭാഗം അപ്പാടെ ഒരു കുഞ്ഞിനോട് വിശദീകരിക്കുക. എന്തിനാണ് കുട്ടികളോട് എന്ന് ചോദിച്ചാൽ ഏറ്റവും ചെറിയ പദങ്ങൾ പോലും കുട്ടികൾ അതെന്താണ് എന്ന് ചോദിക്കാം. ആ പദം വിശദീക

രിച്ച് പറയുമ്പോൾ നമ്മുടെ ഓർമ്മ കൂടുതൽ ബലപ്പെടും. ഇതാണ് റിച്ചാർഡ് ഫെയ്മാൻ കണ്ടു പിടിച്ച മെമ്മറി ടെക്നിക്ക്. പഠിക്കുമ്പോൾ ഒന്നിലേറെ തരത്തിലുള്ള സോഴ്സുകൾ പ്രയോജനപ്പെടുത്തുക. അതിപ്രകാരമാണ്. ടെക്സ്റ്റ് ബുക്ക് വായന ഒരു സോഴ്സ് ആണ്. അതു പോലെ ഫ്ളോചാർട്ടുകൾ, ഡയഗ്രം, പോസ്റ്റേഴ്സ് എന്നിവ മറ്റൊരു ഉറവിടമാണ്. ഇന്റർനെറ്റ് ക്ലാസ്സുകൾ ഇനിയും ഒരെണ്ണമാണ്. വിവിധ മാധ്യമങ്ങളിൽക്കൂടി ലഭിക്കുന്ന വിവരങ്ങൾ സമഗ്രമായി രേഖപ്പെടുത്തി ആവശ്യത്തിന് ഉപയോഗിക്കുക.

തളർന്നോ? ചെറിയ മയക്കം നിശ്ചയമായും ഓർമ്മശക്തിയെ ബല പ്പെടുത്തും. ഇനിയാണ് ഏറ്റവും പ്രധാനപ്പെട്ട കാര്യം വരുന്നത്. അത് എക്സാം പ്രാക്ടീസ് തന്നെയാണ്. മുൻ വർഷത്തെ ചോദ്യപ്പേപ്പറുകൾ, സോൾവ് ചെയ്ത പ്രോബ്ലം, എന്നിവയൊക്കെ ആവർത്തിച്ച് പരീക്ഷയ് ക്ക് എന്നതു പോലെ ചെയ്ത് പഠിക്കുക. സമയ ക്ലിപ്തത പാലിക്കുക. പരീക്ഷ സമയത്ത് കൂട്ടുചേർന്ന് പഠിക്കുന്നതും നല്ലതാണ്. പക്ഷേ ഒരു കാര്യം ശ്രദ്ധിക്കേണ്ടത്, തെരഞ്ഞെടുക്കുന്ന കൂട്ട് ശരിക്കും പഠന കാര്യ ത്തിൽ താത്പര്യമുള്ള ആളായിരിക്കണം എന്നതാണ്. അങ്ങനെ വരു മ്പോൾ കണക്കുകളുടെ ഉത്തരങ്ങളും ഉപന്യാസങ്ങൾ എഴുതുമ്പോൾ ഓർമ്മിക്കേണ്ട പോയിന്റുകളും പരസ്പരം ആശയവിനിമയം ചെയ്യു വാൻ സാധിക്കും.

ഓർക്കേണ്ടത് ഇതാണ്. നിങ്ങൾ സ്വയം ഒരു മെമ്മറി അത്ലറ്റ് ആണെന്ന് കരുതുക. അതനുസരിച്ച് ഓരോ ദിവസവും ഓർമ്മ കൂട്ടുക യാണ് എന്നും അംഗീകരിക്കുക. അവസാനമായി ഒരു ടെക്നിക്കൂടി. പരീക്ഷയ്ക്ക് 48 മണിക്കൂർ കൂടിയേ ഉള്ളൂ. ഒന്ന് രണ്ട് തിയറികൾ മറ ന്നു പോകുന്നു. എത്ര വട്ടം പഠിച്ചെങ്കിലും മറക്കുന്നു. പ്രതിവിധി ഇതാ ണ്. ഓർമ്മയിൽ നില നിർത്തുവാൻ ആവർത്തിച്ച് ഓർക്കുക. അതായ ത് ഒരു ഭാഗം പഠിച്ചു. വളരെ പ്രധാനപ്പെട്ട ഭാഗമാണത്. ഇനി ഒരു അര മണിക്കൂറിന് ശേഷം ആ ഭാഗം ഒന്നുകൂടി പഠിക്കുക. ഇനി 23 മണിക്കൂറുകൾക്ക് ശേഷം വീണ്ടും അത് തന്നെ വായിക്കുക. അത് അടുത്ത 56 മണിക്കൂറിൽ ആവർത്തിക്കുക. വിണ്ടും 8 മണിക്കൂറിൽ ഒരി ക്കൽ കൂടി നോക്കുക. വീണ്ടും 24 മണിക്കൂർ കഴിയുമ്പോൾ ഒന്നുകൂടി ആവർത്തിക്കുക.

ഇനി തൊട്ടടുത്ത ദിവസവും ഇത് തന്നെ ചെയ്യൂ. മണിക്കൂറുകളുടെ ഇടവേളയിൽ ആവർത്തിക്കുക. ഇനി ആ ഭാഗം മറക്കുവാൻ ശ്രമിച്ചു നോക്കൂ. ഒരു വിഷയവും അധികനേരം തുടർച്ചയായി പഠിക്കരുത്. തലച്ചോർ ശ്രദ്ധ മാറ്റും. അതിനാൽ ചെറിയ ഇടവേളകളിൽ പഠന വുമായി യാതൊരു ബന്ധവുമില്ലാത്ത എന്തെങ്കിലും ചെയ്യുക. പാട്ട്

പാടാം. ഡാൻസ് ചെയ്യാം. പുറത്തൊന്നിറങ്ങി അൽപ്പം നേരം കളിക്കുന്നതിലും തെറ്റില്ല. അങ്ങനെ എന്തും. ഓർമ്മയെ പിടിച്ചു കെട്ടുമ്പോൾ ശ്രദ്ധിക്കേണ്ടത്, അവ കൃത്യമായി പുനരാവിഷ്ക്കരിക്കാൻ കൂടി നമുക്കു കഴിയുന്നുണ്ടെന്ന് ഉറപ്പുവരുത്തണം. എല്ലാം നന്നായി പഠിച്ചു, പക്ഷേ പേപ്പറിൽ വരുമ്പോൾ ഒന്നും കാണില്ലെന്നു പറയാറില്ല. പരീക്ഷ എങ്ങനെയാണോ അങ്ങനെ തന്നെ എഴുതി പഠിക്കണം. ഉത്തരങ്ങൾ കൃത്യമാണോ എന്ന് ഒത്തു നോക്കണം. നമ്മുടെ കുട്ടികളിൽ പലരും എല്ലാം വായിച്ചു പഠിക്കാറുണ്ട്. ചോദ്യങ്ങൾ ചോദിച്ചാൽ എല്ലാം ഡബിൾ ഓ.കെയാണ്. പക്ഷേ, പരീക്ഷയിൽ മാർക്ക് വരുമ്പോൾ കരയുന്നതു കാണാം.

ഇവിടെ പ്രശ്നം, ഓർമ്മയിൽ നിന്നും എടുത്തെഴുതുമ്പോൾ അതിൽ കൃത്യത വരണമെന്നില്ല. അക്ഷരങ്ങൾ വ്യക്തമാകണമെന്നില്ല. പല വാക്യങ്ങളും കൃത്യമാകണമെന്നുമില്ല. ഇതിനൊക്കെയും പുറമേ അക്ഷരത്തെറ്റുകൾ വരാനുള്ള സാധ്യതയുമുണ്ട്. ഇത് നിവൃത്തിക്കാൻ വേണ്ടി സ്കൂളുകളിൽ പ്രധാന പരീക്ഷയ്ക്ക് മുന്നേ മോഡൽ പരീക്ഷകൾ നടത്താറുണ്ട്. അതു പോലെ നാം വീട്ടിലും മോഡൽ പരീക്ഷ നടത്തി, തെറ്റുകൾ തിരുത്തണം. ഓർമ്മയെ പിടിച്ചു കെട്ടിയതു പോലെ, പരീക്ഷയേയും വരുതിയിലാക്കണം.

ഇനി, വിജയം നിങ്ങളുടേതാണ്.

ഓർമ്മകളെ വീണ്ടും ഓർമ്മിപ്പിച്ചു കൊണ്ടിരിക്കണം.
അവ ആവശ്യാനുസരണം കൃത്യമായി ഓർമ്മിക്കും.

43

ബിസിനസ്സിൽ വിജയിക്കാൻ

ഇതൊരു സാധാരണ ബിസിനസ് മാത്രം. ഇപ്പോൾ തന്നെ ആവശ്യത്തിലേറെയുണ്ട് അത്തരം ബിസിനസ്. വേറെ പുതിയതെന്തെങ്കിലും ചിന്തിക്കൂ. എന്തായാലും ഈ ആശയം വേണ്ട. ജോലിയിൽ നിന്നും വിരമിച്ചു. ഇനി സ്വന്തമായി എന്തെങ്കിലും ബിസിനസ് ചെയ്യുകയാണ് ഉദ്ദേശം. എന്തു ചെയ്യുമെന്നു പ്രത്യേകിച്ച് ഉദ്ദേശമൊന്നുമില്ല, പക്ഷേ കാശു കിട്ടണം. ഇങ്ങനെ ചിന്തിച്ച് ബിസിനസ് ചെയ്യാനിറങ്ങിയവർക്കൊക്കെ പണം നഷ്ടപ്പെട്ട ചരിത്രമാണുള്ളത്. അതറിയുന്നതോടെ, മുന്നോട്ട് വച്ച കാൽ പിറകോട്ട് വലിച്ച്, ആമ തോടിനുള്ളിലേക്ക് വലിയുന്നതു പോലെ ഉള്ളിലേക്കു വലിഞ്ഞ് ജീവിതം തീർക്കും. ആമയാകണമോ അതോ കുതിക്കുന്ന കുതിരയാകണമോ? അതാണു നിശ്ചയിക്കേണ്ടത്.

ശരി, നൂറായിരം പേർ നിലവിൽ നിങ്ങളുടെ പ്രതിയോഗികളായി മുന്നിലുണ്ട്. മൾട്ടിനാഷണൽ കമ്പനികൾ മുതൽ താഴേക്കു പുതിയ സ്റ്റാർട്ട് അപ്പുകൾ വരെ. അപ്പോൾ എന്താ ചെയ്യുക? നിങ്ങൾ വർഷങ്ങളായി സ്വപ്നം കണ്ട, പ്രയത്നിച്ച, പഠിച്ച, തീവ്രമായി ഉള്ളുരുക്കിയ ആ സ്വപ്നം/ആഗ്രഹം ഉപേക്ഷിക്കണോ? അതും നിങ്ങൾക്കു മുന്നേ ചിലർ ആ വഴി നടന്നു എന്നു വച്ചു മാത്രം? നിങ്ങൾ കുന്നുകൾ കണ്ടിട്ടില്ലേ? അടിഭാഗം വളരെ വിസ്താരം ഉണ്ടാകും. എന്നാൽ മുകളിലേക്ക് ചെല്ലുമ്പോൾ അറ്റം കൂർത്ത്... അല്ലേ? അതായത് താഴെ എത്ര പേർ ഉണ്ടായാലും ആ മേഖലയിലെ യഥാർത്ഥ വിജയി ഒരാൾ മാത്രമാകും.

അങ്ങനെയെങ്കിൽ എന്തായിരിക്കണം നിങ്ങളുടെ നയം?

ഇത്രമാത്രം. കുന്നിന്റെ അടിവാരത്തിന്റെ വിസ്തൃതി കണ്ട് ഭയന്നോടുകയല്ല വേണ്ടത്. മറിച്ച്, അതിന്റെ ഏറ്റവും മുകളിൽ, ആ ഒന്നാം സ്ഥാനം എങ്ങനെ നേടാം എന്നാണ് ചിന്തിക്കേണ്ടത്. പലപ്പോഴും ആ ഒന്നാം സ്ഥാനം ഉറക്കത്തിൽ സ്വപ്നം കാണും നമ്മൾ. പക്ഷേ എന്തേ അവിടേക്ക് എത്താത്തത്? ഉത്തരം ഇതാണ്. നിങ്ങൾ ഒന്നാം സ്ഥാനത്ത് എത്തുന്നതു മാത്രമേ ആഗ്രഹിച്ചുള്ളൂ എന്ന് സാരം. അതായത്, ഒന്നാം സ്ഥാനം നേടുക താരതമ്യേന എളുപ്പമാണ്. പക്ഷേ അവിടെ

തുടരുക വളരെ ദുഷ്കരവും. ഉദാഹരണത്തിന് നമ്മുടെ നാട്ടിൽ ലോട്ടറി അടിച്ച് വലിയ ധനവാന്മാരായ ശേഷം പില്ക്കാലത്ത് പഴയതിനേക്കാൾ മോശം അവസ്ഥയിലെത്തിയ എത്രയോ ആൾക്കാർ ഉണ്ട്.

ഇനി ചിലർ മഴപ്പിറ്റേന്ന് മുളക്കുന്ന കൂണുപോലെ പ്രത്യക്ഷമാകും. അതുപോലെ അപ്രത്യക്ഷരുമാകും. ഇനി ചിലർ വളർച്ചയുടെ ഉന്നതിയിൽ എത്തി അല്പകാലം തുടർന്ന് പിന്നെ തകർന്നു തരിപ്പണമായി ഒന്നുമല്ലാതാകും. പിന്നെ, ഒരു ഉപദേശരൂപേണ ഇങ്ങനെ പറയും, വേദാന്തം പറയാം ഒന്നും അനശ്വരമല്ല എന്ന്. പക്ഷേ, യാഥാർത്ഥ്യം എന്താണ്? നിങ്ങൾ ഒന്നാമതെത്താൻ ആഗ്രഹിച്ചു. പക്ഷേ ആ സ്ഥിതി തുടരണം എന്നു ചിന്തിച്ചില്ല. ഒന്നാമതെത്താൻ ആഗ്രഹിച്ചു എന്നാൽ അതിലൂടെ കൈവരുന്ന നേട്ടങ്ങൾ ഉൾക്കൊള്ളാൻ തക്കവിധം മനസ് വിശാലമാക്കിയില്ല.

ഒന്നാമതാകാൻ യത്നിച്ചു. പക്ഷേ അതു തുടർന്നു നിലനിൽക്കുവാൻ യത്നിച്ചില്ല. ഒന്നാമതാകുവാൻ ആഗ്രഹിച്ചു എന്നാൽ അത് വഴി ലഭിക്കുന്ന സാമൂഹ്യ അംഗീകാരത്തെ ശ്രദ്ധിച്ചില്ല. അതെ, ഒന്നാമനാകുക, ബിസിനസിൽ വിജയിക്കുക എന്നൊതൊക്കെ നമുക്ക് എസ്എസ്എൽസി പരീക്ഷാവിജയം പോലെ ഒന്നാണ്. ഒരിക്കൽ നേടിയാൽ മരിക്കും വരെ കൂടെ നിൽക്കും വിജയം എന്നാണ് ചിന്ത. ശരി തന്നെ എസ്എസ്എൽസി പരീക്ഷയിലെ മാർക്ക് ആ കടലാസിൽ അങ്ങനെ തുടരും. പക്ഷേ അത് പിന്നീട് ജനന തീയതി ഉറപ്പിക്കുവാനുള്ള ഒരു വെറും തെളിവ് രേഖയായി മാറും. വേണ്ടത് ജീവിതത്തിൽ ഉയർച്ച നേടും എന്നു മാത്രമല്ല തത്സ്ഥിതിയിൽ നിന്നും ഉയർന്നു പോകുന്നത് മാത്രമേ ആഗ്രഹിക്കാവൂ എന്നാണ്.

എന്താണ് വിജയിക്കുവാനും വിജയം നിലനിർത്താനും ചെയ്യേണ്ടത്? ഒരു ആശയം ഉടലെടുത്തു കഴിഞ്ഞാൽ, അതിന്റെ സാധ്യതാ പഠനങ്ങളും സാമ്പത്തികമായ കണക്കുകൂട്ടലുകളും കഴിഞ്ഞാൽ. അത് പ്രവർത്തിപഥത്തിൽ എത്തിക്കുന്നതിനോടൊപ്പം ആ പദ്ധതിയുടെ വളർച്ചയും ചിന്തിക്കണം. ഇപ്പോൾ ഒരു ടെക്സ്റ്റൈൽ ബിസിനസ് ആണ് മനസിലെങ്കിൽ എന്താകണം ഒരു വർഷം കഴിയുമ്പോൾ അതിന്റെ സ്ഥാനം എന്നും രണ്ട് വർഷം കഴിയുമ്പോൾ എന്താകണം എന്നും തുടങ്ങി ആദ്യഘട്ടത്തിൽ അഞ്ച് വർഷത്തേക്കുള്ള കാര്യങ്ങൾ നമ്മൾ ആലോചിക്കുകയും അത് പ്രാവർത്തികമാക്കുവാൻ വേണ്ടത് പ്ലാൻ ചെയ്യുകയും വേണം. അതിൽ ആശയത്തിൽ പുതുമ ഇല്ലെങ്കിലും പ്രവർത്തിപഥത്തിൽ എത്തിക്കുന്ന രീതിക്ക് പുതുമ വേണം. പഴയ വീഞ്ഞ് പുതിയ കുപ്പിയിൽ എന്നു പറയില്ലേ? അതുപോലെ. അതിനു കടയിൽ വന്നു കയറുന്ന കസ്റ്റമേഴ്സ് മാത്രം പോര.

അപ്പോൾ വൻതുക മുടക്കി പരസ്യം നൽകാതെ മറ്റേന്ത് മാർഗ്ഗം ഉപയോഗിച്ച് നമ്മുടെ സാധനങ്ങൾ കൂടുതൽ പേരിൽ എത്തിക്കാം എന്ന് ആലോചിക്കണം. നമ്മുടെ കീഴിലെ തൊഴിലാളികളെ നമ്മുടെ വിശ്വസ്തരാക്കുകയും പരമാവധി അവരുടെ കഴിവ് ബിസിനസിൽ മുതൽ മുടക്കുകയും ചെയ്യുക. തൊഴിലാളികളെ ഫലപ്രദമായി വിനിയോഗിക്കുക എന്നതാണ് ശരിയായ വെല്ലുവിളി. പിന്നീട് വളർച്ചയുടെ തോത് കണക്ക് കൂട്ടി എത്ര മുന്നേറി എന്ന് മനസിലാക്കി, അതിൽ പിഴവുകൾ വന്നതു തിരിച്ചറിഞ്ഞു മുന്നോട്ട് പോകണം. ഈ ഘട്ടമെത്തുമ്പോൾ നമ്മൾ വിശാലമായി തന്നെ ചിന്തിച്ചു തുടങ്ങണം. പതിനായിരം പേരിൽ നമ്മുടെ ഉത്പന്നങ്ങൾ എത്തുമ്പോഴേ നമ്മുടെ ബാങ്ക് അക്കൗണ്ടിലും പതിനായിരം എത്തുകയുള്ളൂ എന്നു തിരിച്ചറിയണം.

മാർക്കറ്റിലെ മാറ്റങ്ങൾ, ഫാഷനിലെ മാറ്റങ്ങൾ എന്നിവ മനസിലാക്കണം. രാജ്യത്ത് നടപ്പാക്കുന്ന പല വിധ പാക്കേജുകൾ മനസിലാക്കി ഒരു ചെറുകിട വ്യാപാരിക്കു വളരുവാൻ വേണ്ടതു കണ്ടെടുക്കണം. സർക്കാർ തലത്തിലെ ആനുകൂല്യങ്ങൾ നേടിയെടുക്കണം. നികുതി സമർപ്പണം തുടങ്ങിയ കാര്യങ്ങൾ കൃത്യമായി ശ്രദ്ധ വക്കണം. ഇപ്രകാരം വളരെ ആസൂത്രണത്തോടെ കാര്യങ്ങൾ ചെയ്താൽ സ്വന്തം സ്വപ്നം വിപുലമാക്കിയാൽ, എത്ര പേർ മുന്നിലുണ്ടായാലും വിജയം നിങ്ങളുടേതു മാത്രമായിരിക്കും.

എന്നാൽ നമുക്ക് ആരംഭിക്കാം അല്ലേ?

ഒന്നാമതെത്താൻ ആഗ്രഹിക്കുമ്പോൾ കൈവരുന്ന നേട്ടങ്ങൾ ഉൾക്കൊള്ളാൻ തക്കവിധം മനസും വിശാലമാക്കണം.

44
പരാജയത്തിന്റെ കാരണങ്ങൾ

'സത്യത്തിൽ ഞാൻ ഉഴപ്പിയതുകൊണ്ടാണ്. ഇല്ലെങ്കിൽ 80% കിട്ടുമായിരുന്നു', 'പലപ്പോഴും പഠനത്തിൽ ആയിരുന്നില്ല ശ്രദ്ധ. കൂട്ടുകാർ, മെസേജ്, ചാറ്റ്...', 'സോഷ്യൽ മീഡിയ ആണെന്നെ പറ്റിച്ചത്. ഇല്ലെങ്കിൽ..' ഇതൊക്കെ പരീക്ഷയിൽ പരാജയപ്പെട്ടതിനുള്ള വിശദീകരണങ്ങളാണ്. ഇവിടെ ഓരോന്നും വിലയിരുത്തുമ്പോൾ മനസിലാകുന്ന കാര്യം ഓരോ പരാജിതനും അയാൾ ചെയ്യേണ്ടതു ചെയ്യാതിരിക്കുന്നതു കൊണ്ടും, ചെയ്യരുതാത്തതു ചെയ്തതു കൊണ്ടുമാണു പരാജയപ്പെട്ടത് എന്ന സത്യമാണ്. നിങ്ങൾക്കറിയുമോ നമ്മൾ നമ്മുടെ ഉറക്കം കഴിഞ്ഞുള്ള മണിക്കൂറുകളുടെ വെറും 20% മാത്രമാണ് ജീവിതവിജയത്തിനായി ഉപയോഗിക്കുന്നത്. അതായത്, 80% വെറുതേ, ഒരാവശ്യവുമില്ലാതെ നശിപ്പിച്ചു കളയുകയാണ്. സിനിമ/ടിവി തുടങ്ങിയ വിനോദം, ഇന്റർനെറ്റിൽ വെറുതേ സർഫിങ്, സോഷ്യൽ മീഡിയ അഡിക്ട്, മറ്റുള്ളവരെക്കുറിച്ചുള്ള ഗോസിപ്പ് പറയലും കേൾക്കലും പ്രചരിപ്പിക്കലും തുടങ്ങി തീർത്തും അനാവശ്യ കാര്യങ്ങളിൽ അഭിപ്രായം പറഞ്ഞ് അതുണ്ടാക്കുന്ന മാനസിക വിഷമങ്ങളിൽ പെട്ടു സമയം കളയുകയാണ്. എന്നാൽ ഇതിനെക്കുറിച്ച് നാമറിയുന്നു പോലുമില്ല. പരാജയത്തിന്റെ കാരണങ്ങൾ അന്വേഷിക്കുമ്പോഴാണ്, പ്ലാനിങ്ങിന്റെ അഭാവത്തെക്കുറിച്ചും ലക്ഷ്യത്തിന്റെയും കഠിനാധ്വാനത്തിന്റെയും വ്യക്തതയില്ലായ്മക്കുറിച്ചുമൊക്കെ തെളിഞ്ഞുവരുന്നത്. വിജയത്തിനു വേണ്ടിയുള്ള പ്രയത്നം എങ്ങനെ വേണമെന്നും അതിനായി എന്തൊക്കെ ചെയ്യണമെന്നും കേൾക്കുന്നതു പോലും ഇതാദ്യം. അങ്ങനെയുള്ള ഒരാൾക്ക് വിജയമെന്നത് ഭഗീരഥപ്രയത്നമായിരിക്കുമെന്നു സാരം.

സമയത്തിന്റെ അനാവശ്യനഷ്ടമാണ് പരാജയത്തിന്റെ വലിയ പ്രതിസന്ധിയായി മുന്നിൽ നിൽക്കുന്നത്. എന്തു ജോലിയും ചെയ്യാനുള്ള അനാവശ്യമിടുക്ക് കാണിക്കുകയും അതിലൊന്നും കേമനാവാതിരിക്കുകയും വിജയത്തിൽ നിന്നും അകന്നു പോവുകയും ചെയ്യുന്നത് പുതുതലമുറയുടെ വലിയ പരാധീനതയാണെന്നു പറയേണ്ടി വരും. ഇവിടെ കൃത്യമായ ടാർജറ്റോ, ഫോക്കസോ ഇല്ലാത്തതാണ് പരാജയപ്പെടു

ന്നതിന്റെ കാരണം. ജീവിതത്തിൽ മാത്രമല്ല, പഠനത്തിൽ പോലും ഇതാണു സംഭവിക്കുന്നത്. വെറുതേ ബൈക്ക് എടുത്ത് ചുറ്റാൻ പോകുക, ഒരാവശ്യവുമില്ലാതെ മാളുകളിൽ ചുറ്റി നടക്കുകയോ ഷോപ്പിങ് നടത്തുകയോ ചെയ്യുക തുടങ്ങി പുതുതലമുറ ലക്ഷ്യബോധമില്ലാതെയാണു സഞ്ചരിക്കുന്നത്. വിജയത്തിന്റെ ലാഞ്ഛന പോലുമില്ലാത്തവർക്ക് തങ്ങൾ പരാജയത്തിന്റെ വക്കിലാണെന്നു പറഞ്ഞു കൊടുത്താൽ പോലും കേൾക്കാൻ താത്പര്യമില്ലാത്ത അവസ്ഥയാണ്.

പഠനം എന്നത് ഒരാളുടെ തികച്ചും സ്വകാര്യമായ കാര്യമാണ്. അച്ഛനോ അമ്മക്കോ കൂട്ടുകാർക്കോ അധ്യാപകർക്കോ വേണ്ടിയല്ല പഠനം. അത് സ്വന്തം ജീവിതത്തിന്റെ അടിത്തറയാണ്. ആ അടിത്തറ കെട്ടിപ്പൊക്കുമ്പോൾ എങ്ങനെയാണ് നമുക്കതിൽ മായം ചേർക്കാൻ സാധിക്കുക?

സമയം എന്നത് ഒരു ഗ്ലാസ് ജാർ ആണെന്ന് സങ്കൽപ്പിക്കുക ഇനി ആ ജാർ എങ്ങനെയാണ് കുറച്ച് കല്ലുകൾ കൊണ്ട് നിറക്കുക എന്നും ആലോചിക്കുക. നമ്മൾ നമ്മുടെ സമയത്തിൽ പ്രവർത്തിയുടെ വലിയ കല്ലുകൾ നിക്ഷേപിക്കും. അവിടെ ആ കല്ലുകളേക്കാൾ ഏറെ വെറും സ്ഥലം ഉണ്ടാവും. എന്നാൽ അതിലേക്ക് വെള്ളമാണ് ഒഴിക്കുന്നതെങ്കിലോ? ഓരോ മില്ലിമീറ്റർ സ്ഥലത്തും ജലം നിറയും. ഒരു ദിവസത്തെ സമയത്തെ ജാറിൽ ജലം നിറച്ച് 100% ഉപയോഗിക്കുന്നത് പോലെ ഉപയോഗിക്കുവാൻ സാധിച്ചാൽ, പിന്നെ ആർക്കാണ് നിങ്ങളെ പരാജയപ്പെടുത്തുവാനാകുക?

സത്യത്തിൽ വിദ്യാർത്ഥികളുടെ ഏറ്റവും വലിയ ശത്രു അവനവൻ തന്നെയാണ്. സ്വന്തം മനസിനെ ആവശ്യമായ അച്ചടക്കം പഠിപ്പിക്കാത്തത് കൊണ്ട് മാത്രം ഉണ്ടാകുന്നതാണ് അവരുടെ പരാജയം. അവർ സമയമെന്ന ജാറിൽ വലിയ നാലഞ്ച് കല്ലുകൾ നിക്ഷേപിക്കും. എന്നിട്ടത് നിറഞ്ഞു എന്ന് സ്വയം പറയും. ശൂന്യമായ ഇടത്തെ, അല്ലെങ്കിൽ പ്രയോജനപ്പെടുത്താതെ പോയ 80% സ്ഥലത്തെ അവർ കാണാത്ത പോലെ നടിക്കും. ഫലം... പരാജയം. ചെയ്യുവാനുള്ളത് ഇത്രമാത്രം. നമുക്കാവശ്യമുള്ളത് മാത്രം ഏറ്റു പിടിക്കുക. ലോകത്തെ മുഴുവൻ ട്രോളുകളും നമ്മൾ കാണണം എന്ന വാശി വേണ്ട. ട്രോളുകൾ നമ്മുടെ സമയത്തെയാണ് ട്രോളുന്നത്.

എന്തിനാണ് പരീക്ഷ സമയത്ത് ഫസ്റ്റ് ഇയറിൽ പഠിപ്പിച്ച ടീച്ചറിന്റെ കുറ്റം കൂട്ടുകാരോട് വീണ്ടും ഷെയർ ചെയ്യുന്നത്? അച്ഛൻ വഴക്ക് പറഞ്ഞു. അത് ഉടനേ പത്ത് കൂട്ടുകാരോട് പറയണം എന്നാലേ ആശ്വാസം കിട്ടൂ എന്ന് നിർബന്ധം വേണോ? അച്ഛന്റെ സ്ഥാനത്ത് നിന്ന് ചിന്തിച്ചാലോ? ലോണടവ് തെറ്റിയ സങ്കടത്തിലാവും ആ പാവം നിങ്ങളുടെ ഉഴ

പ്പ് കണ്ട് ശകാരിച്ചത്. പഠിക്കുന്ന സമയത്ത് ഇൻസ്റ്റാഗ്രാമിൽ, 'പഠിക്കുന്നു, തല പെരുക്കുന്നു' എന്നു പറഞ്ഞു ഫോട്ടോ ടാഗ് ചെയ്തില്ല എങ്കിൽ, അതിനു ലൈക്ക് കുറവാണു കിട്ടിയതെങ്കിൽ ഓർത്തോളൂ, ജീവിതമെന്ന റിയൽ ഇൻസ്റ്റാഗ്രാമിൽ പതിയുന്ന നിങ്ങളുടെ ഫോട്ടോ ഒരു പരാജിതന്റെതാവും.

ഓർക്കാം, 20% കൊണ്ട് നേടേണ്ട വിജയമാകരുത് ലക്ഷ്യമെന്ന്. ശ്രദ്ധക്കുറവ് എന്നതിനേക്കാൾ താത്പര്യമില്ലായ്മയും അലസതയുമാണ് പഠനത്തിന്റെ യഥാർത്ഥ ശത്രുക്കൾ. പഠനത്തിന്റെ താത്പര്യമില്ലായ്മ എന്തു കൊണ്ടാണെന്നു തിരിച്ചറിയണം. അതിലെ സന്തോഷം എവിടെയോ നഷ്ടപ്പെടുകയും അതു പ്രാഥമികമായി തന്നെ വിരസമായി അനുഭവപ്പെടുകയും ചെയ്തിരിക്കുന്നു. ഈ വിരസത ചിലപ്പോൾ ചെറിയൊരു ഘടകം മാത്രമായിരിക്കും. അതു തിരുത്തിയാൽ മാത്രം മതിയാവും. ഉദാഹരണത്തിന് ഹിന്ദിയോടുള്ള വിദ്വേഷമെന്നത് അതിലെ വ്യാകരണം നമുക്കു പിടിതരാതെ കിടന്നതു കൊണ്ടാവാം. ഹും, ഹോ, എന്നതൊക്കെ എവിടെ ചേർക്കണമെന്ന ആറാം ക്ലാസിലെ വിരോധം പിന്നീട് പത്താംക്ലാസിലെത്തിയപ്പോഴും അവിടെ തന്നെ നിൽക്കുന്നു. പ്രായപൂർത്തിയായപ്പോഴും അതൊരു വിരോധമായി അവശേഷിക്കുന്നു. ഹിന്ദി എന്നത് ഒരു ഉദാഹരണം മാത്രമാണ്. ചരിത്രവും കണക്കുമൊക്കെ ഇങ്ങനെ തന്നെ. ചിലർക്ക് ഇംഗ്ലീഷാവും പ്രശ്നം. ഇതിനെ ക്രിയാത്മകമായി വഴക്കിക്കൊണ്ടു വന്നാൽ ഇതൊക്കെയും നമ്മുടെ ചൊൽപ്പിടിയിലാവും. ഈ താത്പര്യമില്ലായ്മ പിന്മാറിയാൽ തന്നെ അലസതയും പറന്നു പോകും. അതോടെ, വിജയത്തിന്റെ പൊൻകിരണങ്ങളാവും നിങ്ങളിൽ പതിക്കുക.

രണ്ട് പ്രശ്നവും നമ്മുടെ കാഴ്ചപ്പാടിന്റെ വിഷയവും സ്വയം അച്ചടക്കം പരിശീലിക്കാത്തതു കൊണ്ട് സംഭവിക്കുന്നതുമാണ്. ഏതൊരു വിഷയം പഠിക്കുന്നതും അതിനോടുള്ള മിനിമം താത്പര്യം കൊണ്ടാണ്. ആ താത്പര്യം വളർത്തുക എന്നത് പരീക്ഷാക്കാലത്ത് ചെയ്യേണ്ട ഒന്നല്ല മറിച്ച് കോഴ്സ് ആരംഭം മുതൽവേണം. ടെക്സ്റ്റ് ബുക്കുകൾ വളരെ വിരസമാണ്. അതിനാൽ തന്നെ ഒരു കൺസെപ്റ്റ് പഠിക്കുവാൻ ടെക്സ്റ്റ് മാത്രം വായിച്ച് പഠിക്കാം എന്ന് ചിന്തിക്കരുത്. പണ്ട് വിവര സാങ്കേതികവിദ്യ ഭൂമിയിൽ അവതരിച്ചിട്ടില്ലാത്ത കാലത്ത് ടെക്സ്റ്റ് ബുക്കുകളും അധ്യാപകരുടെ വായ്ത്താരിയും അവസാനവാക്കായിരുന്നു. ഇന്ന് അങ്ങനെയല്ല. ഒരു കാര്യം മനസിലായില്ല എങ്കിൽ, അതു പല വിദഗ്ദർ വിശദമാക്കുന്നത് ഇന്റർനെറ്റിൽ ലഭ്യമാണ്. പക്ഷേ നെറ്റ് ഉപയോഗിക്കുമ്പോൾ മറ്റൊരു വിഷയം കടന്നു വരും. ഒരു സൈറ്റിൽ നിന്ന് അടുത്തതിലേക്ക് പോകുമ്പോൾ സ്വാഭാവികമായും വന്നു പെടു

ന്ന പരസ്യങ്ങളും മറ്റ് അപകടകരമായ സൈറ്റുകളും ഇവിടെയാണ് അച്ചടക്കം എന്ന വാക്കിന്റെ പ്രാധാന്യം.

നമുക്ക് അച്ചടക്കം എന്നാൽ, ക്യൂവിൽ നിന്ന് സ്കൂൾ ബസിൽ കയറുന്നതും, വൃത്തിയായി യൂണിഫോം ധരിക്കുന്നതും മിണ്ടാതെ ക്ലാസിൽ ഇരിക്കുന്നതുമാണ്. പക്ഷേ ഒരു വ്യക്തിയുടെ അച്ചടക്കം എന്നത് അവൻ ചെയ്യുന്ന പ്രവർത്തിയിൽ കാണിക്കുന്ന ആത്മാർത്ഥമായ ഇടപെടലാണ്. ഒന്നിൽ പ്രവർത്തിച്ചാൽ അത് തീരും വരെ അതിൽ തുടരുന്ന രീതിയാണ്. പ്രലോഭനങ്ങൾക്ക് വഴങ്ങാതിരിക്കലാണ്. അതിനാൽ നൂറ് ശതമാനം വിജയം ലക്ഷ്യം വച്ച് അച്ചടക്കത്തോടെ വിജയം കീഴടക്കാം.

പഠനം ഒരാളുടെ സ്വകാര്യമാണ്; സ്വന്തം ജീവിതത്തിന്റെ അടിത്തറയാണ്. അതിൽ മായം ചേർക്കരുത്

45
വിജയഗാഥകൾ രചിക്കുമ്പോൾ

നിങ്ങൾക്ക് അറിയില്ലേ കോളേജിൽ നിന്നും പുറത്താക്കപ്പെട്ടിട്ടും ഏറ്റവും വലിയ സമ്പന്നനായി മാറിയ ബിൽ ഗേറ്റ്സിനെ? കെന്റക്കി ചിക്കൻ എന്ന ലോകം കീഴടക്കിയ രുചി കണ്ടെത്തിയ ഹെർലാന്റ് സാൻഡേഴ്സിനെ? അദ്ദേഹം അതിസമ്പന്നനായത് തന്റെ വാർദ്ധക്യത്തിലാണ്. ഉവ്വ്. നമുക്ക് ചുറ്റും ഇങ്ങനെ വിജയഗാഥകൾ എമ്പാടുണ്ട്. പക്ഷേ ചോദ്യമിതാണ്, ഇതിൽ നമ്മുടെ സ്ഥാനം എവിടെയാണ്? എന്താണ്? എങ്ങനെയാണ്? ഉത്തരമില്ല, അല്ലേ? അതൊക്കെ അവർക്ക് പറഞ്ഞിട്ടുള്ളതാണ്, എന്നല്ലേ? അവരൊക്കെ അങ്ങ് അമേരിക്കയിൽ. ഉം.. പിന്നെ? പിന്നെ... അവർക്ക് അതിനുള്ള ഭാഗ്യമുണ്ട്. അതെ, ഇതാണ് നമ്മുടെ കുഴപ്പവും.

നാമെപ്പോഴും മറ്റുള്ളവരുടെ വീരഗാഥകൾ കേൾക്കുകയും പറയുകയും ചെയ്യും. പക്ഷേ, സ്വന്തം ജീവിതത്തിലേക്ക് എടുക്കില്ല. അതായത് നമ്മൾ ഇതിനൊന്നും പോന്നവരല്ല എന്നൊരു വല്ലാത്ത നെഗറ്റീവ് ചിന്ത നമ്മുടെയുള്ളിൽ തന്നെ ശക്തമാണ്. ഓർക്കുന്നോ, പണ്ട് നിങ്ങൾ തീരെ ചെറിയ കുട്ടിയായിരിക്കുമ്പോൾ രാജാവായി സകല കള്ളന്മാരേയും കൊന്നത്? സൂപ്പർമാനായി ശത്രുക്കളെ തകർത്തത്? എയ്റോപ്ലെയിനും ട്രെയ്നും കപ്പലും ഒന്നിച്ചോടിച്ചത്? പട്ടാളമെന്ന് പറഞ്ഞ് ശത്രുരാജ്യക്കാരെ കൊന്നൊടുക്കിയത്? അതൊക്കെ കുട്ടിക്കളിയല്ലേ? അതുപോലെയാണോ ജീവിതം എന്നല്ലേ പറഞ്ഞു വരുന്നത്?

അതെ. പക്ഷേ അന്ന് ഭയമില്ലായിരുന്നു. അതു കൊണ്ട് എന്തുമാകാൻ കഴിയുമായിരുന്നു. എന്നാൽ ഓരോ വയസു കൂടുന്തോറും ഓരോതരം ഭയം കുടിയേറിത്തുടങ്ങി. അതെനിക്ക് സാധിക്കുമോ? മറ്റുള്ളവർ എന്ത് പറയും? അങ്ങനെ ചിന്തിക്കാമോ? തുടങ്ങിയ ആകുലതകളിൽ പെട്ട് മനസ്സിങ്ങനെ തരളിതമായി കൊണ്ടിരിക്കുകയാണ്. മറുമരുന്നുകളേക്കുറിച്ചല്ല ഇവിടെ ആലോചന, ഇത്തരം വലിയകാര്യങ്ങളിൽ തനിക്ക് യാതൊരു റോളുമില്ലെന്ന മട്ടിലാണ് ചിന്ത. പൂച്ചയ്ക്കു പൊന്നുരുക്കുന്നിടത്ത് എന്തു കാര്യമെന്ന വിധത്തിൽ ഇത്തരം കാര്യങ്ങളെ ബോധപൂർവ്വം അവഗണിക്കുകയാണ്.

വിജയം നിങ്ങളുടേതാണ്

സ്വയം തീർത്ത ആശങ്കകൾക്കു പുറമേ വിവിധ തരത്തിൽ ശീലിച്ചെടുത്ത ഒട്ടനവധി അരുതുകളുടെ ലോകത്തുകൂടിയായിരുന്നു നമ്മുടെ ജീവിതം ചലിച്ചിരുന്നത്. അതിൽ ബന്ധുക്കളും സുഹൃത്തുക്കളും അധ്യാപകരും അപരിചിതരും വരെ അവരവരുടേതായ സംഭാവനകൾ നൽകി. നമ്മൾ മറ്റുള്ളവരോടും അരുതുകൾ പറഞ്ഞു തുടങ്ങി. അതോടെ പരിമിതികൾ ഉള്ളിൽ ദൃഢമായി. ഇനി....? ഒരു പൊളിച്ചെഴുത്ത് മാത്രമാണ് വഴി. അവനവനെ പൊളിച്ചെഴുതുക. ഇന്നലെ വരെ ഉള്ളിൽ ചുമന്ന ഭയം പൊളിച്ചുമാറ്റുക. അതിനെന്താണ് ചെയ്യേണ്ടത്?

ആദ്യം നമ്മുടെ കഴിവുകൾ, യഥാർത്ഥ താത്പര്യങ്ങൾ ഇവ രണ്ടും കൃത്യമായി എഴുതിവെക്കുക. വിജയവും പരാജയവും രണ്ടും വളരെ സാവധാനം സംഭവിക്കുന്ന ഒന്നാണ്. അതിനാൽ തീരുമാനമെടുത്തു കഴിഞ്ഞാൽ ഓരോ നിമിഷവും പ്രധാനമാണ്. ഇനി പാഴാക്കാൻ സമയമില്ല തീരെയെന്നു മനസ്സിലാക്കി പ്രവർത്തിക്കുക. കഴിവുകളും താത്പര്യമുള്ള മേഖലകളും കണ്ടെത്തിക്കഴിഞ്ഞാൽ അടുത്തത് ഇടപെടാൻ പോകുന്ന മേഖലയെക്കുറിച്ചുള്ള വിശദമായ പഠനമാണ്. പഠനവും പരിശീലനവും മാത്രം കൊണ്ട് കാര്യമില്ല. നമ്മുടെ അഭിരുചി എന്നാൽ നമ്മുടെ 24 മണിക്കൂറും സമർപ്പിച്ചിരിക്കുന്ന ഒന്നാണ്. ഊണും ഉറക്കവും അതിന് പിന്നാലെ. ഒപ്പം എല്ലാവരും നടന്നു തേഞ്ഞ അതേ വഴിയിലൂടെ നടക്കാതെ വ്യത്യസ്തമായി ചിന്തിക്കാം. സർക്കാർ ഉദ്യോഗം മാത്രമല്ല നമുക്ക് മുന്നേറാനുള്ള വഴി. സത്യത്തിൽ ആ വഴി ഒന്ന് മാറ്റി വച്ചാൽ മുന്നിൽ വരുന്നത് അനന്തമായ അവസരങ്ങളാണ്.

ഏതൊന്നിലേക്ക് കടക്കുമ്പോഴും ഉള്ളിൽ അതിശക്തമായ ഒരു യുദ്ധം നടക്കും. പരാജയപ്പെട്ടാൽ എന്ത് ചെയ്യും എന്നതാണ് വലിയ ആ ചിന്ത. മുടക്കിയ പണം, സമയം ഇവയൊക്കെ നഷ്ടമാകുമോ എന്ന ആശങ്കയിൽപ്പെട്ടു ഉഴലുകയാണ്. ഓർക്കേണ്ടത് ഇതാണ്. നിരന്തരം പിടിച്ചു വലിക്കുന്ന ആ വിലോമ ചിന്തകൾ ഒരു നിമിഷം മാറ്റി വെക്കുക. നിങ്ങളുടെ പാദം മുന്നിലേക്ക് വെക്കുക. ക്രമേണ ഓടിത്തുടങ്ങുമ്പോൾ ഒരു കാര്യം മനസ്സിലാവും, ഭയങ്ങൾ അസ്ഥാനത്താണെന്നും തന്നെ കൊണ്ട് ഇതു സാധ്യമാണെന്നും. ജിമ്മിൽ സ്ഥിരമായി പോകുന്നവർ വലിയ ഭാരമുയർത്തുമ്പോൾ പറയുന്നതു കേട്ടിട്ടില്ലേ, നിസാരം എന്ന്. അതു പോലെ, നടന്നു തുടങ്ങുമ്പോഴും ഓടിത്തുടങ്ങുമ്പോഴുമൊക്കെ നിങ്ങൾക്കു മനസ്സിലാവും ഇതു തനിക്ക് മുൻപേ സാധിക്കുമായിരുന്നു. അപ്പോൾ, അനാവശ്യമായ ഭയവും വൈകാരികമായ വേലിയേറ്റങ്ങളുമാണ് പിന്നിലേക്കു വലിച്ചത്. ഇങ്ങനെ തിരിച്ചറിഞ്ഞ വലിയ ആ സത്യമാണ് വിജയം എന്നും പറയാം. നിങ്ങൾ മനസ്സിലാക്കിയ നിങ്ങളുടെ മാത്രമായ വിജയം.

വിജയം നിങ്ങളുടേതാണ്

ഇനി വിജയത്തിലേക്ക് നിങ്ങളെ എത്തിക്കുവാൻ നിത്യേന അനുഷ്ഠിക്കേണ്ട ചില കാര്യങ്ങൾ കൂടി നോക്കാം. ഏറ്റവും പ്രധാനപ്പെട്ട കാര്യം രാവിലെ എഴുന്നേൽക്കുന്ന സമയമാണ്. എത്ര മണിക്കാണ് നമ്മൾ ഉണരേണ്ടത് എന്നതാണ് പ്രധാനം. നിശ്ചയമായും സൂര്യോദയത്തിന് മുൻപ്. അഞ്ചര മണിക്ക് മുമ്പ് ഉണർന്നിരിക്കണം. ജീവിതത്തിൽ വിജയം വരിച്ച മഹാന്മാരൊക്കെയും പ്രഭാതത്തിൽ ഉണർന്നെഴുന്നേറ്റവരാണ്. അവരുടെ ജീവിതത്തിലെ പ്രവർത്തികളെയെല്ലാം ശോഭനമാക്കിയത് ഈ പുലർകാല ചിന്തകളാണ്. പ്രഭാതം നൽകുന്ന ഊർജത്തോളം പ്രധാനമായി മറ്റൊന്നില്ല തന്നെ. പ്രകൃതി പോലും ശാന്തമായി നിലകൊള്ളുന്ന അവസ്ഥ. നമുക്കു സുന്ദരമായി തന്നെ പ്രവർത്തികൾ ആരംഭിക്കാവുന്ന വിധത്തിലാണ് അതു നിലകൊള്ളുന്നത്. പ്രഭാതത്തിൽ കിട്ടുന്ന ഓരോ മിനിറ്റും നമ്മുടെ വ്യക്തിത്വ വികസനത്തിന് വേണ്ട വിലപ്പെട്ട സമയമാണ്. ആദ്യത്തെ ഇരുപത് മിനിറ്റ് വ്യായാമത്തിന് മാറ്റി വക്കാം. വ്യായാമം നമ്മുടെ ഡോപ്പമിൻ ലവൽ വർദ്ധിപ്പിക്കും. അത് തുടർന്നുള്ള പതിനഞ്ച് മണിക്കൂർ വരെ ഉന്മേഷത്തോടെ ജോലി ചെയ്യുവാനുള്ള ശാരീരികോർജ്ജം നമുക്കു പ്രദാനം ചെയ്യും.

തുടർന്ന് അതാത് ദിവസത്തെ കാര്യങ്ങൾ വളരെ കൃത്യമായി തയ്യാറാക്കുകയെന്നതാണ്. ഇങ്ങനെ ചാർട്ട് ചെയ്യുന്ന കാര്യങ്ങൾ കൃത്യമായി തീർക്കണമെങ്കിൽ പുലർച്ചെ ഉണർന്നാൽ മാത്രമേ സാധിക്കൂ. ആവശ്യത്തിനു സമയം ലഭിച്ചു കഴിഞ്ഞാൽ തന്നെ ചെയ്യുന്ന കാര്യങ്ങളിൽ പകുതിയിലേറെയും തനിയെ ശരിയാകും. ഇനി എങ്ങനെയാണു കാര്യങ്ങളെ കൃത്യമായ വിധത്തിൽ തയ്യാർ ചെയ്യുക എന്നു നോക്കാം.

ഒരു ദിവസത്തെ കാര്യങ്ങൾ, അത് ഓഫീസ് കാര്യങ്ങളും നിങ്ങളുടെ സ്വകാര്യ ആവശ്യങ്ങളും കൃത്യമായി വേർതിരിച്ച് എഴുതുക. കൂടാതെ നമ്മൾ ലക്ഷ്യമിടുന്നതിനെക്കുറിച്ചും വ്യക്തമായി എഴുതണം. അതിൽ ഓരോ ദിവസവും നമ്മുടെ ലക്ഷ്യത്തിലേക്ക് എത്ര മാത്രം കാര്യങ്ങൾ ചെയ്യുവാനാകും എന്നും എഴുതി വയ്ക്കണം. അടുത്തത് മനസിലാക്കുവാനുള്ളത് ഒരു വ്യക്തിയും ബുദ്ധിമാനായും വിജയിയായും ജയിക്കുന്നില്ല എന്ന സത്യമാണ്. നിരന്തര പരിശീലനവും ഏകാഗ്രതയോടെയുള്ള പ്രവർത്തനവുമാണ് ഇവരെയെല്ലാം ഈ ലോകത്തിൽ സൃഷ്ടിക്കുന്നത്. അതിനാൽ സ്വയം വിജയിയാകും എന്ന് തീരുമാനിച്ചാൽ പിന്നെ ഏകാഗ്രതയോടെ കാര്യങ്ങൾ ചെയ്ത് തുടങ്ങാം.

പലപ്പോഴും കാര്യങ്ങൾ എഴുതി തയ്യാറാക്കണമെന്നു പറയുന്നത് മറ്റൊന്നിനുമല്ല, കാര്യങ്ങളെ ചിട്ടയായി മനസ്സിലേക്ക് പതിപ്പിക്കാൻ കൂടിയാണ്. പലരും പറയാറുണ്ട്, എന്തിനാണ് എഴുതുന്നത്. ഒക്കെയും എന്റെ മനസ്സിലാണല്ലോ ഉള്ളതെന്ന്. അങ്ങനെയുള്ളവർ വാശി കളഞ്ഞ് ഒന്നെ

ഴുതി നോക്കുമ്പോഴറിയാം, പേപ്പറിലേക്ക് അക്ഷരങ്ങൾ മാറിനിൽക്കുന്നത്. അങ്ങനെയുള്ളവർക്ക് കാര്യമായൊന്നും തന്നെ എഴുതാൻ കാണില്ല. എഴുതി തുടങ്ങിയാൽ ചിട്ടയോടെ ഓർമ്മിച്ച് കാര്യങ്ങൾ കുറിപ്പാക്കാനാകും. അതുകൊണ്ട്, അക്കാര്യത്തിൽ ഒരു വിട്ടുവീഴ്ചയും പാടില്ല. വിജയിക്കണമെന്നു മനസ്സിൽ തീരുമാനമെടുത്താൽ ഒരു ഡയറിയും പേനയും കൈയെത്തും ദൂരത്ത് തന്നെ സ്ഥാപിക്കണം. പലതും എഴുതിയെഴുതിയാണ് നമ്മുടെ ജീവിതത്തിലെ സ്വഭാവമായി പരിണമിക്കുന്നത്. വിജയത്തിന്റെ വഴിയെന്നത് സുതാര്യമാണ്, നിർമ്മലമാണ്. അവിടെ കാപട്യത്തിന്റെ മറകൾ ഒളിച്ചിരിക്കുന്നുമില്ല. പിന്നെയെന്തിനാണ് നാം സ്വയം ഉൾവലിയൽ നടത്തുന്നത്. വിജയികൾ മുന്നിലേക്കു ചാടിവീഴേണ്ടവരാണ്. ഭയത്തിന്റെ ലഘുകണികകൾ പോലും അവരിലെ ഊർജപ്രസരണം നഷ്ടമാക്കില്ല. അതിനാൽ നാം കണ്ടെത്തിയ ഘടകങ്ങളിൽ ആവശ്യമായ തിരുത്തലുകൾ വരുത്തി, വിജയതിലകമണിയാൻ തയ്യാറെടുക്കുക.

ഇനി, ധൈര്യമായി മുന്നേറുക. പേപ്പറിൽ കുറിച്ചതു പോലെ തന്നെ മനസ്സിലും കുറിക്കുക. വിജയം എന്റേതാണ്. ആ അവകാശം സ്ഥാപിക്കാനായി, ആത്മവിശ്വാസത്തോടെ നേർവഴിയിലൂടെ സഞ്ചരിക്കുക.

വിജയത്തിന്റെ വഴിയെന്നത് സുതാര്യമാണ്, നിർമ്മലമാണ്. അവിടെ കാപട്യത്തിന്റെ മറകൾ ഒളിച്ചിരിക്കുന്നില്ല.

46

യാത്രകളിൽ വിജയിക്കാൻ

എല്ലാവർക്കും യാത്ര ചെയ്യാൻ ഇഷ്ടമാണ്. അതും വിദേശയാത്രകൾ. സിംഗപ്പൂർ, ഷാങ്ഹായ്, സിഡ്നി, ലണ്ടൻ, ടോക്യോ, പാരീസ്, ന്യൂയോർക്ക്, മയാമി.... ലിസ്റ്റ് നീളും അല്ലേ? പക്ഷേ തൊട്ടടുത്ത രാജ്യമായ ശ്രീലങ്കയിലേക്ക് പോലും ഒന്നു പോകാൻ കഴിഞ്ഞിട്ടില്ല ഇതേവരെ എന്ന് ചിന്തിച്ചിട്ടില്ലേ?

അൻപതു വർഷങ്ങൾക്കു മുൻപു വരെ യാത്രകൾ ദുരിതമേറിയതായിരുന്നു. വാഹനങ്ങളുടെ അഭാവം ആരോഗ്യമുള്ളവർക്ക് മാത്രം തരമാകുന്ന ഒന്നായി യാത്രയെ മാറ്റി. ഒപ്പം നീണ്ട കാലം വേണ്ടി വന്ന ദീർഘദൂര യാത്രക്കളുടെ അവസാനം, യാത്രികർ മടങ്ങി വരുമോ എന്ന ആശങ്കയും ബാക്കി വച്ചു. ജന്മിമാരുടെ അടയാളന്മാർക്ക് യാത്രകൾ വിധിച്ചിരുന്നില്ല. ധനമുള്ളവരാകട്ടെ തങ്ങളുടെ പരിചിത ഇടങ്ങൾ വിട്ടുപോകാൻ കൂട്ടാക്കിയതുമില്ല. യാത്രകൾ പിന്നെ മതപരമായ ഒന്നായി പരിണമിച്ചു. മക്കക്ക് പോവുക, കാശിക്ക് പോവുക തുടങ്ങിയ രീതികൾ. അത്തരം യാത്രികർ തിരികെ വരും എന്ന് യാതൊരു ഉറപ്പും ഉണ്ടായിരുന്നുമില്ല.

എന്നാൽ മോട്ടോർ യുഗം പിറന്നതോടെ യാത്ര എന്നാൽ സാധ്യമാകുന്ന ഒന്നാണ് എന്ന ചിന്ത വന്നു തുടങ്ങി. വിമാനവും വലിയ കപ്പലുകളും ഭൂഖണ്ഡാന്തര യാത്രകൾ സാധ്യമാക്കി. എന്തിന് ആഭ്യന്തര യാത്രക്കായി പോലും വിമാനങ്ങൾ ഉപയോഗിച്ചു തുടങ്ങി. വിമാനവും ട്രെയിനും ദൂരെദേശങ്ങളെ പരസ്പരം ബന്ധിച്ചു. അങ്ങനെ യാത്രകൾ ഇന്നൊരു പ്രശ്നമല്ലാതായി മാറി. രാവിലെ മുംബൈയിലെത്തി വൈകിട്ട് തിരിച്ച് വീട്ടിലെത്താമെന്ന സ്ഥിതിയായി. അങ്ങനെയുള്ള ഇന്ന് യാത്രക്ക് തടസം ദൂരമോ ലക്ഷ്യത്തിന്റെ കാഠിന്യമോ അല്ല. മറിച്ച് അവനവന്റെ മനസ് മാത്രമാണ്.

ലോകം എന്തെന്ന് അറിയാൻ, നമ്മൾ ധരിച്ചു വച്ച പലതും തെറ്റാണെന്ന് തിരിച്ചറിയാൻ, പകുതി പകലും പകുതി രാത്രിയും എന്ന നമ്മുടെ നാട്ടിലെ ദിനരാത്രങ്ങളുടെ രീതി മാറി, സൂര്യനെ കാണാൻ പോലും പലനാൾ കാത്തിരിക്കേണ്ട രാജ്യങ്ങൾ ഉണ്ടെന്നറിയാൻ, കന

ത്ത പട്ടിണിയിൽ മനുഷ്യർ, നാം ശരിയെന്ന് ധരിക്കുന്ന പല നിയമങ്ങളും തെറ്റെന്ന് മനസിലാക്കിത്തരുന്ന രാജ്യങ്ങളുണ്ടെന്നറിയാൻ, ആഢംബരത്തിന്റെ അങ്ങേയറ്റം കൺമുന്നിൽ കാണാൻ, പ്രകൃതിയുടെ അഭൗമ സൗന്ദര്യം കൺനിറയെ കണ്ടാനന്ദിക്കാൻ ഒക്കെ സഹായിക്കുന്നത് സഹായിക്കുക യാത്ര തന്നെയാണ്. യാത്ര മനുഷ്യനെ മറ്റൊരു തലത്തിലെത്തിക്കും. വീടിന്റെ നാലു ചുവരുകൾക്കപ്പുറത്തുള്ള ലോകം കണ്ടെത്തുന്നതോടെ ജീവിതത്തിന്റെ നിലപാടുകളിൽ പോലും മാറ്റമുണ്ടാകും. മറുവാദം വരും, എന്തിന്? ഇന്റർനെറ്റ് നോക്കിയാൽ പോരെ? 'ഗൂഗിൾ എർത്തിൽ' ഈ ലോകം മുഴുവൻ നമ്മുടെ ഇഷ്ടാനുസരണം കാണാമല്ലോ? അത് ശരിയാണ്. ഒരു ചിത്രത്തിലെ പായസത്തിന് മധുരമെങ്ങനെയുണ്ട് എന്ന് ചോദിക്കുന്നതിന് തുല്യമാണ് അതെന്നു മാത്രം.

ഒരാളിലെ ആന്തരികമായ ഉന്നമനത്തിന് യാത്ര വളരെ അധികം സഹായിക്കും. പക്ഷേ എങ്ങനെ? എന്ന ചോദ്യത്തിന്റെ പിന്നിൽ ഭയം എന്ന വികാരം മാത്രമാണുള്ളത്. അപരിചിത സാഹചര്യങ്ങളിലൂടെ കടന്നുപോകുവാനുള്ള ഭയം. അനിശ്ചിതത്വത്തെ നേരിടാനുള്ള ഭയം. ഏതൊരു ഭയവും ഭയമായി തുടരുന്നത് അറിവില്ലായ്മ കൊണ്ടാണ്. ഇലക്ട്രിസിറ്റി വന്നതോടെ യക്ഷികൾ മൂടോടെ നശിച്ചുപോയ കഥ നമുക്കറിയാം. അതായത് വെളിച്ചത്തിൽ കാഴ്ചകൾക്ക് വ്യക്തതയുണ്ടാവും. അപ്പോൾ കാര്യങ്ങൾ അറിയുവാനാകും. അതുപോലെ, യാത്ര എന്ന ചിന്ത കടന്നു വന്നാൽ ആദ്യം വേണ്ടത് എവിടേക്കാണ് യാത്ര ചെയ്യേണ്ടത് എന്നാണ്. പലപ്പോഴും ജോലിയുടെ, പഠനത്തിന്റെ ഒക്കെ ഭാഗമായാണ് പൊടുന്നനെ നമുക്ക് യാത്ര ചെയ്യേണ്ടി വരിക. അങ്ങനെ ഒരു സാഹചര്യത്തിൽ പൊടുന്നനെ പരിഭ്രമിക്കുകയാണ് നാം ചെയ്യുക. എന്നാൽ ഓരോരോ ഘട്ടങ്ങളായി യാത്രയുടെ കാര്യങ്ങൾ ചെയ്ത് വരികയാണ് വേണ്ടത്.

വിദേശരാജ്യത്തേക്കാണ് പോവുന്നതെങ്കിൽ വിസ വേണം, ഇമിഗ്രേഷൻ വേണം, പുറമേ അവിടുത്തെ ഭാഷയും സംസ്ക്കാരവും രീതികളുമൊക്കെ അറിഞ്ഞിരിക്കണം. ഈ അറിവിൽ നിന്നും ക്രമേണ നമ്മുടെ ഭയം വിട്ടുപോവുകയും പിന്നെയതൊരു ആകാംക്ഷയുടെ ഘട്ടത്തിലേക്ക് മാറുകയും ചെയ്യും. വിദേശയാത്രകളിൽ പങ്കെടുക്കുമ്പോൾ ആദ്യം എന്തൊക്കെ ഡോക്യുമെന്റ്സ് വേണം എന്ന് മുൻകൂർ മനസിലാക്കി അത് ലിസ്റ്റ് ചെയ്ത് ഓരോന്നോരോന്നായി നടപ്പാക്കണം. അതിനുവേണ്ടി ഒരു ട്രാവൽ ഏജന്റിന്റെ സഹായം തേടേണ്ടതാണ്. തുടർന്ന്, ആവശ്യമുള്ള പണം കരുതണം. ഹോട്ടൽ ബുക്ക് ചെയ്യേണ്ടതുണ്ടെങ്കിൽ അത്, യാത്രയുടെ ടിക്കറ്റ്, വിദേശ രാജ്യത്തേക്കാണെങ്കിൽ വിസ തുടങ്ങിയ കാര്യങ്ങളെല്ലാം ചിട്ടാനുസരണം തയ്യാറാക്കുക.

വിജയം നിങ്ങളുടേതാണ്

ഒന്ന് ചിന്തിച്ചിട്ടുണ്ടോ? എന്തുകൊണ്ടാണ് പാശ്ചാത്യർ സദാ യാത്ര ചെയ്യുന്നത്? കടുത്ത ശൈത്യത്തിൽ നിന്ന് രക്ഷപ്പെടുവാൻ തന്നെ. ആറു മാസം ജോലി ചെയ്ത് സമ്പാദിച്ച പണവുമായാണ് അവർ നാടു ചുറ്റാനിറങ്ങുന്നത്. അവരിൽ ഭൂരിപക്ഷവും സാധരണക്കാരുമാണ്. അപ്പോൾ പണം മാത്രമല്ല യാത്രയുടെ തടസം. നമ്മുടെ ചിന്താരീതിയാണ്. സത്യത്തിൽ കൂട്ടം കൂടിയുള്ള യാത്രകളേക്കാൾ ഒരാളുടെ മാനസികമായ പരുവപ്പെടുത്തലിന് നല്ലത് ഒറ്റക്കുള്ള യാത്രകളാണ്.

വീട്ടിലെ എല്ലാ അംഗങ്ങൾക്കുമൊപ്പം ഒരു സ്വകാര്യ വാഹനത്തിൽ വീട്ടിലെ അതേ പരിതസ്ഥിതിയിൽ കുറേ ദൂരം യാത്ര ചെയ്ത് വീട്ടിലുണ്ടാക്കിയെടുത്ത ഭക്ഷണമോ, അതല്ലെങ്കിൽ നാട്ടിലെ അതേ ഭക്ഷണം വിളമ്പുന്ന ഹോട്ടലുകളിൽ നിന്ന് ഭക്ഷണം കഴിച്ച് നടത്തുന്ന യാത്ര വെറും യാത്രമാണ്. എന്നാൽ ഒറ്റക്ക് നടത്തുന്ന ദീർഘദൂര യാത്രകൾ നിങ്ങളെ അടിമുടി ഉടച്ചുവാർക്കുന്ന ഒന്നാണ്. ഒന്നുകിൽ രണ്ടോ മൂന്നോ സുഹൃത്തുക്കൾക്കൊപ്പം ആ ഗ്രൂപ്പിലെ ആരും അതുവരെ സഞ്ചരിക്കാത്തിടത്തേക്ക് നടത്തുന്ന യാത്രയും ഗുണം ചെയ്യും.

ഒറ്റക്ക് നടത്തുന്ന യാത്രയുടെ പ്രധാന പ്രത്യേകത അതു നമ്മുടെ കംഫർട്ട് സോണിൽ നിന്നു നമ്മെ പുറത്ത് എത്തിക്കും എന്നതാണ്. മറ്റൊരു രാജ്യത്തേക്കാണു യാത്ര എന്നു വന്നാൽ അവിടത്തെ യാത്രാരീതികൾ നമ്മുടേതിൽ നിന്നും തികച്ചും വ്യത്യസ്തമായിരിക്കും. അവിടെ എത്തി ഭാഷ, നാട്ടുകാർ, അവിടത്തെ രീതികൾ തുടങ്ങി എല്ലാം തന്നെ നമുക്ക് അപരിചിതമായിരിക്കും. അവിടെ കാര്യങ്ങളിൽ തീരുമാനമെടുക്കുന്നത് അവനവൻ തന്നെയാണ്. ഒറ്റക്ക് യാത്ര ചെയ്യുന്നതു ആത്മവിശ്വാസമില്ലാത്ത ഒരാളാണെന്ന് കരുതൂ. എങ്കിൽ അതയാളെ അപ്പാടെ മാറ്റിമറിക്കുമെന്നതാണു സത്യം.

മാതാപിതാക്കളെ ഏറെ ആശ്രയിച്ച് നിൽക്കുന്ന കുട്ടികളിൽ അവരുടെ ഭയവും ആത്മവിശ്വാസക്കുറവും മാറ്റാൻ അവരെ ചെറിയ ദൂരങ്ങളിൽ ഒറ്റക്ക് യാത്ര ചെയ്യാൻ അനുവദിക്കുന്നത് വളരെയേറെ സഹായിക്കും. യാത്രകൾ നൽകുന്ന മറ്റൊരു വിലമതിക്കാനാകാത്ത കാര്യമാണ് അത് നിങ്ങളെ വിശ്വപൗരന്മാരായി ഉയർത്തുമെന്നത്. സ്വന്തം നാട് അതിന്റെ ശരിതെറ്റുകൾ മാത്രമാണ് ശരി എന്ന തീരുമാനം മാറിമറിയും. ഒരാളുടെ ചിന്തകളുടെ പരിധി ഉയരും. കൂടുതൽ വ്യത്യസ്ത സംസ്കാരങ്ങൾ ഉൾക്കൊണ്ട് വ്യത്യസ്തനായൊരു മനുഷ്യനായി യാത്ര ഒരാളെ മാറ്റിമറിക്കും

ഇനി പറയുവാനുള്ളത് സ്ത്രീകളുടെ യാത്രയെക്കുറിച്ചാണ്. സ്ത്രീകൾ പൊതുവേ ഒറ്റക്ക് യാത്ര ചെയ്യുവാൻ ഭയക്കുന്നുവെന്നും അതിനേക്കാൾ സമൂഹം ഭയക്കുന്നുവെന്നുമാണ് നമ്മുടെ ധാരണ. എന്നാൽ ആ

വിജയം നിങ്ങളുടേതാണ്

ധാരണകൾ കാറ്റിൽപ്പറത്തി ധാരാളം സ്ത്രീകൾ ഒറ്റയ്ക്ക് ഹിമാലയം വരെ കീഴടക്കുന്നു. പുതിയ തലമുറ ഒറ്റയ്ക്കുള്ള ഒരു യാത്രയേയും ഭയക്കുന്നില്ല എന്നത് വലിയ ആശ്വാസവുമാണ്. അവർ സോളോ ട്രാവലിങ്ങിനെ ഇഷ്ടപ്പെടുന്നവരാണ്.

ആദ്യം നമ്മുടെ നാട്ടിൽ തനിച്ച് യാത്ര ചെയ്തു, പിന്നീട് കേരളത്തിൽ, തുടർന്ന് ഇന്ത്യ മുഴുവൻ യാത്ര ചെയ്യാനായി നിശ്ചയിക്കണം. അതൊരു വെല്ലുവിളിയായി കാണണം. വിജയത്തിലേക്കുള്ള പാത അനായാസമല്ലെന്ന് അറിയാമല്ലോ. അതു പോലെ യാത്രകൾ ജീവിതയാത്രകൾ തന്നെയാണെന്നു വിശ്വസിച്ച് ബാഗും പൂട്ടിയിറങ്ങൂ. യാത്ര ചെയ്യുമ്പോൾ അത്യാവശ്യം രണ്ട് ഭാഷകൾ അറിയുമെങ്കിൽ അനായാസം യാത്ര സാധ്യമാകും. ഒപ്പം റൂട്ട് നേരത്തേ തയ്യാറാക്കി ആവശ്യമായ മുന്നൊരുക്കം നടത്തണം. ഓരോ യാത്രയും നമ്മുടെ ഉള്ളിലെ കാണാപർവ്വങ്ങൾ കണ്ടെത്തുകയാണ്. അതു നമുക്ക് ആത്മവിശ്വാസത്തിന്റെ മഹാപർവ്വതം കാട്ടിത്തരും.

ഒരു തവണ ഭയത്തിന്റെ/ആശങ്കയുടെ പുറന്തോട് പൊട്ടിച്ച് ദൂരേയ്ക്കു യാത്ര ചെയ്യൂ, മാറുന്ന നിങ്ങളുടെ വ്യക്തിത്വം സ്വയം ബോധ്യപ്പെടൂ.

യാത്രകളാണ് ഒരാളുടെ വ്യക്തിത്വത്തെ മാറ്റിമറിക്കുന്നത്, ആത്മാഭിമാനം വർദ്ധിപ്പിക്കുന്നത്.

47
മൂഡോഫിനെക്കുറിച്ച് മിണ്ടരുത്!

ഒരു ചെറിയ കഥയാണിത്.

ഒരു സന്യാസി നദിക്കരയിൽ ധ്യാനത്തിൽ ഇരിക്കുകയായിരുന്നു. മുകളിൽ സൂര്യന്റെ ചൂട് വർദ്ധിച്ചു കൊണ്ടിരുന്നു. അദ്ദേഹം കണ്ണു തുറന്നു. ആകാശത്ത് ഒരു വലിയ പരുന്ത് ചിറക് വീശിപ്പറക്കുകയാണ്. അതിന്റെ അലസമായ പറക്കൽ ശ്രദ്ധിച്ച് കുറച്ചു നേരം അദ്ദേഹം ഇരുന്നു. മുന്നിലെ നദിയിൽ സ്ഫടികസമാനമായി ജലം ഒഴുകുന്നു. മുകളിൽ അലസമായി പറന്നിരുന്ന പരുന്ത് പെട്ടെന്ന് താഴേക്ക് കുതിച്ചു. ഒരു ചാട്ടുളി പോലെ അത് താഴേക്ക് വരികയും നദിയിൽ നിന്ന് ഒരു മീനിനെ കൊത്തി മുകളിലേക്ക് പറന്നുയരുകയും ചെയ്തു.

കഥ അവിടെ നിൽക്കട്ടെ, കാര്യത്തിലേക്ക് വരാം.

ജോലി ചെയ്ത് തളർന്നു. പഠിച്ച് പഠിച്ച് മടുത്തു, ഒരു ഒഴിവ് ദിനമാണ്. പക്ഷേ ആകെ വിരസമാണീ ദിനം. വേദനിപ്പിക്കുന്ന ഓർമ്മകളാണ്... വയ്യ, തളർന്നു... ഇങ്ങനെയൊക്കെ നമ്മുടെ ജീവിതത്തിൽ നാമറിയാതെ പറഞ്ഞു പോകുന്ന അവസരങ്ങൾ അനവധിയുണ്ടാവുമല്ലേ? പെട്ടെന്ന് തളർന്നു പോകുന്നവരാണ് നമ്മൾ. യഥാർത്ഥത്തിൽ കാര്യങ്ങൾ വളരെ ബാലിശമായിരിക്കും. എന്നാൽ ആ ചിന്തകളിൽ കുരുക്കി വലിച്ച് ഒരു ദിവസം ഇല്ലാതാക്കും.

ഇനി ആദ്യത്തെ കഥയിലേക്ക് തന്നെ മടങ്ങാം. ഇവിടെ നമ്മൾ യഥാർത്ഥത്തിൽ ആ മീനിനെപ്പോലെയാണ്. അപ്രതീക്ഷിത സാഹചര്യങ്ങളിൽ പെട്ട് വലയുന്ന മീനുകൾ. സത്യത്തിൽ ജലത്തിൽ മീനിന് മറ്റൊന്നും ചിന്തിക്കേണ്ടതില്ല. പക്ഷേ അത് ഉപരിതലത്തിനോട് കൂടുതൽ അടുത്തു വരുമ്പോൾ അത് നേരിടുന്ന അപകടങ്ങളും കൂടി വരും. ആ മീൻ കൂടുതൽ ആഴത്തിലായിരുന്നു സഞ്ചരിച്ചിരുന്നതെങ്കിൽ നിശ്ചയമായും പരുന്തിന് അതിനെ ലഭിക്കില്ലായിരുന്നു. നമ്മൾ പലപ്പോഴും ജലത്തിന്റെ സുഖകരമായ അവസ്ഥ സ്വയം വെടിഞ്ഞ് ഉപരിതലത്തിലെത്തി അപകടത്തിൽപ്പെടുന്ന മീനിനെപ്പോലെ പെരുമാറും. നമ്മെ അപകടത്തിൽപ്പെടുത്തുന്ന ആ വലിയ പരുന്ത് പുറമേ നിന്നുള്ള ഭീഷണിയേ അല്ല. മറിച്ച് ഓരോരുത്തരും അവരവരുടെ ഉള്ളിൽ സൃഷ്ടിച്ചെ

ടുക്കുന്ന സങ്കടവും നിരാശയും ഉത്കണ്ഠയുമൊക്കെയാണ്.

എങ്ങനെ നമുക്ക്, നിത്യജീവിതത്തിൽ സാധാരണമായിക്കഴിഞ്ഞ ഇത്തരം നിശ്ചലാവസ്ഥ മറികടക്കാം.? ഒറ്റയ്ക്കാണ്. എന്നാലും എങ്ങനെ ഒരു പുതു ഊർജ്ജം നമുക്ക് സൃഷ്ടിക്കാം? വളരെ ലളിതമായ വഴികൾ ഉണ്ട്. ഒന്നാമത്തേത്, ഇന്നാകെ ഒരു സുഖവുമില്ല എന്ന് തീരുമാനിച്ചു കഴിഞ്ഞുവോ?എങ്കിൽ മുറി അടച്ചിരുന്നാൽ അത് കൂടുകയേ ഉള്ളൂ. നിങ്ങളുടെ മുറിയിൽ നിന്ന് പുറത്ത് വന്ന് നോക്കുക. ഒരു പക്ഷിയോ ചെടിയോ പൂവോ മരമോ, പൂച്ചയോ, പട്ടിക്കുഞ്ഞോ അങ്ങനെ എന്തെങ്കിലും ഒന്ന് കണ്ടെത്തുക. മറ്റ് ചിന്തകൾ ഒക്കെ മാറ്റിവച്ച് കണ്ട ആ കാഴ്ചയിലേക്ക് മാത്രം നിമഗ്നനാവുക. സ്വയം മറന്നുള്ള ആ നിൽപ്പ് പെട്ടെന്ന് തന്നെ നിങ്ങളിൽ ഒരു മാറ്റം സൃഷ്ടിക്കും. കനമുള്ള ചിന്തകളുടെ അദൃശ്യമായ കെട്ട് അയഞ്ഞ് വീഴും. നിങ്ങളറിയാതെ ഒരു പുഞ്ചിരി വിടരും.

ഒന്ന് പുഞ്ചിരിക്കുവാൻ സാധിച്ചാൽ കൊഴിഞ്ഞു വീഴാത്ത പരിഭവങ്ങളില്ല എന്നറിയുക. പലപ്പോഴും ചിരിക്കാൻ മറക്കുന്നതാണ് നമ്മെ വലിയ പ്രശ്നങ്ങളിലേക്ക് തള്ളിവിടുന്നത്. അടുത്തത് വലിയ ശബ്ദകോലാഹലമില്ലാത്ത പാട്ടുകൾ ചെറിയ ശബ്ദത്തിൽ കേൾക്കുക എന്നതാണ്. കേൾക്കുമ്പോൾ പാട്ട് മാത്രം കേൾക്കുക. പഠിക്കുന്ന പുസ്തകം, ചെയ്യുന്ന അസൈൻമെന്റ്, ഡെവലപ്പ് ചെയ്യുന്ന വെബ് പ്രോഗ്രാം ഒക്കെ മറക്കുക. പാട്ട് മാത്രം.... അല്പസമയം അങ്ങനെ തുടരൂ. പൂർവ്വാധികം ശക്തമായി ജോലി തുടരുവാനുള്ള ഊർജ്ജം ആ പാട്ട് നിങ്ങൾക്ക് നൽകും. ഇനി ഇഷ്ടമുള്ള ഭക്ഷണം ആസ്വദിച്ച് കഴിക്കു. അത് വാരി വലിച്ച് വിഴുങ്ങലാവരുത്. ഓരോ തരിയും അറിഞ്ഞ് ആസ്വദിച്ച് കഴിക്കുക. ഒരു കപ്പ് ജ്യൂസ് ആകട്ടെ, ഒരു ഐസ് ക്രീം ആകട്ടെ, എന്തുമാകട്ടെ. ആ രുചി മാത്രം മനസിൽ നിറയട്ടെ. മറ്റുള്ളതൊക്കെ മറക്കട്ടെ.

ഇനി അടുത്ത് മറ്റാരുമില്ലെങ്കിൽ പാട്ടിനൊത്ത് രണ്ട് ചുവടു കൂടി വയ്ക്കൂ. ശരീരം ഒന്നിളകട്ടെ. പലപ്പോഴും മൂഡ് ഓഫ് ആയാൽ ആദ്യം ചെയ്യുക ഒരു മൂലക്ക് അനങ്ങാതെ ഇരിക്കുകയാവും. ചുറ്റും നടക്കുന്നത് ഒന്നുമറിയില്ല. വിചിത്രമായ ആലോചനയിൽ ആവും ആ സമയം. ഒപ്പം ആ ചുരുങ്ങിയ സമയം കൊണ്ട് ലോകത്ത് നമ്മുടെ മേൽ പതിക്കാവുന്ന പരമാവധി അപകടങ്ങൾ ആലോചിച്ച് കൂട്ടുകയും ചെയ്യും. ഈ സമയം ആരെങ്കിലും വിളിച്ചാലോ? തീർന്നു അവരുടെ കാര്യം.ഒരു ആവശ്യവുമില്ലാതെ അവരോട് നമ്മൾ കയർക്കും. പിന്നെ പിണങ്ങും.

എന്തിനാണ് അത്രത്തോളം പോകുന്നത്. മൂഡ് ഓഫ് എന്ന് പറയും മുൻപൊന്നു ഡാൻസ് ചെയ്യൂ. ഒരു ഡപ്പാങ്കൂത്ത് ഡാൻസ്. രണ്ട് സ്റ്റെപ്പ് വച്ചു കഴിയുമ്പോൾ സ്വയം തോന്നും, ദേ... പോയല്ലോ മൂഡ് ഓഫ്.

വിജയം നിങ്ങളുടേതാണ്

ഇനി, ഇന്നൊരു മോശം ദിവസമാണ് എന്നു തീരുമാനിച്ചോ? എങ്കിൽ ഇനി പറയുന്നതു കൂടി ശ്രദ്ധിക്കൂ. ഒരു മോശം ദിവസം എന്ന് പറയുവാൻ കാരണങ്ങൾ പലതാണ്. വിചാരിച്ചതു പോലെ കാര്യങ്ങൾ നടക്കാതിരിക്കുക, ആരോടെങ്കിലും വഴക്കിടുക, ആവശ്യമില്ലാത്ത കാര്യങ്ങളിൽ ചെന്ന് പെടുക എന്നിങ്ങനെ... ഇതിനെ മറികടക്കാൻ എന്താണൊരു വഴി?

ഇത്തരം ഘട്ടങ്ങളിൽ നമ്മേക്കാൾ ബുദ്ധിമുട്ടുന്നവരെ ഓർക്കാം. കീറിയ വസ്ത്രത്തെക്കുറിച്ച് പരിതപിച്ച് മൂഡ് ഓഫ് ആകുന്നതിനു മുൻപ് വസ്ത്രമില്ലാത്ത ഒരാളുടെ സങ്കടം ഓർക്കുന്നതു പോലെ. അപ്പോൾ സ്വന്തം പ്രശ്നം അത്ര വലുതല്ലെന്ന ബോധ്യം വരും.. അടുത്ത മാർഗം ഒരു ചെറിയ ദൂരം നടക്കുക എന്നതാണ്. നടത്തത്തിന്റെ ശക്തി കൂടുമ്പോൾ രക്തത്തിൽ ഡോപമിൻ ലെവൽ കൂടുകയും അത് മാനസിക സമ്മർദ്ദം കുറയ്ക്കുകയും ചെയ്യും.

ഇനിയുള്ളത് ഒരു മനസിലാക്കലാണ്. പലപ്പോഴും വിചാരിക്കാത്ത സമയത്ത് വിചാരിക്കാത്ത ഇടത്തു നിന്നും കിട്ടുന്ന അടികൾ ആണല്ലോ മൂഡ് ഓഫിന് കാരണം. അതൊന്ന് പരിശോധിക്കുക. വിശകലനം ചെയ്യുക. വ്യക്തിബന്ധങ്ങളിൽ അവശ്യം വരുത്തേണ്ട മാറ്റങ്ങൾ കണ്ടെത്തുകയും ഭാവിയിൽ അത് പ്രയോജനപ്പെടുത്തുകയും ചെയ്യുക. ഇത്തരം സംഭവങ്ങൾ ഒന്ന് രേഖപ്പെടുത്തി വെക്കാനായാൽ അത്തരം സാഹചര്യങ്ങൾ പിന്നീടുണ്ടായാൽ കൂടുതൽ നന്നായി ഇടപെടുവാനാവും. നല്ലൊരു പാട്ട് കേട്ട്, നല്ലൊരു ചാട്ടം ചാടി, മസിലുകളൊക്കെ ഒന്നു പരിശോധിച്ച് ഒന്നു ചാടിയെഴുന്നേൽക്കൂ,

ഇതാ, മൂഡ് ഔട്ട്, പോയി പോച്ച്

ജീവിച്ചു തീർക്കേണ്ടതല്ല ജീവിതമെന്നു തിരിച്ചറിയുന്ന നിമിഷം മൂഡ് ഓഫ് എന്ന പദം നിങ്ങളുടെ നിഘണ്ടുവിൽ നിന്നും അപ്രത്യക്ഷമാകും.

48
നിങ്ങൾക്കുണ്ടോ ദൃഢനിശ്ചയം?

ഏതു വിജയിയും ഒരു കാര്യം തറപ്പിച്ചു പറയും, ദൃഢനിശ്ചയമാണ് തന്റെ വിജയത്തിനു പിന്നിലെന്ന്. ഈ ദൃഢനിശ്ചയം അയാളുടെ മനസിലാണ് രൂപം കൊള്ളുന്നത്. മനസിൽ വിജയിക്കണമെന്ന അദമ്യമായ ആഗ്രഹം മൊട്ടിട്ടു തുടങ്ങുമ്പോഴാണ് പല ദൃഢനിശ്ചയങ്ങളും സാധ്യമാവുക. അങ്ങനെയെങ്കിൽ എങ്ങനെ നാം നമ്മുടെ മനസിനെ വിജയിക്കുവാൻ സജ്ജമാക്കും? ഒന്നറിയുക വിജയമെന്നത് ഭാഗ്യം കൊണ്ടു തരുന്ന ഒരു ലോട്ടറി അല്ല. കൃത്യമായ പ്ലാനിങ്ങിലൂടെ വ്യക്തിമായ അച്ചടക്കത്തിലൂടെ, കഠിനമായ അധ്വാനത്തിലൂടെ നേടിയെടുക്കേണ്ട ഒന്നാണത്.

ഒരു കർഷകൻ വയലിൽ വിത്ത് വിതച്ച് വിളവെടുക്കുന്നത് എപ്രകാരമാണോ അതുപോലെയാണ് വിജയവും. അത് കൊയ്ത് എടുക്കേണ്ട ഒന്നു തന്നെയാണ്. അത്തരത്തിൽ വിജയം കൊയ്തെടുക്കുവാൻ വേണ്ട ചില കാര്യങ്ങളും അതിനു വേണ്ടി മനസിനെ എങ്ങനെ എപ്പോൾ സജ്ജമാക്കണമെന്നും നോക്കാം.

സാധാരണ നമ്മൾ പ്രഭാതത്തിൽ, എന്താണ് അന്നേ ദിവസത്തേക്ക് പ്ലാൻ ചെയ്യേണ്ടത് എന്ന് ചിന്തിക്കാറുണ്ട് എന്നാൽ അതിനേക്കാൾ പ്രധാനമാണ് രാത്രി ഉറങ്ങും മുൻപ് നമ്മുടെ മനസിൽ രൂപം കൊള്ളുന്ന ചിന്തകൾ. ഈ ചിന്തകൾക്കു വിജയിയുടെ ജീവിതത്തിൽ ഏറെ പ്രാധാന്യമുണ്ട്.

ഉറങ്ങുന്ന സമയം നമ്മുടെ ബോധമനസ് മാത്രമാണ് ഉറങ്ങുന്നത്. മനസിന്റെ പ്രധാനഭാഗമായ അബോധ മനസ് അപ്പോഴും പ്രവർത്തന സജ്ജമാണ്. സത്യത്തിൽ അബോധമനസ്സാണ് നമ്മുടെ യഥാർത്ഥ മനസ് എന്നു പോലും പറയാം. കടലിൽ ഒഴുകി നടക്കുന്ന ഹിമമലകളുടെ മൂന്നിലൊരു ഭാഗം മാത്രമാണു പുറത്തു നമുക്കു കാണാനാകുന്നത്. ശേഷിച്ച ഭാഗം മുഴുവനും കടലിനടിയിലാണ്. അതു പോലെ മനസിന്റെ മൂന്നിൽ രണ്ട് ഭാഗവും ഉപബോധമനസാണ്. ഇതാവട്ടെ, നമ്മുടെ ദൈനംദിന ജീവിതത്തെ കാര്യമായി സ്വാധീനിക്കുന്നുണ്ട്. എന്നാൽ ഇതു തീർത്തും നമ്മുടെ കൈപ്പിടിയിലുമല്ല. പക്ഷേ, ഉപ

ബോധമനസിലേക്കുള്ള വഴി കണ്ടെത്തിയാൽ, നമ്മുടെ പ്രശ്നങ്ങൾ അവതരിപ്പിച്ച് അതിന്റെ മറുപടി ആരായുകയും ചെയ്താൽ മറ്റേതൊരാൾക്ക് നയിക്കാൻ കഴിയുന്നതിലും കൃത്യതയോടെ നമ്മെ നയിക്കുവാൻ നമ്മുടെ ഉപബോധമനസിന് സാധിക്കും. ഉറങ്ങുവാൻ കിടന്നാൽ, ഉറക്കം വരുന്നതിന് മുൻപ് ഒരു അഞ്ചു മിനിറ്റ് സമയം അതിനായി ഉപയോഗിക്കാൻ ശീലിക്കാം. സാധാരണഗതിയിൽ പിറ്റേന്നത്തേക്കുള്ള പ്രശ്നങ്ങളോ അതുമല്ലെങ്കിൽ സാമ്പത്തിക വിഷയങ്ങളോ ഒക്കെ കുത്തിനിറച്ച് അസ്വസ്ഥമായാവും നമ്മൾ കട്ടിലിലേക്കു വീഴുക. ഇന്നു മുതൽ അത് മാറ്റുക. കട്ടിലിന് സമീപമെത്തും വരെ മതി ആകുലതകൾ. കിടന്നു കഴിഞ്ഞാൽ മെല്ലെ കണ്ണടച്ച് എന്തൊക്കെയാണ് നിലവിലെ വിഷയങ്ങൾ എന്നു മാത്രം ചിന്തിക്കുക. അതിന് ഉത്തരം വേണമെന്നും ചിന്തിക്കുക. ഇനി നമ്മുടെ സ്വപ്നങ്ങൾ (അത് നിശ്ചയമായും യാഥാർത്ഥ്യബോധത്തോടെ ഉള്ളത് ആകണം). പദ്ധതികൾ ഒക്കെ അവനവനോട് തന്നെ പറയുക. ഈ പറച്ചിലുകൾ അവനവന്റെ ലക്ഷ്യത്തെക്കുറിച്ച് സ്വയം ബോധ്യപ്പെടുവാനും കൂടിയാണ്. എന്താണോ ചിന്തിച്ചത് അത് നേടിക്കഴിഞ്ഞതായി പ്രഖ്യാപിച്ചു മെല്ലെ ഉറക്കത്തിന് പിടികൊടുക്കാം.

ഈ സമയം നിങ്ങളുടെ ബോധമനസ് ഉറങ്ങുകയാണെങ്കിലും ഉപബോധമനസ് കർമ്മനിരതമായിരിക്കും. ഇതൊരു ദിനചര്യയാക്കൂ. ജീവിതത്തിൽ മെല്ലെ അത്ഭുതങ്ങൾ എന്ന വിധം കാര്യങ്ങൾ ശരിയാംവിധം മുന്നോട്ട് പോകുമ്പോൾ തീർച്ചയായും നന്ദി പറയാൻ മറക്കരുത്, നിങ്ങളുടെ യഥാർത്ഥ സുഹൃത്തായ ഉപബോധമനസിനോട്.

ഇനി നേരം പുലർന്നാൽ എന്താണ് വേണ്ടത്. വേഗമുണർന്ന് കണ്ണു തിരുമ്മി മൊബൈലിലെ സന്ദേശങ്ങളിലേക്ക് കൂപ്പുകുത്തും മുമ്പ് ചിലതുണ്ട് ചെയ്യുവാൻ. എന്നും അല്പം നേരത്തേ ഉണരുകയും ആ സമയം ഫലപ്രദമായി ഉപയോഗിക്കുകയും വേണം. ഉണർന്നാൽ ഉടൻ തട്ടിപ്പിടഞ്ഞ് എഴുന്നേൽക്കണ്ട. ഒരഞ്ചു മിനിറ്റ് അവനവനു വേണ്ടി മാറ്റി വയ്ക്കാം. ഉറക്കത്തിനും ഉണർവ്വിനുമിടയിലെ ആ സമയവും ഉപബോധമനസുമായി ആശയവിനിമയത്തിനുള്ള സമയമാണ്. ഉറക്കത്തിലേക്ക് കടക്കുമ്പോൾ എന്താണോ ചിന്തിച്ചത് അത് തന്നെ ഇപ്പോഴും ചിന്തിക്കാം. ഇപ്പോൾ ലക്ഷ്യങ്ങൾ കുറച്ചു കൂടി വ്യക്തതയോടെ ചിന്തിക്കാനാവും.

പിന്നെ എഴുന്നേറ്റ്, പ്രഭാതകൃത്യങ്ങൾക്കും പത്ത് മിനിറ്റ് വ്യായാമത്തിനും ശേഷം. അന്നേ ദിവസത്തെക്കുറിച്ച് ഒന്ന് എഴുതിവക്കാം. എന്ത് ചെയ്യണം, എന്തൊക്കെയാണ് സ്വന്തം സ്വപ്നത്തിന് വേണ്ടി മുന്നോട്ട് നീക്കേണ്ട കാര്യങ്ങൾ തുടങ്ങി സ്വന്തം സ്വഭാവത്തിൽ വരു

ത്തേണ്ട മാറ്റം ഒക്കെ എഴുതാം. പിന്നെ പതിവുകളിലേക്ക് ഒരു പുഞ്ചിരിയോടെ കടക്കാം.

ഓർക്കുക:

1. പുഞ്ചിരിക്കുവാൻ സാധിക്കുന്നത് ഒരു വരമാണ്. എന്നും അതിന് സാധിക്കണം,

2. ജീവിതത്തിൽ നാം ചില രക്ഷകരെ കണ്ടെത്തും, തീർത്തും അവിചാരിതമായി. അവരാവും നമ്മുടെ ജീവിതത്തിനെ രക്ഷിച്ച് കരയ്ക്കടുപ്പിക്കുന്നത്. നന്ദി പറയാം അവരോട്, നമ്മെ നിലനിർത്തുന്ന ചുറ്റുപാടുകളോട്, സ്വന്തം ശരീരത്തിനോട് ഒക്കെ.

3. നന്ദി പറഞ്ഞു തുടങ്ങുമ്പോൾ തന്നെ ജീവിതത്തിൽ പ്രകാശം കടന്നു വരും. ആ പ്രകാശം ചുറ്റുപാടിലേക്കും പകരാം.

4. പ്രകാശം വിതറുന്ന ദീപമാകുക. സ്വന്തം ജീവിതത്തിലും മറ്റുള്ളവരുടെ ജീവിതത്തിലും.

സ്വന്തം വിധി നിർണയിക്കുന്നത് നാം തന്നെയായിരിക്കുമ്പോൾ, വിജയത്തിന്റെ ഉത്തരവാദിത്വവും നമുക്കു തന്നെ.

49
ദൈവത്തെ ഓർത്ത്

ദൈവം! നമ്മൾ ഉണ്ടെന്നുമില്ലെന്നും പറയുന്ന, കണ്ടെന്നും കണ്ടില്ലെന്നും പറയുന്ന, അറിഞ്ഞെന്നും ഒരിക്കലും അറിയാൻ കഴിയില്ലെന്നും പറയുന്ന, അതേ ദൈവം. ആ ദൈവത്തെക്കുറിച്ച്, ദൈവീകതയെക്കുറിച്ച് നമുക്ക് ചിന്തിക്കാം. താൻ പാതി ദൈവം പാതി എന്നാണല്ലോ ചൊല്ലും. വിജയികൾക്ക് പോസിറ്റീവ് ഊർജം പകരുന്ന ഈ അഭൗമിക ശക്തിയെ എങ്ങനെ വരുതിയിലാക്കാമെന്നും ചിന്തിക്കാം.

ഒരിക്കൽ മലമുകളിലെ ഒരു സത്രത്തിൽ വച്ച് സന്ധ്യ മയങ്ങുമ്പോൾ, മൂടൽമഞ്ഞ് അരിച്ചിറങ്ങിത്തുടങ്ങിയ നേരത്ത് കണ്ട ഒരു ആകാശകാഴ്ചയുണ്ട് എന്റെ ഓർമ്മയിൽ. തിര പോലെ പതഞ്ഞുപൊങ്ങിയ വെൺമേഘത്തുണ്ടുകളെ ചുമപ്പിച്ചു കൊണ്ട് സൂര്യൻ രണ്ട് മലകൾക്ക് പിന്നിൽ മറയുന്ന കാഴ്ച. ആ കാഴ്ച കണ്ട് ഉച്ചത്തിൽ പറഞ്ഞത് അതേ വാക്കാണ്, ദൈവമേ !!!! അതെ, ദൈവം എന്ന ചിന്തയിലേക്കു കടന്നു വരുമ്പോൾ, ലോകം ദൈവത്തിന്റെ പേരിൽ തന്നെയുള്ള തർക്കങ്ങളിലാണ്. മതം, വിശ്വാസം എന്ന രണ്ട് കാര്യങ്ങളിൽ എല്ലാം മറന്ന് ചാടിയിറങ്ങി കശപിശകൂട്ടുന്നവർ. ഇനി മറ്റൊരു വിധത്തിലും ദൈവ ചിന്തയെ സമീപിക്കുന്നവരുണ്ട്. ശാസ്ത്രമോ വിശ്വാസമോ ഏതാണ് സത്യമെന്ന് ചിന്തിക്കുന്നവരുടെ കൂട്ടം.

പക്ഷേ, ഒന്നുണ്ട് അപാരമായ ആ ശക്തി നൽകുന്ന ഊർജം ഒരാളുടെ ആന്തരികമായ ഉന്നമനത്തിന് വേണ്ടിയുള്ള ഒന്ന്, തീർച്ചയായും മനസിനെ നിർമ്മലമാക്കും, അഹങ്കാരം ശമിപ്പിക്കും, സഹജീവികളോട് കാരുണ്യം ചൊരിയാൻ നമ്മെ നിർബന്ധമാക്കും. ഈ പ്രപഞ്ചത്തിന്റെ ഓരോ അണുവിലും ചൈതന്യം ദർശിക്കാൻ നമ്മെയതു പഠിപ്പിക്കും. മനുഷ്യനെയതു മാനവനാക്കും. അതാണ് ആത്മീയത അഥവാ ദൈവീകത. പുലർകാലത്ത് മുറ്റത്തെ പുൽക്കൊടിത്തുമ്പിലെ ഇത്തിരി മഞ്ഞുതുള്ളി പോലെ നമ്മെ നിർമലമാക്കും ഈശ്വര ചിന്ത. ആസ്തികനും നാസ്തികനും ഒന്ന് സമ്മതിക്കും, മനുഷ്യൻ എന്നാൽ മനുഷ്യത്വമുള്ളവനാകണം എന്ന്. ദൈവം ഏത് രൂപധാരിയോ, അരൂപിയോ, ഏതു നാമധാരിയോ, അനാമികനോ ആകട്ടെ, ഏതു പ്രദേശത്ത്

ഉയിർകൊണ്ടതുമാകട്ടെ. ദൈവത്തിന് ഒരു ലക്ഷ്യമുണ്ടെങ്കിൽ അത് ഓരോ ജീവനിലേയും ദൈവീകത സ്വയം തിരിച്ചറിയിക്കുക എന്നത് മാത്രമാണ്.

എപ്പോഴാണ്, എങ്ങനെയാണ് ഒരാൾ തന്റെ ദൈവീകതയെ അറിയേണ്ടത്? എപ്പോൾ എന്നതിന് പ്രത്യേകിച്ച് സമയം ഇല്ല എന്നാണ് ഉത്തരം. ചിലർ ബാല്യകാലത്തു, ചിലർ യൗവ്വനത്തിൽ, ചിലർ വാർദ്ധക്യത്തിൽ. എങ്ങനെയാണ് ദൈവീകതയുടെ ലോകത്തേക്ക് കടക്കുക? വളരെ ലളിതം. ആദ്യം, താൻ സ്വയം ദൈവികതയെ തിരിച്ചറിയുവാൻ ആഗ്രഹിക്കുന്നു എന്ന് നിശ്ചയിക്കുക. സ്വന്തം മനസിന്റെ പിടിവിട്ട, ഭ്രമണം മെല്ലെ പിടിച്ച് കെട്ടുവാൻ മനസിനെ സ്വന്തം പിടിയിൽ കൊണ്ട് വരുവാൻ മൗനമായി ചിന്തകളെ സ്വന്തം നിയന്ത്രണത്തിൽ കടന്നു വരുവാനും പോകുവാനും അനുവദിച്ചു കൊണ്ട് ദിവസവും അല്പസമയം ചിലവിടുക. നിത്യവും ചിന്തകളെ ശ്രദ്ധിക്കുവാൻ തുടങ്ങുമ്പോൾ, നമുക്കാവശ്യമായ കാര്യങ്ങൾ ആ ചിന്തകളിലേക്ക് കൊണ്ട് വരുവാനാകും. അതാണ് പ്രാർത്ഥന. യഥാർത്ഥത്തിൽ നാം നമ്മോട് തന്നെയാണ് പ്രാർത്ഥിക്കുന്നത്. ഓരോ ജീവന്റെയും ഉള്ളിലെ ദീപനാളത്തിനോടാണ് നാം പ്രാർത്ഥിക്കുന്നത്. അതായത് പ്രാർത്ഥിക്കുന്നതും പ്രാർത്ഥന കേൾക്കുന്നതും ഒരേ വ്യക്തി എന്നർത്ഥം.

ഇനി എന്തിന് വേണ്ടിയാണ് നാം ദൈവീകതയെക്കുറിച്ച് ചിന്തിക്കുന്നത്? സ്വന്തം ജീവിതം പ്രകാശമാനമാക്കുവാൻ, പിന്നെ ആ പ്രകാശം ഇരുട്ടുമൂടിയ മറ്റ് ജീവനുകളിലേക്ക് കൂടി പകരുവാൻ. ലോകത്തെ സ്പർദ്ധ ഇല്ലാതാക്കുവാൻ, യുദ്ധമില്ലാതാകുവാൻ, പ്രകൃതി നിലനിൽക്കുവാൻ. അവനവന്റെ സുഖത്തിനായ് ആചരിക്കുന്നത് അപരനെ ഹനിക്കുന്നതാകാതിരിക്കുവാൻ, ഹിംസ ഇല്ലാതാകുവാൻ.

ചിലർ ചിന്തിക്കും, ഒക്കെ നല്ലത്. പക്ഷേ അതൊക്കെ ആരോഗ്യവും സാമ്പത്തികഭദ്രതയും ഉള്ളവർക്ക് വേണ്ടിയുള്ളതാണെന്ന്. ഞാൻ നിത്യജീവിതത്തിൽ ഇത്രയേറെ കഷ്ടപ്പെടുമ്പോൾ എന്ത് ആത്മീയത? ആദ്യമറിയേണ്ടത് ആത്മീയ ചിന്തകൾ, നിങ്ങൾ ഏതു പരിതസ്ഥിതിയിലുമാകട്ടെ ആ ഇടത്ത് നിങ്ങളെ സ്വസ്ഥനാക്കും എന്നതാണ്. ഒപ്പം മെല്ലെ ഉയർന്നു വരുവാനുള്ള ഊർജ്ജമേകും എന്നതാണ്. ഒന്നിനോടും തർക്കം വേണ്ട. ഉള്ളിലെ ദീപനാളം എന്നെന്നേക്കും കത്തിക്കൊണ്ടിരിക്കട്ടെ.ഈ ലോകവും നന്മകൊണ്ട് പ്രകാശം ചൊരിയട്ടെ.

ദൈവികതയിൽ മുറുകെ പിടിക്കുമ്പോഴാണ് ഒരുവൻ മാനവനാകുന്നത്. അതയാളെ വിജയതീരത്ത് എത്തിക്കും.

50
ഈ വിജയം നിങ്ങളുടേതാണ്

ജീവിതത്തിൽ വിജയിച്ചു മുന്നേറുവാനുള്ള കാര്യങ്ങൾ കഴിഞ്ഞ 49 അധ്യായങ്ങളിലായി നാം കണ്ടുകഴിഞ്ഞു. വിജയത്തിലേക്കുള്ള 49 മാർഗ്ഗങ്ങൾ. ഈ 49 കാര്യങ്ങളും ഒരുവന്/ഒരുവൾക്ക് അനിവാര്യമാണോ? വിജയത്തിലേക്കു നീങ്ങുമ്പോൾ ഉണ്ടാകുന്ന പ്രതിസന്ധിയിലാണു പലരും വീണുപോവുന്നത്. അതിനെ മറികടക്കാനായാൽ മുന്നിലുള്ളത് മറ്റൊരു ലോകമാണ്. അതിനെങ്ങനെ കഴിയും?

ഒരു കഥ പറയാം.

ഒരിടത്ത് ഒരു വലിയ മാവിനടുത്തായി ഒരു മുള വളർന്നു വന്നു. ഏറെ കിളികൾ കൂട് കൂട്ടിയിരുന്ന, ധാരാളം മാങ്ങകൾ തിങ്ങി വിളയുന്ന ഒരു മാവ്. പടർന്നു പന്തലിച്ച ചില്ലകൾ. ശക്തനാണ് താനെന്നു ചെറുകാറ്റിൽ ആടി ഉലയുന്ന മുളയെ നോക്കി പലപ്പോഴും മാവ് ഗർവ്വ് പറയും. മുള മൗനമായത് കേട്ടു നിൽക്കും. ഒരിക്കൽ ഒരു മഴക്കാലത്ത് ഒരു ശക്തമായ കാറ്റ് വീശി. മുള നിലം തൊടുംവിധം വളഞ്ഞു. മാവ് തന്റെ ശിഖരങ്ങൾ കൊണ്ട് കാറ്റിനെ തടുത്തു. കുറേ ഇലകൾ മാത്രം കൊഴിഞ്ഞു വീണു. കാറ്റൊഴിഞ്ഞു.

മാവ് ചോദിച്ചു, കണ്ടില്ലേ നീ എത്ര ദുർബലൻ!

മുള മറുപടി പറഞ്ഞില്ല. അന്ന് രാത്രി. കാറ്റും പേമാരിയും ആർത്തലച്ചു വന്നു. കാറ്റ് വീശുമ്പോഴേക്ക് മുള നിലം പറ്റി കിടന്നു. മാവ് പ്രതിരോധിക്കുവാൻ ശ്രമിച്ചു. പക്ഷേ ആ ശ്രമം കാറ്റിനെ ചൊടിപ്പിച്ചു ഇക്കുറി കാറ്റ് കൂടുതൽ ശക്തമായ കൊടുങ്കാറ്റായി. മാവിന് പ്രതിരോധിക്കാൻ സാധിച്ചില്ല. അത് വലിയ ശബ്ദത്തോടെ കടപുഴകി വീണു. മുള ഞെട്ടിവിറച്ചു. നേരം പുലർന്നു. കാറ്റും മഴയും ഒഴിഞ്ഞു. മുള മെല്ലെ നിവർന്നു. വെയിൽ വെട്ടം വീണ് മുളയുടെ ഇലകൾ തിളങ്ങി.

ഈ കഥയിലെ മുള തന്നെ കടപുഴക്കി എറിയാൻ വരുന്ന കാറ്റിനോട് യുദ്ധം പ്രഖ്യാപിക്കുന്നില്ല. മറിച്ച്, അതിനെ കടന്നു പോകാൻ അനുവദിക്കുകയാണ് ചെയ്യുന്നത്. ഇല്ലാത്ത പ്രതിരോധത്തിന് മുന്നിൽ കാറ്റാണ് കീഴടങ്ങുന്നത്. പലപ്പോഴും ജീവിതം പലതരത്തിലെ കൊടുങ്കാറ്റുകൾ കടന്നു പോകുന്ന സാഗരമായി മാറും. അപ്പോൾ ഒരു മികച്ച

നാവികനെപ്പോലെ പായ്ക്കക്കപ്പലിലെ പായകൾ അഴിച്ചുമാറ്റി, കാറ്റിന്റേയും കടലിന്റെയും താളത്തിന് തന്റെ ചെറു കപ്പലിനെ വിട്ടു കൊടുക്കും. നാവികന് ഒന്നറിയാം ഒരു കൊടുങ്കാറ്റും നിത്യമല്ല എന്ന്. അത് തന്നെ ആ മുളയും തിരിച്ചറിഞ്ഞിരുന്നു. പരിക്കുകളും നഷ്ടങ്ങളും സംഭവിക്കും. പക്ഷേ മടങ്ങി വരിക തന്നെ ചെയ്യും. നിശ്ചയമായും ഏറ്റവും സുന്ദരമായ ഉദയവും അസ്തമയവും, അനന്തകോടി നക്ഷത്രങ്ങൾ ആകാശത്ത് തീർക്കുന്ന മഹാപ്രപഞ്ച കാഴ്ചയും കാത്തിരിപ്പുണ്ടെന്ന് അയാൾക്കറിയാം.

ജീവിതത്തിൽ അഹംബോധമാണ് പലപ്പോഴും, കീഴടങ്ങലുകൾക്ക് നമ്മെ അനുവദിക്കാത്തത്. ഒരിക്കലും മുങ്ങില്ലെന്ന് എല്ലാവരും കരുതിയ ടൈറ്റാനിക് അതിന്റെ കന്നിയാത്രയിൽ തന്നെ സമുദ്രത്തിന്റെ ആഴങ്ങളിൽ അമർന്നത് നമ്മൾ മറന്നിട്ടില്ല. വിജയങ്ങൾ മത്ത് പിടിപ്പിക്കുമ്പോൾ സ്വാഭാവികമായി ഉണ്ടാകുന്ന അലസതയും അതു നൽകുന്ന അമിത വിശ്വാസവും മുന്നിലെ പരാജയത്തിന്റെ പടുകുഴി നമ്മുടെ കണ്ണിൽ നിന്നും മറച്ചു പിടിക്കും.

ഇനി വിജയത്തിലേക്കുള്ള (മുന്നോട്ടുള്ള) കുതിപ്പിനിടയിൽ പൊടുന്നനെ ഒരു പുതിയ പ്രതിയോഗി നിങ്ങൾക്കുണ്ടായാൽ എന്താണ് വഴി? പ്രതിയോഗി അത് ആരുമാകട്ടെ എന്തുമാകട്ടെ. പക്ഷേ അതിനെക്കുറിച്ച് വിശദമായി അറിയാതെ മനസിലാക്കാതെ എങ്ങനെ അടുത്ത ചുവട് മുന്നോട്ട് വയ്ക്കും? ഒന്ന് നിൽക്കാം. അല്പം പിൻമാറാം. കാരണം. എന്താണ് സംഭവിക്കുന്നത് എന്നു കൃത്യമായി മനസിലാക്കുവാൻ സ്വസ്ഥമായ മനസ് അത്യാവശ്യമാണ്. അതിനാൽ ആ സമയം ഒരു നഷ്ടമായി കണക്ക് കൂട്ടാതിരിക്കുക. ഇനി മുന്നിലെ പ്രതിസന്ധി ഒരു പ്രതിസന്ധിയാണോ അതോ അവസരമാണോ എന്നും ചിന്തിക്കണം. നമ്മുടെ പരിമിതികളെ തിരിച്ചറിയുവാനും കഴിവുകൾ ശക്തിപ്പെടുത്തുവാനും കൂടി പിൻമാറുന്ന സമയം ഉപയോഗിക്കാം.

മദം പൊട്ടി കൊമ്പുകുലുക്കി ഓടി വരുന്ന ആനയുടെ മുന്നിലേക്ക് ആരും നെഞ്ച് വിരിച്ച് ചെന്ന് നിൽക്കില്ലല്ലോ?. എന്തായാലും ആന നമ്മളെ തിരഞ്ഞ് പിടിച്ചു കുത്താൻ വരുന്നതല്ല. അതിന്റെ മുന്നിലെ തടസം മാത്രമേ അത് തച്ചുടക്കൂ. അത് പോലെയാണ് നമ്മുടെ ജീവിതത്തിലേക്കു കൊമ്പുകുലുക്കി എത്തുന്ന പല പ്രശ്നങ്ങളും. അതിന്റെ മുന്നിൽ ഒരു തടസ്സമായി നിൽക്കാതെ ഒന്ന് ഒഴിഞ്ഞു നിന്നാൽ? ചിലതൊക്കെ ഒഴിഞ്ഞു പോകുന്നത് കണ്ടു നിൽക്കാം. അല്ലേ? ഇനി മറ്റു ചില ഘട്ടങ്ങൾ ഉണ്ട്. അതീവ വൈകാരികമായി നമുക്ക് ഇടപെടേണ്ട ഘട്ടങ്ങൾ. അവിടെയും സമചിത്തത തന്നെയാവും നമുക്ക് ഗുണം ചെയ്യുക. അമിതാവേശവും അഭിപ്രായപ്രകടനങ്ങളും പിന്നീടാവും

ഒരു ബാധ പോലെ പ്രത്യക്ഷമാകുക. എന്തുകൊണ്ടാണ് സിംഹം കാട്ടിലെ രാജാവെന്ന് നമ്മൾ പറയുന്നത്? ജിറാഫിനോളം ഉയരമില്ല. ആനയോളം വലിപ്പമില്ല, കാണ്ടാമൃഗത്തോളം ബലവാനല്ല, ചീറ്റയെപ്പോലെ വേഗമില്ല. നോക്കൂ ഇതിലൊന്നും ഒന്നാം സ്ഥാനം സിംഹത്തിനല്ല. എന്നിട്ടും രാജാവ്!

അതെന്താവും?

സിംഹം ഒരു ഇരയിലേക്ക് പാഞ്ഞടുക്കുന്നത് അതിനെ കീഴടക്കിക്കഴിഞ്ഞു എന്ന് ഉറപ്പിച്ചാണ്. ആ മനോഭാവമാണ് സിംഹം കാട്ടിലെ രാജാവായി വിരാജിക്കുന്നതിന് കാരണം. മറ്റ് മൃഗങ്ങളോ സിംഹത്തിന്റെ ദർശനമാത്രയിൽ തന്നെ കീഴങ്ങി മരണത്തെ സ്വാഗതം ചെയ്യുന്നു. വിജയം ഒരു പ്രത്യേക താളത്തിൽ മുന്നേറുന്നവർക്ക് മാത്രം സംവരണം ചെയ്തിട്ടില്ല. ഒന്നാം ക്ലാസ് മുതൽ ഒന്നാമനായാലേ ജീവിതത്തിൽ വിജയിക്കൂ എന്ന് ആരാണ് നമ്മളെ ധരിപ്പിച്ചത്.? വിജയികൾ അവരുടെ പാത സ്വയം രൂപപ്പെടുത്തുന്നവരാണ്. അല്ലാതെ മറ്റൊരാളുടെ പാത പിന്തുടരുന്നവരല്ല

ജീവിതവിജയത്തെക്കുറിച്ച് നിരന്തരം സംസാരിക്കുമ്പോഴും കേൾക്കുമ്പോഴും കൂടെ ഓർക്കേണ്ട ഒരു അതിപ്രധാനമായ കാര്യമുണ്ട്. ആപത്ഘട്ടങ്ങളേയും പ്രതിസന്ധികളേയും എതിരിട്ട് വിജയിക്കുന്നത് മാത്രമല്ല വിജയം. മറിച്ച് അവയിൽ നിന്ന് തന്ത്രപരമായ ഒഴിഞ്ഞു മാറ്റവും ഒരു വിജയമന്ത്രം തന്നെയാണ്.

ഇനി വിജയം നിങ്ങളുടേതാണ്, നിങ്ങളുടെ മാത്രം!

ആപത്ഘട്ടങ്ങളേയും പ്രതിസന്ധികളേയും എതിരിട്ട് വിജയിക്കുന്നത് മാത്രമല്ല വിജയം. മറിച്ച് അവയിൽ നിന്ന് തന്ത്രപരമായ ഒഴിഞ്ഞു മാറ്റവും ഒരു വിജയമന്ത്രം തന്നെയാണ്.

www.ingramcontent.com/pod-product-compliance
Lightning Source LLC
LaVergne TN
LVHW090352051026
849518LV00006B/2113
* 9 7 8 8 1 9 5 0 0 9 7 6 3 *